हमीद दलवाई

क्रांतिकारी विचारवंत

संपादक
प्रा. शमसुद्दिन तांबोळी

डायमंड पब्लिकेशन्स

हमीद दलवाई : क्रांतिकारी विचारवंत

Hamid Dalwai : Krantikari Vicharwant

प्रा. शमसुद्दिन तांबोळी

सी-३/८, स्टेट बँकनगर,पंचवटी पाषाण रोड
पुणे ८. फोन - ९८२२६७९३९१

प्रथम आवृत्ती - २७ एप्रिल २००९
द्वितीय आवृत्ती - एप्रिल २०१४

ISBN 978-81-8483-570-0

© डायमंड पब्लिकेशन्स

मुखपृष्ठ
शाम भालेकर

प्रकाशक :
डायमंड पब्लिकेशन्स
२६४/३ शनिवार पेठ, ३०२ अनुग्रह अपार्टमेंट
ओंकारेश्वर मंदिराजवळ, पुणे-४११ ०३०
☎ ०२०-२४४५२३८७, २४४६६६४२
info@diamondbookspune.com
www.diamondbookspune.com

प्रमुख वितरक :
डायमंड बुक डेपो
६६१, नारायण पेठ, अप्पा बळवंत चौक,
पुणे-४११ ०३० ☎०२०-२४४८०६७७

प्रस्तावना

सत्यशोधक हमीद दलवाईंना जाऊन तीस वर्षांहून अधिक काळ लोटला आहे. म. जोतीराव फुले समता प्रतिष्ठानच्या वतीने आम्ही प्रतिवर्षी ३ मे रोजी दलवाईंचा स्मृतीदिन साजरा करतो. सत्यशोधक ब्राह्मणेतर चळवळीचे क्रांतीकारी नेते श्री. दिनकरराव जवळकर यांचा स्मृतीदिनही ३ मे रोजीच साजरा होतो. या दोघांचाही स्मृतिदिन एकाच दिवशी साजरा करण्याचा आमचा प्रघात आहे. ३ मे १९३२ रोजी जवळकरांचे निधन झाले. दलवाई ३ मे १९७७ रोजी निवर्तले. सत्यशोधक दिनकरराव जवळकर समग्र वाङ्मयाचे प्रकाशन आम्ही पंचवीस वर्षांपूर्वी केले. आता नव्या आवृत्तीची तयारी सुरू आहे. दलवाईंच्या स्मृतीदिनानिमित्त डायमंड पब्लिकेशन्सच्या वतीने प्रा. शमसुद्दिन तांबोळी यांनी संपादित केलेले हे पुस्तक प्रसिद्ध होत आहे. आम्ही या पुस्तकाचे मनापासून स्वागत करतो. प्रा. शमसुद्दिन तांबोळी, सय्यदभाई व मुस्लिम सत्यशोधक मंडळाच्या कार्यकर्त्यांना धन्यवाद देतो. वास्तविक हमीद दलवाईंनी लिहिलेले सर्व लिखाण 'समग्र हमीद दलवाई' या नावाने प्रसिद्ध व्हावयास हवे. यथावकाश हे होईल याची आम्हाला खात्री आहे.

प्रस्तुत पुस्तकात अनेक मान्यवरांचे लेख पुनर्मुद्रित करण्यात आले आहेत. दलवाईंचेही काही लेख आहेत. दलवाईंच्या विचार कार्याचे विवेचन व मूल्यमापन लेखकांनी केले आहे. मी थोडे वेगळे लिहिण्याचा विचार केला आहे.

हमीद दलवाई आणि आम्ही समाजवादी पक्षातील सहकारी. डॉ. राममनोहर लोहियांनी 'हिंद-पाक' महासंघाची कल्पना मांडून भारतीय उपखंडात एक अभियान सुरू केले. लोहियांनी देशभर संवादाची मोहीम सुरू केली. डॉ. लोहिया विद्रोही दार्शनिक होते. भारताच्या शेजारी राष्ट्राबरोबर मैत्रीचे संबंध जोपासण्यासाठी हिमालय नीतिची मांडणी लोहियांनी केली. लोहियांनी नेपाळ, तिबेट, गोवा इतकेच काय अमेरिकेत सत्याग्रह केले. लोहियांनी प्रांतोप्रांती जाऊन तेथील सांस्कृतिक-आर्थिक-सामाजिक आंदोलनांचा वेध घेतला. देशाच्या फाळणीने भाजलेल्या मनांना दिलासा दिला. याच काळात वा सुमारास हमीद दलवाईंनी मुस्लिम समाजात प्रबोधनाची

मोहीम सुरू केली. मला आठवते पुण्यात सर्वश्री मारूफ खान, ॲड. एस. ए. रहमान, डॉ. शेख, मेरु पटेल (पटेल दलवाई भाभींचे मामा होते.), प्रा. एस. एम. शेख अशी कितीतरी मंडळींबरोबर दलवाईंची गट्टी जमली. मतभेद असूनही मैत्री वाढली. यापैकी काहीजण जमाते इस्लामीचे क्रियाशील कार्यकर्ते होते. ही प्रक्रिया मध्यंतरी केव्हा तरी खंडित झाली. दलवाईंच्या अनेक आठवणी मनात आहेत. दलवाईंचे मूत्रपिंड रोपणाचे ऑपरेशन झाले. येरवडा जेलमधील फाशीचा कैदी फिरोझ दारूवाला येरवडा कारागृहात होता. त्याची दर्शनभेट होत असे. फाशीची शिक्षा जन्मठेपेवर यावी, यासाठी त्यांची खटपट होती. परंतु त्याचा अपराध निर्घृण होता. फाशीच्या आदल्या दिवशी दरवाजाच्या फटीतून दोन बोटांचा शेकहँड केला. फिरोझने तशी इच्छा व्यक्त केली होती. आम्ही स्थानबद्धतेत होतो. अशा अनेक आठवणी सांगता येतील. परंतु मी थोडी वेगळी वाट स्वीकारत आहे.

दलवाईंचा मुस्लिम समाजाबरोबर संवाद वाढावा असा आमचा प्रयत्न होता. दलवाई व लोहिया अकाली गेले. मात्र, एक बाब नोंदवून ठेवावीशी वाटते. समाजवादी चळवळीला दलवाई व आमचे सत्यशोधकी काम भावले नाही. 'अशी कामे पक्षाबाहेर राहूनच करावीत' असा सल्ला मुंबईतील गोरेगावच्या न्यूझीलन्ड हॉटेलात झालेल्या समाजवादी कार्यकर्ता शिबिरात श्री. नानासाहेब गोरे यांनी आम्हा उभयतांना दिला. दलवाईंनी स्थापन केलेले मुस्लिम सत्यशोधक मंडळ व म. जोतीराव फुले समता प्रतिष्ठान या संस्था संघटनांची स्थापना १९७० च्या सुमारास झाली. आज आपापल्या परीने संस्थांच्या चळवळी व कार्य सुरू आहे.

या पुस्तकाच्या निमित्ताने मुस्लिम सत्यशोधक मंडळाच्या वाटचालीबद्दलच लिहावे असे मला वाटते. मी तसे प्रा. तांबोळींना बोलून दाखवले. त्यांनी होकार दिल्यामुळे थोडेफार लिहिण्याचे धाडस करीत आहे.

मुस्लिम सत्यशोधक मंडळाचे कार्य गर्तेत सापडले आहे. अस्तित्व टिकविण्यासाठी कार्यकर्त्यांची पराकाष्ठा सुरू आहे. जागतिक पातळीवरील दहशतवादाच्या संदर्भात इस्लाम व मुस्लिम जगतावर वैचारिक व सशस्त्र हल्ले सुरू आहेत. काही अमेरिकेन विचारवंतांनी गेले काही वर्षांत या वादाला ख्रिश्चन विरुद्ध मुस्लिम असे स्वरूप दिले आहे. भारतात हिंदू विरुद्ध मुस्लिम असे त्याचे स्वरूप आहे. दुनियेतील दहशतवादाचा उगम इस्लाममधील 'जिहाद' संकल्पनेतून आहे असे काहींचे आग्रही प्रतिपादन होत आहे. अशावेळी मुस्लिम समाजात सामाजिक प्रबोधनाचे कार्य चालू ठेवण्याचे अग्निदिव्य मुस्लिम सत्यशोधकांना करावे लागत आहे.

आणीबाणी संपुष्टात आली. केंद्रात जनता पक्षाचे सरकार स्थापन झाले. पंतप्रधान मोरारजी देसाईंना भेटण्यासाठी पुण्यात राजभवनावर तलाकपीडित महिलांचे शिष्टमंडळ

घेऊन दलवाई गेले. मोरारजींनी त्या भगिनींची 'आपमेंही कुछ गलती होगी' अशा शब्दांत संभावना केली, बोळवण केली.

पंतप्रधान राजीव गांधी यांनी तलाकपीडित महिलांच्या दुःखाला घटनादुरुस्ती करून अक्षरशः डागण्या दिल्या. याच राजीव गांधींना भेटावयास गेलेल्या शहाबानो बाईंना मायेच्या ममतेने त्यांनी वागवले होते. परंतु राजकीय लाभासाठी मुस्लिमांचा अनुनय करण्यात आला. घटनादुरुस्ती करून क्रिमिनल प्रोसीजर कोडची वाट बंद करण्यात आली. अयोध्येत बाबरी मशिदीशेजारीच रामलल्लाची पूजा सुरू केली. मुस्लिम सत्यशोधक मंडळाच्या कार्याला जबरदस्त 'खो' बसला. याच काळात दलवाईंना अतिरेकी ठरवणारी मवाळ मंडळीही निष्प्रभ झाली. बोहरा सुधारणावाद्यांचे धर्मगुरू सय्यदना यांची महाराष्ट्राचे मुख्यमंत्री वसंतदादा पाटलांबरोबर मैत्री जमली. त्यामुळे बोहरा सुधारणावाद्यांची चळवळ जवळपास थंडावली. डाव्या मंडळींच्या सहप्रवाशांच्या लेखण्याही म्यान झाल्या. तस्लिमा नासरीन भारतात आश्रयाला आल्या; परंतु त्यांची गत दलाई लामा यांच्यापेक्षा वेगळी झालेली नाही.

अलिकडे न्यायमूर्ती सच्चर यांनी शासनाला सादर केलेला अहवाल उजेडात आला आहे. काँग्रेस पक्षाच्या नेत्या श्रीमती सोनिया गांधी यांनी 'आम्ही सत्तेवर आलो तर सच्चर आयोगाच्या शिफारसी अंमलात आणू,' असे जाहीरपणे म्हणाल्याचे मी हिंदू दैनिकात अलिकडेच वाचले आहे. मुस्लिम सत्यशोधक मंडळाने पुढाकार घेऊन सच्चर आयोगाच्या शिफारशीवर देशव्यापी आंदोलनाची तयारी सुरू करावयास हवी. चर्चासत्रे-सभा-मागणी, प्रस्ताव, छोटे-मोठे मोर्चे संघटित करावयास हवेत. संपर्क-संवाद-प्रबोधन-संघर्ष-रचना या मार्गांचा अवलंब केला जावा. हमीद दलवाईंना काफर ठरवून सत्यशोधक मंडळाला बहिष्कृत करणाराविरुद्ध खऱ्या अर्थाने सत्यशोधकी भूमिका वठवावयास हवी. तलाकपीडित महिलांच्या शिक्षण-पुनर्वसनासाठी सेवासदनसारखी संस्था उभारली जावी. कष्टकरी गरीब मुस्लिम समाजाचे ऐहिक जीवन अत्यंत हलाखीचे बनले आहे. जमातवादी संघटनांनी खुले आम 'फॅसिझम'चा वापर चालवला आहे. अतिरेकी मुस्लिम संघटनाही त्याला अपवाद नाहीत. देशातील आम तरुणांचे भवितव्य बेकारीच्या खाईत टांगले आहे. त्यातही मुस्लिम तरुणांची ससेहोलपट दीनवाणी आहे. त्यामागे अन्य कारणेही असू शकतात; परंतु एक बाब स्पष्ट आहे. एकूण शैक्षणिक गळतीत मुस्लिमांतील गळती अधिक आहे. स्वाभाविक मार्गाने रोजगार मिळवून क्रयशक्ती वाढविण्याची संधीच उपलब्ध होऊ शकत नाही.

माझा व्यक्तीशः असंघटित-असुरक्षित स्त्री-पुरुष कष्टकऱ्यांबरोबर दैनंदिन संबंध आहे. म. फुल्यांनी सांगितलेले स्त्रीशुद्राति-शूद्र मला रोज भेटतात. आमच्या सर्व संघटनातून ते कार्यरत आहेत. मला जाणवणारी त्यांची स्थिती केवळ आर्थिक

हलाखीची नाही. तिरस्काराची पातळी काय असावी? माझ्या नातवाबरोबर खेळायला आलेल्या मुलांना मी ‘आजोबा’ या नात्याने चॉकोलेट व गोळ्या वाटत होतो. एका मुलाने गोळी नाकारली. विचारले का रे? मुलगा म्हणाला, मला हिरवी नको - दुसरी द्या. म्हटलं का? मुलगा म्हणाला, “हिरवा रंग मुसलमानी असतो - आई म्हणाली घेऊ नकोस.”... यावर अधिक भाष्य करण्याची गरज नाही. म. जोतीराव फुले समता प्रतिष्ठान व राष्ट्रीय एकात्मता समितीच्या वतीने आम्ही ‘संवाद’ घडवण्याचे सतत प्रयत्न करतो. पुरुष एकत्र येतात. महिला एकत्रित येतात. म. फुले यांच्या वाड्यात आम्ही एकदा म्युनिसिपल शाळेतील उर्दू-मराठी शिक्षकांची सभा संघटित केली. विषय ठेवला ‘शैक्षणिक गळती’. मराठी उर्दू शिक्षिका भरभरून बोलल्या. इतकेच नव्हे तर मुस्लिम विद्यार्थिनींनी पथनाट्य सादर केले. हिंद-पाक एकता संमेलनाची इथपासून तयारी करावी लागेल. एरव्ही दुनियेतील दहशतवादावर भाष्य होईल. गल्लीतील दहशतवादाविरुद्ध ‘ब्र’ही काढला जाणार नाही. आमच्या या प्रयत्नांची टर उडविणारे उभय बाजूला आहेत. त्यांची पर्वा न करता आगेकूच करावी लागेल. मुस्लिम सत्यशोधक मंडळाकडून ही माझी किमान अपेक्षा आहे.

‘हमीद दलवाई - क्रांतिकारी विचारवंत’ या पुस्तकामध्ये दलवाई यांच्या व्यक्तीमत्त्वाविषयी व कार्याविषयी लेखकांनी समर्पक विवेचन केले आहे. यातून दलवाईंचे मुस्लिम समाजासंदर्भातील योगदान वाचकांच्या लक्षात येईलच. त्याचबरोबर ‘विचारमीमांसा’ या भागातील लेख दलवाई यांचे वैचारिक सामर्थ्य दर्शवतात. त्याचप्रमाणे दलवाई यांनी स्वत: लिहिलेले लेख वाचल्यानंतर त्यांच्यासंदर्भात पसरवण्यात आलेले अनेक गैरसमज दूर होण्यास मदत होईल. सध्या काळात भारत व जागतिक पातळीवर मुस्लिम जगतात घडणाऱ्या एकूणच घडामोडींच्या पार्श्वभूमीवर हे पुस्तक समोर आले आहे ही एक चांगली गोष्ट म्हणावी लंकवा त्यांच्याविषयी अपूर्ण माहिती आहे, अशा वाचकांच्या दृष्टीने हे पुस्तक उपयुक्त ठरेल, अशी खात्री आहे.

- डॉ. बाबा आढाव

दुसऱ्या आवृत्तीच्या निमित्ताने

एका दशकाच्या कालावधीत अनेक शतकांचे योगदान देणाऱ्या हमीद दलवाई यांच्या कार्य आणि व्यक्तित्वाचा परिचय करून देणाऱ्या 'हमीद दलवाई – क्रांतिकारी विचारवंत' या पुस्तकाची पहिली आवृत्ती एका वर्षात संपली. गेल्या वर्षांपासून लेखक आणि प्रकाशकाकडे या पुस्तकाची वाढती मागणी विचारात घेऊन प्रकाशकांनी हमीद दलवाई यांच्या अडतीसाव्या स्मृतीदिनाच्या निमित्ताने दुसरी आवृत्ती काढण्याचा निर्णय घेतला याबद्दल मनःपूर्वक धन्यवाद.

भारतातील प्रसिद्ध इतिहासकार डॉ. रामचंद्र गुहा यांनी संपादित केलेले 'मेकर्स ऑफ मॉडर्न इंडिया' (आधुनिक भारताचे शिल्पकार) हे पुस्तक २०१०मध्ये प्रकाशित झाले. या पुस्तकामध्ये समाविष्ट असणाऱ्या भारतातील एकवीस मान्यवरांमध्ये हमीद दलवाई यांचा समावेश आहे. ही आनंद व अभिमान वाटावा अशी बाब आहे. अल्पावधीत अधिकतम प्रभावशाली कार्य करणाऱ्या क्रांतिकारकांमध्ये हमीद दलवाई यांचा क्रम वरचा आहे. समाजातील संशोधन करणाऱ्या अनेक विद्यार्थ्यांबरोबरच, मान्यवर नेते आणि कार्यकर्ते या पुस्तकाची मागणी करीत आहेत. ही दलवाईच्या विचारांना मिळणारी स्वीकृतीच म्हणावी लागेल.

डॉ. नरेंद्र दाभोळकरांना दलवाईंच्या कार्याबद्दल आकर्षण होते. धर्माकडे चिकित्सक दृष्टीने पाहून समाजात बुद्धिप्रामाण्य, मानवतावादी, विवेकवादी विचार रुजवण्याच्या दलवाईच्या प्रबोधनाचा वारसा कायम लक्षात राहावा म्हणून दाभोळकरांनी आपल्या मुलाचे नाव 'हमीद' ठेवले. या सर्व घटना विचारात घेऊन, प्रस्तुत पुस्तकाच्या प्रथमावृत्तीचे प्रकाशन डॉ. नरेंद्र दाभोळकरांच्या हस्ते झाले होते. आज त्यांची अनुपस्थिती फारच क्लेशकारक आहे. दाभोळकर आणि दलवाई यांच्या कार्यात बरेच साम्य होते. दोघेही प्रबोधनाच्या कार्यातील वारकरी होते. त्यांच्या वैविध्यपूर्ण कार्याचे स्मरण म्हणून दुसऱ्या आवृत्तीच्या निमित्ताने हे पुस्तक डॉ. नरेंद्र दाभोळकरांना व त्यांच्या वैचारिक वारशाला पुढे घेवून जाणाऱ्या कार्यकर्त्यांना अर्पण करीत आहे.

प्रथम आवृत्तीत राहून गेलेला 'दलवाई' यांच्या जीवनातील घटनाक्रम या आवृत्तीत समावेश केला आहे. प्रेरक, प्रकाशक, वाचक व सहकार्यांच्या प्रती मी कृतज्ञता व्यक्त करतो.

–शमसुद्दिन तांबोळी

भ्रमणध्वनी - ९८२२६७९३९१

Email ID - tambolimm@rediffmail.com

मनोगत

मुस्लिम समाजात बुद्धिप्रामाण्य विवेकशीलतेचा एक प्रवाह सुरू व्हावा, तसेच भारताच्या समाजप्रबोधनाच्या चळवळींमध्ये मुस्लिम समाजप्रबोधनांची उणीव असल्यास एकूणच समाजाचा समतोल विकास होऊ शकणार नाही, असा विचार समोर ठेवून हमीद दलवाई यांच्या प्रेरणेतून २२ मार्च १९७० रोजी मुस्लिम सत्यशोधक मंडळाची स्थापना झाली. सुरुवातीच्या काळात एक सृजनशील लेखक, संवेदनशील पत्रकार असणाऱ्या हमीदभाईंना जयप्रकाश नारायण, राम मनोहर लोहिया, एस. एम. जोशी यांच्या विचारांचे आकर्षण वाटले. राष्ट्रसेवा दल, इंडियन सेक्युलर सोसायटीमध्ये सक्रिय सहभाग घेतल्यानंतर त्यांनी इस्लाम व मुस्लिम समाजासंदर्भात अभ्यास करून जनसंपर्क वाढवला. मुस्लिम समाजात धर्मनिरपेक्षता, लोकशाही, समता, बंधुभाव या मूल्यांचा प्रसार करण्यासाठीच मुस्लिम सत्यशोधक मंडळाची स्थापना केली.

मुस्लिम समाजाच्या इतिहासातील ही पहिली क्रांतिकारी संघटना म्हणावी लागेल, जी या वर्षी चाळीसाव्या वर्षात पदार्पण करीत आहे. चार दशकांच्या या कालावधीत सय्यदभाई, मेहरुन्निसा दलवाई, हुसेन जमादार यांच्या नेतृत्वाखाली मुंबई, पुणे, कोल्हापूर व अन्य शहरांमध्ये मंडळाच्या वतीने अनेक कार्यक्रम राबवण्यात आले. ही संघटना आता महाराष्ट्रापुरती मर्यादित न राहता भारतातील अन्य राज्यांसाठीही प्रेरक ठरली आहे. २८ नोव्हेंबर १९७१ ची अखिल महाराष्ट्र मुस्लिम परिषद (पुणे), ३ व ४ डिसेंबर १९७१ ऑल इंडिया कॉन्फरन्स फॉर फॉरवर्ड लुकिंग मुस्लिम्स (नवी दिल्ली), २७, २८ डिसेंबर १९७१ मुस्लिम महिला परिषद (पुणे), ३०, ३१ डिसेंबर १९७३ मुस्लिम शिक्षण परिषद (कोल्हापूर), जिहाद-ए-तलाक परिषद (पुणे), राज्यव्यापी सामाजिक परिषद (पुणे), पुणे येथे शहाबानोचा सत्कार. ३ ते १८ नोव्हेंबर - कोल्हापूर ते नागपूर अशा पंधरा जिल्ह्यांत तलाक मुक्ती मोर्चा. मुंबई येथील पोटगी बचाव परिषद, २१, २२ फेब्रुवारी १९८६ - दिल्ली येथे पंतप्रधान व राष्ट्रपती यांना निवेदन देण्यासाठी कार्यक्रम. १९८७ मध्ये ऑल इंडिया प्रोग्रेसिव्ह मुस्लिम कॉन्फरन्सची स्थापना, या व्यासपीठावरून कर्नाटक, तमिळनाडू, गुजरात,

केरळ, आंध्र प्रदेश, उत्तर प्रदेश, गोवा इ. ठिकाणी सामाजिक, शैक्षणिक व महिलांच्या प्रश्नांवर परिषदांचे आयोजन. मुस्लिम महिला मदत केंद्राची स्थापना, हमीद दलवाई स्मृती पुरस्कार, सांप्रदायिक सद्भावना परिषद, राष्ट्रीय एकात्मता परिषद, सच्चर समिती शिफारस अंमलबजावणी जनजागृती उपक्रम. मुस्लिम सत्यशोधक पत्रिका प्रकाशन, हमीद दलवाई इस्लामिक रिसर्च इन्स्टिट्यूट स्थापना या उपक्रमांबरोबरच मंडळाचे मोर्चे, उपोषण, व्याख्याने, शिबिरे, वैचारिक लिखाण याद्वारे मुस्लिम समाजसुधारणेसाठी प्रयत्न केले. या प्रेरणेतूनच आज देशभर अनेक मुस्लिम महिला संघटना कार्यरत झाल्या आहेत. अखिल भारतीय मुस्लिम मराठी साहित्य परिषद स्थापन झाली. प्रादेशिक भाषेतून शिकणाऱ्या मुस्लिमांचे प्रमाण वाढत आहे. उदारमतवादी विचार असणारे मुस्लिम कार्यकर्ते विविध सामाजिक संघटनांमध्ये कार्यरत आहेत. हे सर्व मंडळाची प्रौढी मिरवणे किंवा मंडळात आत्मसंतुष्टपणा आला आहे, असे नसून अतिशय प्रतिकूल परिस्थितीत हमीद दलवाई यांनी सुरू केलेल्या व मंडळाने पुढे चालविलेल्या कार्याचा लेखाजोखाच आहे.

मुस्लिम सत्यशोधक मंडळाच्या जाहीरनाम्यात केलेला उल्लेखही महत्त्वाचा आहे. त्यात असे म्हटले आहे की, ''वास्तविक, स्वातंत्र्यानंतर अशी वेगळी सुधारणावादी का होईना विशिष्ट धर्मगटासाठी मंडळे काढण्याची आवश्यकता असायला नको होती, याची जाणीव आहे; परंतु मुस्लिम समाजाच्या प्रबोधनावर भर देण्यासाठी आज तरी मंडळाचे कार्यक्षेत्र त्या समाजापुरते मर्यादित ठेवण्यात आले आहे. जेव्हा सामाजिक बदलाची ही दरी नष्ट होईल, तेव्हा हे मंडळ मुस्लिम समाजापुरते कार्य करणार नाही. आधुनिक विचारांच्या सर्वधर्मीय राष्ट्रवादी परंपरा मानणाऱ्या सर्वच भारतीयांच्या इच्छा-आकांक्षानुसार एखाद्या नव्या आंदोलनात मंडळाच्या वेगळ्या अस्तित्वाची आवश्यकता उरणार नाही. ती अवस्था यावी आणि लवकर यावी म्हणून हे मंडळ कार्य करीत आहे.

हमीद दलवाई यांच्याकडे असणारी प्रतिभा, प्रभावी नेतृत्व, धर्मवाद्यांना हादरवून सोडण्याची धमक किंवा वादळी व्यक्तिमत्त्व नंतरच्या कार्यकर्त्यांत नसली तरी प्रामाणिकपणे यथाशक्ती कार्य पुढे चालवण्याची जिद्द मात्र आहे. हमीद दलवाई यांनी दिलेली वैचारिक शिदोरी आजही सोबत ठेवून मंडळाने चार दशकांकडे वाटचाल केली आहे, ही बाब निश्चितच अभिनंदनीय आहे.

''भारतातील मुस्लिम संस्कृतीने मला घडविले आहे. या संस्कृतीने ज्या चांगल्या गोष्टी निर्माण केल्या आहेत त्यांचा मला अभिमान आहे. आणि ज्या विद्रूप गोष्टी आहेत त्या बदलल्या पाहिजेत, अशी भूमिका घेऊन चळवळ उभारणाऱ्या हमीद दलवाई यांचे योगदान महत्त्वाचे आहे. मुस्लिम जगतात मुस्लिम महिलांचे प्रश्न,

प्रादेशिक भाषेतून शिक्षणप्रसाराचे महत्त्व, सामाजिक-आर्थिक विकासाचे मुद्दे, राष्ट्रीय एकात्मता, धर्मनिरपेक्षता या संविधानात्मक मूल्यांशी बांधिलकी व त्या संदर्भातील कार्याचे महत्त्व आजही तेवढेच आहे. दलवाईंना अभिप्रेत असणारा विज्ञाननिष्ठ, विवेकवादी, आधुनिक मानवी मूल्ये जोपासणारा समाज घडवण्यासाठी कार्यकाळ लाभला नाही तरीही जेमतेम दहा वर्षांच्या कालावधीत केलेल्या योगदानाची प्रेरणा पुढील शेकडो वर्षांसाठी उपयोगी पडणारी आहे.

भारतीय संविधानाच्या प्रस्तावनेत उल्लेख केलेल्या संकल्पना साठ वर्षांनंतरही प्रत्यक्षात उतरलेल्या दिसत नाहीत. मार्गदर्शक तत्त्वांतील समान नागरी संहितेचे फक्त राजकारण होताना दिसते. मुस्लिम व्यक्तिगत कायद्यात सुधारणा करण्यासाठी धर्मनिरपेक्ष शासनप्रणाली असमर्थ ठरली आहे, ही एक शोकांतिकाच म्हणावी लागेल.

अफगाणिस्तान, पाकिस्तानात वाढत असणाऱ्या तालिबानी शक्तीने दहशतवादाचे रूप घेऊन जागतिक पातळीवर चिंतेचे वातावरण निर्माण केले आहे. मूलतत्त्ववादी शक्ती मोठ्या प्रमाणात आक्रमक व हिंसक होत आहेत. धर्मनिरपेक्ष लोकशाही मूल्यांवर आघात करीत आहेत. या प्रकृतींचा सामना करण्यासाठी दलवाई विचारांशिवाय दुसरा पर्याय नाही.

सच्चर समितीने भारतीय मुस्लिम समाजाची सामाजिक, आर्थिक व शैक्षणिक परिस्थिती अभ्यासून मुस्लिम समाजाची वस्तुस्थिती दर्शवली आहे. मागास समाजापेक्षाही मागासलेल्या स्थितीत असणाऱ्या मुस्लिम समाजाचा दर्जा सुधारण्यासाठी शासकीय-राजकीय पाठबळाबरोबरच दलवाईंना अभिप्रेत असणारी आत्मसुधारणा प्रबोधन तेवढेच महत्त्वाचे आहे. मुस्लिमांमध्ये प्रादेशिक भाषेतून शिक्षण व व्यवसाय शिक्षणाचे प्रमाण वाढले असते तर ही शैक्षणिक व आर्थिक दुरावस्था निर्माण झाली नसती. दलवाई यांनी चाळीस वर्षांपूर्वी वक्फ बोर्डाकडे असणारा निधी शैक्षणिक कार्यासाठी वापरला जावा, असे सुचवले होते. हाच विचार आज अन्य नेते आग्रहाने मांडत आहेत.

दलवाई यांच्या कार्य व विचारांना मुस्लिम समाजातील जमातवादी, धार्मिक व राजकीय नेत्यांनी विरोध केला. समाजातील अश्रफ गटाने (उच्च वर्ग) यांच्यावर अनेकदा प्रहार केले. त्यांना 'काफर', 'एजंट' असे संबोधून मुस्लिम जनमानसामध्ये त्यांची प्रतिमा खराब केली. त्यांचे क्रांतिकारी विचार या लोकांना पटण्यासारखे नव्हते. म्हणून त्यांना व त्यांच्या विचारांना संपवण्याचा घाट घातला गेला. एखाद्या प्राण्याला मारायचे असेल तर तो पिसाळलेला आहे, असे जाहीर करणे (To kill a dog, declare him mad) असा प्रसार पुरेसा ठरतो. दलवाईंच्या विचाराला, नेतृत्वाला धिक्कारून मुस्लिम समाजाने आत्मवंचना केली आहे, हे वास्तव समजण्यासाठी शंभर वर्षे मोजावी लागतील. फुले-आगरकरांचे जे हिंदू समाजात झाले ते किंवा

त्याहूनही वाईट वास्तव दलवाईंच्या वाट्याला येणार, हे दलवाई यांनाही माहीत होते.

स्वत: इहवादी असणारे दलवाई इतरांच्या धर्मस्वातंत्र्याला प्राधान्य देणारे होते. मुस्लिम समाजाच्या धार्मिक श्रद्धा, इबादतच्या बाबी यासंदर्भात त्यांनी व्यक्तिस्वातंत्र्य मान्य केलेले होते. फक्त धर्माच्या नावाने अन्याय होत असेल, प्रगतीमध्ये बाधा येत असेल किंवा इतरांच्या अस्तित्वाला काही गोष्टी बाधक ठरत असतील तर त्या बाजूला ठेवल्या पाहिजेत. हा त्यांचा आग्रह होता. एखाद्या विषयासंदर्भात जेवढी जास्त पोटतिडिक, आग्रह असेल तेवढ्या प्रमाणात आक्रमकता येते. हा आक्रमकपणा काहींच्या मते पोषक नव्हता. टीका किंवा चिकित्सा करताना इतरांच्या श्रद्धा-भावनांचा दलवाईंनी विचार केला नाही, असाही त्यांच्यावर आरोप आहे. त्यांची 'नास्तिकता' किंवा 'मरणोत्तर दहन' यासुद्धा वादाच्या बाबी ठरल्या आहेत. वास्तविक, या बाबी त्यांच्या व्यक्तिस्वातंत्र्याशी निगडित आहेत. दलवाईंनी हा विचार इतरांवर लादलेला नाही. मुस्लिम सत्यशोधक मंडळाच्या ध्येयधोरणाचा तो भाग नाही. मंडळाच्या अनेक कार्यकर्त्यांनाही हा विचार मान्य नाही. तो पूर्णत: व्यक्तिगत विचार आहे. या गोष्टींना अतिरेकी महत्त्व देऊन बागुलबुवा किंवा कोलित करून दलवाई यांच्या मूळ विचारांना तिलांजली देण्याचा प्रयत्न करू नये. एम. आर. ए. बेग, एम. सी. छगला, हिदायतुल्ला, इस्मत चुगताई यांसारख्या मान्यवरांनीही मरणोत्तर दहन केले आहे. याचा अर्थ ते मुस्लिम नाहीत, असा होत नाही. अनेकांच्या व्यक्तिमत्त्वात काही दोष, उणिवा असतात. दलवाईही त्याला अपवाद नव्हते; पण त्यांना अधोरेखित करून मोठ्या भिंगातून दाखवून समाजविकासाच्या मूळ प्रेरणा छाटण्याचा प्रयत्न समाजाला निश्चितच मध्ययुगात घेऊन जाईल.

हमीद दलवाईंच्या व्यक्तिमत्त्वाबद्दल कार्याबद्दल अनेक मान्यवरांनी लेखन केले आहे व त्यांच्या कार्य व विचारांची दखल घेतली आहे. दलवाईंच्या मृत्यूनंतर मुस्लिम सत्यशोधक पत्रिकेने 'हमीद दलवाई स्मृती अंक' काढला होता. त्यातील काही लेखांचा या पुस्तकात समावेश केला आहे. तसेच नानासाहेब गोरे, पु. ल. देशपांडे यांच्यासारख्या मान्यवरांनी जे लेखन केले आहे, त्याचाही समावेश केला आहे. वाचकांनी पस्तीस वर्षांपूर्वीचा काळ लक्षात घेऊन जर ते वाचले तर त्या विचारांचे वर्तमान व भविष्यकाळातील महत्त्व लक्षात येईल. पु. ल. देशपांडे म्हणतात, ''महाराष्ट्रातल्या समाजप्रबोधनाच्या इतिहासकाराला महात्मा फुले, डॉ. आंबेडकर आणि हमीद दलवाई ही नावे अत्यंत आदराने उच्चारूनच या प्रबोधनाचा विचार करावा लागेल. किंबहुना, महात्मा फुलेंनी सुरू केलेल्या समाजप्रबोधनाच्या संपूर्ण इहवादी आणि 'माणुसकी हाच धर्म मानायला हवा', या विचारवृक्षाला आलेले 'हमीद दलवाई' हे खरे रसरशीत फळ होते.''

हमीद दलवाईंना जगभरातील इस्लामच्या घडामोडी सूक्ष्मपणे अभ्यासल्याची व त्यावर प्रतिक्रिया व्यक्त करण्याची सवय होती. यासंदर्भातील साहित्य उर्दू भाषेतही असे; परंतु उर्दू भाषा येत नसल्यामुळे ते अनेक वेळा ज्येष्ठ पत्रकार स. मा. गर्गे यांच्याकडे जात असत. ते या लिखाणाचे भाषांतर करीत. स. मा. गर्गे यांनी पत्रकारिता सुरू केली तेव्हा हमीद दलवाई यांची एक मुलाखत घेतली होती. ती मुलाखत त्यांनी 'भेटी-गाठी' या पुस्तकामध्ये प्रसिद्ध केली आहे. समान नागरी कायदा, धर्मनिरपेक्षता, शिक्षण, मुस्लिम नेतृत्व, महिलांचे प्रश्न यांसारख्या विषयावरील दलवाई यांचे विचार त्यांच्या मुलाखतीतून व्यक्त झाले आहेत.

दलवाईंच्या विचारांवर चिकित्सक असा लेख वसंत पळशीकरांनी समाजप्रबोधन पत्रिकेतून प्रकाशित केला आहे. या लेखामध्ये दलवाई विचारांची अपरिहार्यता समजून घेत असतानाच त्याचा भारतीय प्रबोधनाच्या चळवळीवर कसा साधकबाधक परिणाम झाला, यासंदर्भात दीर्घ लेख आहे. दलवाई यांच्या साहित्याचा व कार्याचा समीक्षणात्मक आढावा घेत असताना दलवाई यांच्या सकारात्मक योगदानाची नोंद घेतली आहे. त्याचबरोबर एकूण प्रबोधनाच्या चळवळीवर प्रतिकूल परिणाम होऊ शकतो, हे दाखवण्याचाही प्रामाणिक प्रयत्न केला आहे. उदाहरणार्थ, पळशीकर म्हणतात- (१) दलवाई यांच्या प्रतिपादनामुळे जवळपास 'राष्ट्रीय' म्हटला जाणारा प्रत्येक मुस्लिम राजकारणी संशयास्पद ठरला. त्यांच्या शैलीचे हे मोठे वैगुण्य आहे. (२) तसेच द्विराष्ट्रवादी भूमिकेला जन्म देणारा जमातवाद हिंदू समाजातही त्याच ऐतिहासिक प्रक्रियेचा भाग म्हणून जोपासला गेला, हे तथ्य दलवाई नजरेआड करतात. (३) दलवाईंनी केलेल्या मुस्लिम जातीयवादाच्या मीमांसेची खोलवर चिकित्सा झाली नाही. त्यामुळे पुरोगामी चळवळीचे नुकसान झाले व बौद्धिक संभ्रमावस्था ही किंमत दिली गेली आहे. मुस्लिम समाजात उच्चशिक्षित, पांढरपेशा, बुद्धिजीवी वर्गाचे अस्तित्व नाही, या दलवाईंच्या मताला विरोध दर्शवून पळशीकर सर सय्यद अहमद खान यांनी अलीगड येथे शिक्षणसंस्था उभारली, असे लक्षात आणून देतात. खरे पाहता दलवाईंच्या विचार व कार्याची मीमांसा करताना काही गोष्टी पार्श्वभूमी म्हणून सोबत ठेवल्या पाहिजेत. त्या अशा - दलवाई यांचे विचार, कार्य आणि साहित्य कोणत्या उद्देशाने प्रेरित होते? मुस्लिम समाजात आत्मचिकित्सेचा अभाव आहे. तुलनेने प्रबोधनाचा विचार क्षीण आहे व हिंदू समाजात हिंदू जमातवाद्यांविरुद्ध आवाज उठवणारा उदारमतवादी, धर्मनिरपेक्ष गट आहे, ज्याचा मुस्लिम समाजात अभाव आहे. म्हणून माझ्या समाजातील उणिवा, दोष किंवा कुरूपता दाखवणे व त्या सुधारण्यास मी प्राधान्य दिले पाहिजे, ही भूमिका.

बारा

दलवाई यांना सर्वांगीण समीक्षा करण्यासाठी किंबहुना समाजप्रबोधनाच्या चळवळीमध्ये योगदान करण्यासाठी आयुष्य लाभले नाही. जेमतेम आठ वर्षांच्या कालावधीत प्रखर विरोधास व प्रहारांना सामोरे जात त्यांनी लेखन केले आहे. त्यांचे विचार मुस्लिम जमातवादी शक्तींशी संघर्ष करताना व्यक्त झाले आहेत. त्यामुळे हिंदू जमातवादाकडे डोळेझाक केली, असे म्हणता येणार नाही. (वास्तविक, हिंदू जमातवादाविरुद्ध सुद्धा त्यांनी लिहिले आहे.)

हमीद दलवाईंच्या ठराविक ग्रंथांचा किंवा सामाजिक लेखांचाच संदर्भ न घेता त्यांनी लिहिलेल्या परंतु अप्रकाशित राहिलेल्या ग्रंथांचाही अभ्यास झाला पाहिजे.

दलवाई म्हणतात, ''मुस्लिम समाजात माझा जन्म झाला आहे. मुस्लिम समाज व धर्माची चिकित्सा करणे हे माझे कर्तव्य व ध्येय आहे. जेव्हा हिंदू उदारमतवादी हिंदू जमातवादाबरोबरच मुस्लिम जमातवादासंदर्भात चिकित्सा करतील तेव्हा माझे मुस्लिम चिकित्सेचे काम थांबवेन.'' हमीद दलवाई ही प्रखर प्रकाश देणारी ज्योत होती. त्यांनी आपल्या परिघात प्रकाश पाडण्याचा प्रयत्न केला. संपूर्ण अंधार दूर करण्यासाठी किंवा तसा प्रयत्न करण्यासाठी कार्यकाळ मिळाला नाही. अन्यथा, अधिक प्रगल्भता व्यक्त करण्याची धमक त्यांच्या विचारात होती.

वसंत पळशीकरांनी ज्यांचा आदराने उल्लेख केला ते सर सय्यद अहमद खान अश्रफ गटाचे प्रतिनिधी होते. महात्मा फुलेंची शैक्षणिक चळवळ व सर सय्यद अहमद खान यांच्या विचारात मूलभूत फरक आहे. महात्मा फुलेंनी तळागाळातील लोकांच्या शिक्षणासाठी आग्रहपूर्वक काम केले, तर सर सय्यद अहमद खान वरच्या स्तरातील लोकांच्या शिक्षणाचे समर्थन करीत होते. मुस्लिम समाजात बुद्धिजीवी वर्गाची कमतरता आहे, असे म्हणतात. तेव्हा त्यांना असे म्हणायचे असते, की गोहत्याबंदी विरोधात विचार मांडणारे हिंदू समाजात अनेक लोक आहेत; परंतु अफगाणिस्तानातील बुद्धमूर्तींचे भंजन होताना, डॅनिस चित्रकारासंबंधित प्रसंगी जगभरातील उद्रेक, भारतातील एम. एफ. हुसेन यांच्या चित्राविरोधात असंतोष, तस्लिमा नसरीन, समान नागरी कायदा यांसारखे प्रश्न जेव्हा पुढे येतात तेव्हा किती मुस्लिम नेत्यांनी बुद्धिजीवी भूमिका घेतली? (आरिफ महंमद खान सारखे मंत्री सोडून) असे असतानाही हमीद दलवाई भारतातील एम. आर. ए. बेग, एम. सी. छगला, प्रा. मुजीब, प्रा. फैजी यांच्यासारख्या बुद्धिजीवींचा उल्लेख करतातच; परंतु मुस्लिम समाजात नेतृत्व करणाऱ्या गटांनी त्यांना स्वीकारले आहे का? असे अनेक प्रश्न आहेत. दलवाईंच्या निधनानंतर साधना प्रकाशनाने प्रकाशित केलेले 'राष्ट्रीय एकात्मता व भारतीय मुसलमान' या पुस्तकाच्या वाचनाने दलवाई यांच्याविषयीचे अनेक गैरसमज दूर होतील. या पुस्तकाची प्रस्तावना माननीय भाई वैद्य यांनी दीर्घ स्वरूपात लिहिली आहे. दलवाई

यांच्या विचारांचा गाभा लक्षात यावा, या उद्देशाने या प्रस्तावनेचाही प्रस्तुत पुस्तकात समावेश केला आहे.

या पुस्तकातील हमीद दलवाई यांचे काही लेख मुस्लिम सत्यशोधक पत्रिकेतून छापले आहेत. दलवाई यांचे विचार समग्र पद्धतीने वाचकांना, कार्यकर्त्यांना व समीक्षकांना उपलब्ध व्हावेत, ही त्यामागील भूमिका आहे. कारण न्याय, समता व धर्मनिरपेक्षतेवर आधारित आधुनिक भारतीय समाज निर्माण व्हावा, असे राष्ट्रवादी स्वप्न बाळगणारे व त्यासाठी आपले आयुष्य पणाला लावणाऱ्या हमीदभाईंचे वेगळे दर्शन होऊ शकेल.

हमीद दलवाई आणि मुस्लिम सत्यशोधक मंडळ यांच्या मुस्लिम समाजप्रबोधनाच्या कार्यात मा. भाई वैद्य, डॉ. बाबा आढाव, प्रा. ग. प्र. प्रधान यांसारख्या समाजवादी विचारवंत व कार्यकर्त्यांचा सिंहाचा वाटा आहे. लोकशिक्षणासाठी कार्यरत असणाऱ्या प्रसारमाध्यमांनीही या कार्यात नेहमीच प्रोत्साहन दिले आहे. ज्या मान्यवरांनी मुस्लिम सत्यशोधक पत्रिकेसाठी लिखाण केले व साधना, मानसन्मान प्रकाशन यांच्याबद्दल मी कृतज्ञता व्यक्त करतो. हमीद दलवाईंच्या संदर्भात संकलित व संपादित केलेले असे पुस्तक प्रकाशित व्हावे, अशी इच्छा डायमंड प्रकाशनचे प्रमुख श्री. दत्तात्रय गं. पाष्टे यांच्याकडे व्यक्त केली. अत्यंत कमी मुदतीत त्यांनी व त्यांच्या सर्व सहकाऱ्यांनी मनावर घेऊन हे पुस्तक उपलब्ध करून देण्यासाठी परिश्रम घेतले. त्या सर्वांचा मी आभारी आहे. या पुस्तकास डॉ. बाबा आढाव यांनी आपल्या कार्यमग्नतेतून वेळ काढून प्रस्तावना लिहिली, त्यासाठी मी त्यांचेही आभार मानतो. या पुस्तकासंदर्भात मुस्लिम सत्यशोधक मंडळाचे कार्याध्यक्ष मा. सय्यदभाई व प्रा. बेनझीर तांबोळी यांचे सहकार्यही अविस्मरणीय आहे. हे पुस्तक संकलन व संपादन करताना काही त्रुटी राहिल्या असण्याची शक्यता नाकारता येत नाही. परंतु चळवळीतील कार्यकर्ते, मुस्लिम समाजातील अभ्यासू व्यक्ती आणि इतरही वाचकांना हमीद दलवाई समजून घेण्यासाठी या प्रयत्नांचा उपयोग होईल, ही अपेक्षा आहे.

- प्रा. शमसुद्दीन तांबोळी

हमीद दलवाई यांचा परिचय

हमीदभाईंचा जन्म २९ सप्टेंबर १९३२ ला रत्नागिरी जिल्ह्याच्या चिपळूण तालुक्यातील मिरजोळी या गावी झाला. त्यांचे माध्यमिक शिक्षण चिपळूणमध्ये झाले व १९५१ साली ते मॅट्रिक झाले. मुंबईच्या इस्माईल युसुफ कॉलेज व रूपारेल कॉलेजात त्यांनी इंटरमिडीएट आर्ट्सपर्यंतचे शिक्षण घेतले. ते १९५४ ते १९६३ पर्यंत काही किरकोळ नोकऱ्या करत राहिले. या काळापूर्वीपासून ते राष्ट्रसेवा दल व समाजवादी पक्षातर्फे राजकीय व सांस्कृतिक कार्य करीतच होते. दरम्यान, हमीदभाईंनी 'मौज', 'सत्यकथा', 'वसुधा' आदी नियतकालिकांतून कथालेखन चालू ठेवले होते. 'लाट' हा त्यांचा एकमेव कथासंग्रह १९६० साली साधना प्रकाशनाने काढला. 'मौज' प्रकाशनातर्फे 'इंधन' ही त्यांची एकमेव कादंबरी १९६६ साली प्रसिद्ध झाली. ही कादंबरी व काही कथांना मुस्लिम समाजाची पार्श्वभूमी होती. 'कफनचोर' या कथेमुळे हमीदभाई सर्जनशील लेखक म्हणून प्रसिद्धीस आले. 'इंधन' या आत्मकथनपर कादंबरीत कोकणातील एका गावात स्वातंत्र्योत्तर काळात वातावरण कसे बदलत गेले; हिंदू-मुसलमान तणाव कसा वाढत गेला; इरेस पेटलेल्या दोन्हीकडच्या लोकांनी गावचे एरवीचे वातावरण कसे ढवळून काढले, याचे तरल, संवेदनशील आणि वास्तव चित्रण आहे.

या कादंबरीला महाराष्ट्र शासनाचे राज्यपातळीवरचे १९६६ सालचे पारितोषिक मिळाले. सामान्य वाचक व समीक्षक यांना सारख्याच आवडणाऱ्या या कादंबरीने चिपळुणात मात्र लोकक्षोभाला तोंड दिले. हिंदीमध्ये ही कादंबरी याच नावाने भाषांतरित आहे.

दलवाईंनी 'मराठा'त १९६३ ते १९६८ या काळात पत्रकारिता केली. १९६८ सालानंतर मुस्लिम समाजसुधारणेचे पूर्णवेळ काम करण्यासाठी त्यांनी नोकरी सोडली. त्यांचे साहित्यलेखनही थांबले. मराठी भाषेने एक सर्जनशील, वास्तववादी लेखक गमावला; पण मुस्लिम समाजसुधारणेच्या महत्त्वपूर्ण कामासाठी दिले गेलेले साहित्यिकाचे हे बलिदान वाया गेले नाही.

मुस्लिम स्त्रीची दयनीय अवस्था आणि दर्जा सुधारण्यासाठी योग्य त्या कायद्याच्या मागणीसाठी हमीदभाईंनी मुंबई येथे कौन्सिल हॉलवर ७ मुस्लिम स्त्रियांचा मोर्चा १८ एप्रिल १९६६ रोजी नेला. हा मोर्चा पुढे होणाऱ्या मुस्लिम प्रबोधनवादी चळवळीची नांदी ठरला. मुस्लिम स्त्रीची शोचनीय स्थिती सुधारून समाजांतर्गत स्त्री-स्त्री समानता व धर्मांतर्गत स्त्री-पुरुष समानता हा दलवाईंच्या विचारसरणीचा गाभा होता. इस्लाम व इस्लामची ऐतिहासिक परंपरा यांची इहवादी चिकित्सा हा त्यांच्या विचारप्रक्रियेचा केंद्रबिंदू होता.

भारतीय मुस्लिम समाजाचे वास्तविक आकलन करून घेण्यासाठी हमीदभाई भारतभर फिरले. या त्यांच्या दौऱ्यासाठी 'इंडियन कमिटी फॉर कल्चरल फ्रीडम', 'आंतरभारती', 'कोल्हापूरचा कोरगांवकर ट्रस्ट', 'सेक्युलर फोरम', 'मराठा', 'मौज' वगैरेंनी सर्वतोपरी साहाय्य केले.

भारतभर पसरलेले मुसलमान हे वेगवेगळ्या विचारसरणीचे, विविध व्यक्तिमत्त्वांचे आहेत व मुसलमान समाज संघटित असल्याचा तथाकथित मुस्लिम नेतृत्वाचा दावा फोल आहे, असे या दौऱ्यानंतर हमीदभाईंचे मत बनले. त्यांनी आपली विश्लेषणे, विचारप्रणाली व भूमिका स्पष्टपणे मांडावयास सुरुवात केली. भारतात बहुसंख्याक असलेल्या हिंदूंना दलवाईंचे सांगणे असे,

"ज्या हिंदूंना मुस्लिम जातीयवादाचा प्रतिकार करावयाचा आहे, ते हिंदूंना सनातनी बनविण्याचा प्रयत्न करीत आहेत. आणि ज्या हिंदूंना हिंदू समाजाला आणि पर्यायाने देशाला आधुनिकतेच्या रस्त्याने न्यायचे आहे ते मुस्लिम जातीयवाद्यांना मिठ्या मारीत आहेत. हे दृश्य बदलले पाहिजे. मुस्लिम जातीयवादाचा प्रतिकार करणाऱ्या हिंदूंच्या मी बाजूचा आहे; पण हिंदूंना सनातनी बनविण्याच्या त्यांच्या प्रयत्नांचा मी विरोधक आहे. त्याचबरोबर हिंदूंना आधुनिक बनवणाऱ्यांना माझा पाठिंबा आहे; परंतु मुस्लिम जातीयवादाचा प्रतिकार न करण्याच्या त्यांच्या धोरणाचा मी विरोधक आहे."

हमीदभाई एक लोकशाही समाजवादी कार्यकर्ता होते. राम मनोहर लोहिया, जयप्रकाश नारायण व काही प्रमाणात महात्मा गांधींचा त्यांच्यावर प्रभाव होता. एकंदर भारतीय समाजात व विशेषत: भारतीय मुस्लिमांत जी धर्म आणि राजकारण यांची गल्लत झाली आहे, तिच्यावर प्रहार करून त्या दोहोंची फारकत दलवाईंना अभिप्रेत होती. याशिवाय सध्याच्या मुस्लिम जातीयवादाला भारतातील सर्वच राजकीय पक्ष कारणीभूत आहेत; त्यांनीच मतांच्या राजकारणापायी मुस्लिमांचा जातीयवाद अप्रत्यक्षपणे पोसला आहे; असा विचार हमीदभाईंनी मांडला. देशातील राजकीय पक्षांना मुस्लिम-अनुनय सोडण्याचे कळकळीचे आवाहन त्यांनी वारंवार केले.

धर्मातीतता, धर्मनिरपेक्षता, इहवाद या प्रतिशब्दांनी परिचित असलेले 'सेक्युलॅरिझम' हे मूल्य हमीदभाईंना स्वातंत्र्य, समता, बंधुता, न्याय, राष्ट्रीयत्व, विज्ञाननिष्ठा आदी आधुनिक जागतिक मूल्यांइतकेच महत्त्वाचे वाटत होते आणि 'सेक्युलॅरिझम' मुस्लिम समाजाच्या सांस्कृतिक व सामाजिक जीवनात वागवणे त्यांना आपल्या कामाच्या दृष्टीने अत्याधिक आवश्यक वाटे.

त्यांनी काढलेल्या पहिल्याच मोर्चापासून स्त्रियांना हक्क मिळवून देऊन स्त्रीमुक्तीच्या मार्गाने स्त्री-पुरुष समानता साधणे हे तर दलवाईंचे मिशनच होते. मुस्लिम स्त्रीला तिच्या धर्मात व समाजात दुय्यम व अन्यायी स्थान आहेच; पण भारतातील प्रचलित कायद्यानुसार हिंदू स्त्रीइतकेही तिला अधिकार नाहीत. दलवाईंनी व नंतर मुस्लिम सत्यशोधक मंडळाने घेतलेले बरेच कार्यक्रम या विचारमालिकेशी संबंधित होते आणि तलाकपीडित स्त्रियांना पोटगी मिळवून देण्यासाठी झगडा उभारून केलेले विधायक कामही!

हे विचार समाजापर्यंत पोहोचविण्यासाठी लेख, भाषणे, जाहीर सभा यांद्वारे दलवाईंनी एक मोहीमच काढली. 'साधना ट्रस्ट'तर्फे आपल्या विचारांची व त्यांना जोड देणाऱ्या अनुभवांची मांडणी करणारी तीन भाषणे त्यांनी दिली. याशिवाय आपल्या विचारांच्या तरुणांशी संपर्क साधण्यासाठी त्यांनी अ. भि. शहांच्या बरोबरीने इंडियन सेक्युलर सोसायटी १९६८ साली मुंबईत स्थापन केली; परंतु त्यानंतर दोन वर्षेपर्यंत स्वत: दलवाईंखेरीज एकही मुस्लिम त्या सोसायटीकडे न फिरकल्याने दलवाई निराश झाले. दरम्यान, त्यांनी भाषणे देणे, प्रसारमाध्यमांत लेख लिहिणे, दौरे आदी चालूच ठेवले. पुणे, कोल्हापूर, बेळगाव या शहरांत आणि गडहिंग्लज, निपाणी, आजरा, उत्तूर, संकेश्वर, कुरुंदवाड या ग्रामीण भागात राष्ट्रसेवा दलातर्फे त्यांचा एक महत्त्वाचा दौरा आयोजित केला गेला. भाषणे, सभा, चर्चा इ. मार्गाने मुस्लिम तरुणांशी आपल्या विचारसरणीबाबत व त्यांची प्रतिक्रिया अजमावण्यासाठी ते संवाद साधत.

अ. भि. शहा, यदुनाथ थत्ते, नरहर कुरुंदकर, प्रा. असफ ए. ए. फैजी, डॉ. मोईन शाकीर आदींबरोबरच भाई वैद्य व डॉ. बाबा आढाव या समविचारी मंडळींनी हमीदभाईंना त्यांच्या कामात साहाय्य केले. वैद्य व आढाव यांना हमीदभाईंच्या विचारांना प्रतिसाद देतील, असे पुण्यातील काही मुस्लिम तरुण परिचित होते. सय्यदभाई, मुनीर सय्यद, अमीर शेख, अन्वर शेख, रफीऊद्दीन सय्यद, बशीर तांबोळी, मकबूल तांबोळी आदी तरुणांशी हमीदभाईंचा त्यांनी परिचय करून दिला. कोल्हापूरच्या हुसेन जमादारांचा कोल्हापूर दौऱ्यात परिचय झाला होताच. एन. आर. बारगीर, महंमदगौस नाईक, आय. एन. बेग व मुमताज रहिमतपुरे ही मंडळी

जमादारांबरोबर होती. अशा प्रकारे पुणे, कोल्हापूर, अहमदनगर, मुंबई, सातारा येथील या सर्व तरुणांशी एकत्रित चर्चा झाल्यावर मुस्लिमांसाठी, मुस्लिमांची अशी एखादी संघटना काढण्याची हमीदभाईंना गरज वाटू लागली व पुढे सुमारे दीड वर्ष चर्चा होऊन मुस्लिम सत्यशोधक मंडळाची स्थापना झाली.

हमीदभाईंना मुस्लिम सत्यशोधक चळवळीसाठी १९६६ ते १९७७ अशी उणीपुरी ११ वर्षे देता आली. नवी दिल्लीची ऑल इंडिया कॉन्फरन्स फॉर फॉरवर्ड लुकिंग मुस्लिमस्, पुण्याची महाराष्ट्र राज्य मुस्लिम महिला परिषद, मुंबईची मुस्लिम सामाजिक परिषद व कोल्हापूरची मुस्लिम शिक्षण परिषद असे काही ठळक कार्यक्रम हमीदभाईंनी मंडळाद्वारे आयोजित केले व यशस्वी करून दाखवले. त्यांनी फार मोजकेच लेखन केले आहे. 'मुस्लिम जातीयतेचे स्वरूप-कारणे व उपाय', 'इस्लामचे भारतीय चित्र' व 'मुस्लिम पॉलिटिक्स इन सेक्युलर इंडिया' हे इंग्रजी भाषेतील पुस्तक यांचा त्यांच्या लेखनसंग्रहात समावेश होतो. याशिवाय आपल्या विचारांच्या प्रसारासाठी व त्या त्या काळात घडणाऱ्या मुस्लिम समाजासंदर्भातील घटनांवर आपली भूमिका स्पष्ट करण्यासाठी विविध विषयांवर अनेक लेख त्यांनी लिहिले व व्याख्याने दिली. हे लेख त्यांनी 'क्वेस्ट', 'सेक्युलॅरिस्ट', 'टाइम्स ऑफ इंडिया', 'इंडियन एक्स्प्रेस' आदी इंग्रजी व 'मराठा', 'महाराष्ट्र टाइम्स', 'साधना' आदी मराठी प्रकाशनांत लिहिले, तर भाषणे बहुतांशी महाराष्ट्रात व महाराष्ट्राबाहेरही दिली.

हमीदभाईंनी मुस्लिम राजकारणावर टीका केल्याने चिडलेल्या मुस्लिम जातीयवादी नेतृत्वाने इस्लामविरोधक, काफीर, हिंदूंचा एजंट वगैरे विशेषणे लावून त्यांच्या बदनामीची मोहीमच आखली होती. धमक्या तर नेहमीच्याच; पण त्यांच्यावर हल्ल्याचे प्रयत्नही झाले. त्यांच्या मृत्यूनंतरही पुणे व मुंबई महापालिकेत मुस्लिम नगरसेवकांनी दलवाईंना श्रद्धांजली वाहण्यास विरोध केला. नरहर कुरुंदकर म्हणतात,

"दलवाईंच्या कार्यातील अडचणी लक्षात घेता खऱ्या आश्चर्यकारक गोष्टी दोन आहेत : पहिली आश्चर्यकारक गोष्ट म्हणजे त्यांना आजारी पडून मरण्याची संधी मिळाली; त्यांना हुतात्मा व्हावे लागले नाही. त्याहून अधिक आश्चर्याची गोष्ट म्हणजे तेराशे वर्षांच्या परंपरेविरुद्ध बंड करणाऱ्या या बंडखोराला पाहता पाहता तीन-चारशे अनुयायी मिळाले."

हमीदभाईंचा अंत ३ मे १९७७ या दिवशी झाला. त्यापूर्वी दीर्घकाळ ते किडनीच्या विकाराने आजारी होते. या आजारपणात महाराष्ट्र सरकारने त्यांना ५० हजार रुपयांची आर्थिक मदत केली. स्वर्गीय पंतप्रधान इंदिरा गांधींनी वैयक्तिकरीत्या दोन हजार रुपये पाठवले. मा. शरद पवारांनी बहुमोल असे सर्वतोपरी साहाय्य केले. हमीदभाईंची अंतिम इच्छा मुद्दाम नमूद करण्यासारखी आहे.

“माझ्या मृत्यूनंतर माझे शव माझ्या गावी नेऊ नये, विद्युतदाहिनीत माझ्या शवाचे दहन करावे. मुसलमान किंवा हिंदू पद्धतीने कोणताही धार्मिक संस्कार अगर श्रद्धांजलीची भाषणे करू नयेत. निरिश्वरवादी म्हणून मी जगलो व निरिश्वरवादी म्हणूनच मला मरायचे आहे. माझे स्मारक उभारू नये. या देशात ‘इस्लामिक रिसर्च इन्स्टिट्यूट’ स्थापन व्हावी ही माझी आवडती इच्छा. काही खासगी व निमसरकारी यंत्रणांनी चालविलेल्या काही संस्था आहेत; पण त्यांच्या कामाने माझे समाधान झालेले नाही. इस्लाम व त्याची संस्कृती सुधारू इच्छिणाऱ्या माझ्या मित्रांनी अशी संस्था स्थापन करावी. सामाजिक, आर्थिक, धार्मिक, राजकीय अशा मूलभूत-चळवळीचे तसेच शहरी चळवळीचे प्रतिबिंब या संशोधनात दिसले पाहिजे. इस्लामच्या समस्यांना वाहिलेले एक नियतकालिकही त्या संस्थेने सुरू करावे. जगातील इस्लामिक चळवळीची दखल या नियतकालिकाने घ्यावी. मी सुखाने जगलो. माझी आता कोणाहीविरुद्ध तक्रार नाही. माझ्याशी ज्यांचे मतभेद होते, त्यांच्याशी मी झगडलो; पण माझा कोणाहीविरुद्ध आकस नाही. म्हणून त्यांच्याशीही वैयक्तिक संबंध ठेवण्याचा मी यत्न केला.”

धर्माविषयी दलवाईंची भूमिका वेगळी व टोकाची होती, हे या अंतिम इच्छेसंदर्भात नमूद करणे आवश्यक आहे. आपण मुसलमान आहोत म्हणून आपल्या समाजातील दोषांचे दिग्दर्शन करून ते सुधारणे हे आपले पहिले कर्तव्य आहे, असा दलवाईंचा आग्रह होता. ‘धर्म ही खासगी बाब’ मानणारे दलवाई नास्तिक निरिश्वरवादी होते; पण आपली ही भूमिका त्यांनी मुस्लिम सत्यशोधक मंडळावर अथवा कार्यकर्त्यांवर लादायचा पुसटसा प्रयत्नही कधी केला नाही. नास्तिकता ही दलवाईंची वैयक्तिक भूमिका होती; पण मंडळाची नास्तिकतेची भूमिका कधीही नव्हती व नाही.

■

अनुक्रम

हमीद दलवाई यांचे बहुमोल कार्य

● नानासाहेब गोरे ●

विभाग
१

हमीद
दलवाई

महाराष्ट्राच्या अर्वाचीन सामाजिक इतिहासात ब्राह्मणी वर्चस्वावर घणाघाती प्रहार करून बहुजन समाजाला त्याच्या घोर निद्रेतून जागे करणारे जसे महात्मा फुले; दलितांना तुम्ही पशू नाहीत, माणसे आहात म्हणून माणुसकीच्या अधिकारासाठी लढायला तयार व्हा, अशी तुतारी फुंकणारे जसे डॉक्टर बाबासाहेब आंबेडकर; तसेच भारतामधील अंध परंपरांच्या आणि रूढींच्या बेड्यांत अडकून पडलेल्या मुसलमानांना या गंजलेल्या बेड्या म्हणजेच पैगंबराचा इस्लाम अशा भ्रमातून सोडवण्याचा प्रयत्न शर्थीने सुरू करणारे दिवंगत हमीदभाई दलवाई. महात्मा फुले अथवा डॉक्टर आंबेडकर यांच्या जोडीला हमीद दलवाईंना आम्ही आणून बसवले, यात काही अवास्तव अथवा अतिशयोक्ती होत आहे, असे कोणी मानू नये. मुस्लिम समाजात आणि त्यातल्या त्यात भारतीय मुस्लिम समाजात परिवर्तनाचा किंवा परंपरा त्यागाचा शब्दसुद्धा उच्चारणे किती मुष्किल आहे, याची ज्यांना पूर्ण जाणीव असेल त्यांना हमीद दलवाईंच्या कार्याची थोरवी किती होती ते कळून येईल आणि आमच्या हमीद दलवाईंच्या गुणगानात मुळीच अतिशयोक्ती नसल्याचे ते मान्य करतील.

मुस्लिम समाज सर्व भारतभर पसरलेला असताना सर्वप्रथम महाराष्ट्रातच हमीदभाईंना इस्लाम परिवर्तनाचा विचार सुचावा ही गोष्ट कोणाला नवलाची वाटेल; पण ती तशी नवलाची नाही. महाराष्ट्रधर्म म्हणून जी

एक जीवनदृष्टी म्हणा अथवा आचारसंहिता म्हणा शिवछत्रपतींनी स्वत:च्या आचरणाने महाराष्ट्रात रूढ केली ती इस्लामसारख्या परधर्माच्या संबन्धात नेहमीच उदारमताची राहिली. औरंगजेबासारख्या कट्टर इस्लामी बादशाहाशी लढा देत असतानासुद्धा इस्लामद्वेषाचा स्पर्श छत्रपतींनी आपल्या शासनाला होऊ दिला नाही. त्यामुळे मराठेशाहीचे निशाण अटकेपार गेले तरीही शनिवारवाड्यापासून हाकेच्या अंतरावरचे बड्या आणि छोट्या शेखसल्ल्यांचे दर्गे शाबूत ठेवण्यात आले आणि शनिवारवाडा भस्मसात होऊन १६० वर्षांहून अधिक काळ उलटून गेला असला तरी ते दर्गे अजून चालू स्थितीत आहेत. ही उदार परंपरा चालू होती म्हणूनच सर्व भारतामध्ये महाराष्ट्रदेशीच प्रथम महात्मा फुले निपजले, डॉक्टर निपजले, आणि हमीदभाईही पैदा झाले.

महाराष्ट्रातील ज्या उदार परंपरेचा उल्लेख येथे केलेला आहे ती शंभरनंबरी होती, सर्वस्पर्शी होती असा दावा करण्याचा आमचा उद्देश नाही. तिच्यावरदेखील खूप गंज, घाण चढलेली होती. तिच्यात अनेक ठिकाणी विकृतीही निर्माण झाल्या होत्या. त्यापैकी काही तर इतक्या दृढमूल आणि देशव्यापी झालेल्या होत्या, की जातिवादासारख्या तिच्या विकृतींनी भारतात आलेल्या नव्या रक्ताच्या इस्लाम आणि ख्रिश्चन धर्मांनाही ग्रासले! म्हणून तिच्यावरचे गंज विचारांचे तेजाब वापरून खरडून जाळून टाकणे आणि तिच्या विकृतीवर टीकेचे घण घालून तिला इष्ट तो आकार देणे, इतकेच नव्हे तर जेथे ती दुरुस्तीच्या पलीकडे गेलेली असेल तेथे समांतर अशी नवी विचार आणि आचारसरणी निर्माण करणे अपरिहार्य झाले होते. ही जशी हिंदू संस्कृतीची अवस्था झाली होती तशीच इस्लाम आणि ख्रिश्चन संस्कृतींचीही झालेली होती. तथापि, ख्रिश्चन परंपरागत धर्मविचारावर युरोपमध्ये सतत तीन-चार शतके नवीन विचारांचे प्रचंड आघात होत राहिले आणि रशियासारख्या देशात तर निधर्मी राजवटी सुरू झाल्या. त्यामुळे ख्रिश्चन धर्मावरील गंज वारंवार खरवडला गेला. भारतामध्ये इंग्रजी अंमल सुरू झाल्यावर येथेही नवविचारांचा मारा हिंदू संस्कृतीवर सतत चालू झाला; पण इस्लामी परंपरेच्या बाबतीच ती प्रक्रिया घडली नाही. आपल्या हातचे शासन गेले, भारतावरचे आपले वर्चस्व गेले, आता येथे इंग्रज गेल्यावर लोकशाही येणार. मग आपण कायमचे अल्पसंख्य होणार म्हणजेच अधिकारहीन होणार, हे समीकरण येथील इस्लामी पुढाऱ्यांनी स्वत:च्या डोक्यात असे काही जाम बसवून घेतले की त्याचे दोन विपरीत परिणाम घडून आलेले आपण पाहत आहोत. एक परिणाम म्हणजे, हिंदुस्थानाचे विखंडन आणि दुसरा परिणाम म्हणजे, मुसलमानांची रूढीशरणता. तख्त गेले तर ताबूतालाच मिठी मारून बसण्यासारखा हा प्रकार झाला! आपली जी काही परंपरा चालत आली ती कशीही असो, ती जशीच्या तशी जपायची हाच त्यांचा ध्यास होऊन बसला. स्वत:च्या राष्ट्रभूमीसाठी लढणारे पॅलेस्टिनी अरब हे कट्टर मुस्लिमच आहेत; पण त्यांचे विचार-आचार आणि भारतीय

मुसलमानांचे विचार-आचार यात जमीन-अस्मानाचे अंतर दिसून येईल. कारण आधुनिक जगात तगून राहायचे असेल आणि वाढायचे असेल तर आधुनिक झाले पाहिजे, हे अराफातसारख्या पॅलेस्टिनी नेत्यांना समजलेले असावे. भारतामधील मुस्लिमांचे स्फूर्तिस्थान मात्र आधुनिक इस्लामी नेते नसून खोमेनीसारखे कट्टर पुराणवादी नेते असावेत. नाहीतर मराठवाडा विद्यापीठातल्या मुस्लिम विद्यार्थिनींमध्ये पुनश्च बुरखा लोकप्रिय झाला नसता आणि ठिकठिकाणी मुस्लिम स्त्रियांनी सिनेमा पाहू नये म्हणून मुस्लिम समाजात ठराव होऊ लागले नसते! भारतामधील मुसलमान समाज राष्ट्रीय विकासाच्या आणि परिवर्तनाच्या ऐन प्रवाहात उतरण्याऐवजी तो आपले वेगळे डबकेच धरून बसण्याचा आग्रह धरीत आहे, ही किती दुर्दैवाची गोष्ट!

अशा कट्टर, पुराणमताभिमानी समाजात हमीदभाई आणि त्यांचे मुस्लिम सत्यशोधक मंडळ अखंड काम करीत राहिले. तलाकसारख्या मुस्लिम पुरुषांच्या मनमानी वृत्तीला निरंकुश वाव देणाऱ्या आणि निरपराध स्त्रियांची गळचेपी करणाऱ्या प्रथांना शह देण्यासाठी समाजजागृतीची धोकादायक जोखीम त्यांनी स्वीकारली. हमीदभाईंना मुस्लिम समाजाने कधीच आपले म्हटले नाही की मानले नाही; पण आपण ज्या समाजात जन्मलो त्यातील दोष आणि अन्याय्य चालीरीती दूर करणे हे आपले कर्तव्य आहे, अशीच हमीदभाईंची अविचल धारणा होती. सुदैव एवढेच की हमीदभाईंची संघटना जरी फोफावली नसली तरी त्यांना स्थिर बुद्धीचे आणि निष्ठावंत मुस्लिम कार्यकर्ते लाभलेले असून हमीदभाईंच्या दुःखद निधनानंतरदेखील त्यांनी मुस्लिम सत्यशोधक मंडळाची ध्वजा महाराष्ट्रात फडकत ठेवलेली आहे.

मुस्लिम परंपरेतील आणि प्रथांतील काळाच्या ओघात विसंगत ठरलेले भाग दूर करण्याबाबत भारताचे शासन सदैव निष्क्रिय राहिलेले आहे, ही तर फारच खेदाची गोष्ट म्हणायला हवी. मध्यंतरीच्या जनता शासनानेसुद्धा याबाबत उदासीन वृत्तीच धारण केलेली होती. मुस्लिम मते मिळवण्याकरता समान नागरी कायदा करण्याचे कर्तव्य सगळीच सरकारे गेली तीस वर्षे टाळीत आलेली आहेत, अशी सत्यस्थिती आहे. समाजपरिवर्तन सर्वस्वी समाजाच्या राजीखुशीवर आणि मागणीवर जर सोपवले तर मग शासन हवे कशाला? पण शासन जेव्हा बहिरेपणाचे नाटक करत राहते, तेव्हा त्याच्या कानाचे जाड झालेले पडदे फाडून सरळ मेंदूत प्रवेश करील, असा बुलंद आवाज जनतेमधून निघावा यासाठी सतत प्रयत्न करीत राहिले पाहिजे. असा आवाज निर्माण करण्याचे सामर्थ्य मुस्लिम सत्यशोधक मंडळाला लवकर प्राप्त होवो, अशी शुभेच्छा साधना परिवारामार्फत आम्ही मंडळाच्या अकराव्या वाढदिवशी व्यक्त करतो, आणि हमीदभाईंचे जीवनकार्य त्यांच्या हातून पुरे होईल, अशी आशा करतो. ■

हमीद : एक श्रेष्ठ प्रबोधनकार

● पु. ल. देशपांडे ●

आगरकरांना 'देव न मानणारा देवमाणूस' म्हटले जाते. हमीद हलवाई हा ह्या महाराष्ट्रातला असाच देव न मानणारा देवमाणूस; पण 'देव न मानणे' हे हमीदला मात्र आगरकरांहून अधिक धोक्याचे होते. तो ज्या मुसलमान धर्मात जन्माला आला होता, त्यात हिंदूंसारखी उदारमतवादी परंपरा नाही. आगरकरांना सनातन्यांचा विरोध झाला, तरी त्यांच्या मताला पाठिंबा देणारेही हिंदू होते. हमीदचा लढा हा मुसलमानी समाजात अभूतपूर्व होता. आजदेखील बॅरिस्टर छगलांसारखी हाताच्या बोटांवर मोजण्याइतकी सर्वार्थाने इहवादी आणि उदारमतवादी माणसे वगळली, तर हमीदच्याच शब्दांत सांगायचे म्हणजे तो बहुसंख्य मुसलमानांच्या हिशेबी 'काफिर' होता. त्याला काफिर मानत नव्हत्या फक्त धार्मिक रूढींच्या जाचाखाली रगडल्या जाणाऱ्या त्या दुर्दैवी मुसलमान भगिनी. 'तलाक'-पद्धतीमुळे ज्यांच्या आयुष्याचा पालापाचोळा होत होता अशा भगिनींना त्यांची दु:खे जाणणारा एक भाऊ लाभला होता. त्या जाचातून मुक्त करण्यासाठी जिवाचे रान करणारा भ्राता उभा राहिला होता. माणुसकीचे प्राथमिक अधिकार ज्यांना घरातही नाहीत आणि घराबाहेरही नाहीत, अशा अवस्थेत जगण्याचे भोग ह्या देशातल्या मुसलमानच नव्हे, तर असंख्य स्त्रियांच्या नशिबाला लागलेले आहेत. खुद्द दलित समाजातील पुरुषदेखील त्यांच्या स्त्रियांना प्रतिष्ठेने वागवत असतात असे नाही. ह्या देशातल्या बहुतांश स्त्रियांचे जगणे म्हणजे नाना प्रकारच्या खस्ता काढीत पिचत पिचत एके दिवशी मरून जाणे एवढेच आहे. ते मरण जिला लवकर येईल, ती स्त्री भाग्यवान. मृत्यूनेही उशीर लावला, तर त्या दुर्भाग्याला सीमा नाही.

'धर्म', 'मजहब' या नावाखाली अनेक अदृश्य लटकत्या तलवारी असंख्य अभागी जिवांच्या मस्तकांवर ते जीव केवळ स्त्रीदेहाने ह्या जगात आले म्हणून

शतकानुशतके टांगलेल्या आहेत. दुर्भाग्याची प्रत निराळी, पण त्यातून कुठल्याही धर्मातली स्त्री सुटलेली नाही. हमीदला केवळ मुसलमान स्त्रीचेच दुःख जाणवले होते असे नाही. फक्त त्या स्त्रियांच्या यातनांची त्याला अधिक माहिती होती. त्या स्त्रियांच्या दुःखांना कुठे वाचाच फुटत नाही, ती फोडायला कुणी धजावत नाही ह्याची त्याला खंत होती. वयाच्या चौदाव्या वर्षापासून त्याला धर्म या नावाखाली चालणाऱ्या अज्ञानाच्या जोपासनेची आणि अन्यायांची जाण आली होती. हिंदू स्त्रीला निदान निसर्गाने बहाल केलेली मोकळी हवा आणि सूर्यप्रकाश तरी नाकारला जात नव्हता. मुसलमान स्त्रीला तोही नाकारलेला. अपवाद फक्त नियम सिद्ध करण्यापुरते. आणि ह्या साऱ्या रूढी पुरुषांची सोय व्हावी म्हणून.

हिंदू समाजातही अनेक अनिष्ट रूढी आहेत; परंतु त्या रूढी नष्ट करण्यासाठी आपले आयुष्य देणारे समाजसुधारक हिंदू समाजात वेळोवेळी निघाले. धर्मांधांची दहशत नव्हती असे नाही. आजही 'एक गाव : एक पाणवठा' चळवळीत काम करणाऱ्यांना त्या दहशतीचा अनुभव येतो; परंतु अनिष्ट रूढी नाहीशा करू पाहणाऱ्यांना नेस्तनाबूत करण्याची हिंमत आता तथाकथित हिंदू धर्मगुरूंच्यातही राहिलेली नाही; पण मुसलमान समाजातील धर्मसत्तेचे बळ अजूनही टिकून आहे. धर्मसुधारणेचा प्रत्येक प्रयत्न सर्व प्रकारच्या शक्ती पणाला लावून हाणला जातो, अशी आजही तिथे वस्तुस्थिती आहे. आणि म्हणूनच राजा राममोहन रायांपासून ते फुले-आगरकरांपर्यंत समाजसुधारकांची आणि त्या सुधारणांचा कालान्तराने का होईना, परंतु स्वीकार करणारांची हिंदूंच्यात जशी परंपरा निर्माण झाली, तशी भारतीय मुसलमानांच्यात होऊ शकली नाही.

भारतीय मुसलमान कम्युनिस्टांनादेखील मुसलमानांतील धार्मिक अनिष्ट रूढींविरुद्ध बंड पुकारता आले नाही. ब्रिटिशांनी उघडलेल्या शाळा-कॉलेजांत मुसलमान मुलांनी शिक्षण घ्यावे यासाठी प्रयत्न करणारे सर सय्यद अहमदखान यांच्यासारखे सुधारक झाले; परंतु त्यांनाही स्त्रीशिक्षण, बुरखा-पद्धती, तलाक याबाबतीत सुधारणा करण्याची हिंमत दाखवणे अवघड होते. इतकेच नव्हे तर आपले धार्मिक निराळेपण टिकवून ठेवण्याच्या अट्टाहासात आपल्याच धर्मातल्या स्त्रियांवर होणारे अन्यायदेखील बुद्धिपुरस्सर अजूनही जोपासले जात आहेत. त्याविरुद्ध कोणी 'ब्र' काढला तर त्याला वैचारिक व्यासपीठावरून उत्तर देण्याऐवजी त्याचे जीवितच धोक्यात आणण्याचे प्रयत्न होत आले आहेत. आजही होत आहेत.

अशा ह्या समाजात सर्वस्वसमर्पणाच्या तयारीने हमीद उभा राहिला होता. हमीदशी माझा स्नेह होता हे म्हणतानादेखील त्या म्हणण्यातून आत्मप्रौढीचा ध्वनी उमटेल की काय, अशी मनाला शंका यावी इतका तो मोठा होत गेलेला होता. ज्या जिद्दीने तो ह्या साऱ्या अन्यायांविरुद्ध लढत होता ते पाहिल्यावर त्याची भेट ही

एखाद्या वीरपुरुषाच्या दर्शनासारखी वाटत होती, असे म्हणण्यात मला यत्किंचितही अतिशयोक्ती वाटत नाही. हमीदचा आणि माझा गेल्या वीस-पंचवीस वर्षांपासूनचा परिचय. 'कफनचोर' सारखी विलक्षण परिणामकारक कथा लिहिणारा हमीद, 'इंधन'सारखी सरळसूत शैलीतली पण प्रभावी कादंबरी लिहिणारा हमीद. मी रेडिओत नोकरी करीत होतो त्या वेळी कोकणातल्या मुसलमान कुटुंबाच्या जीवनावर श्रुतिकांची एक मालिका मी त्याच्याकडून लिहून घेतली होती. सदैव हसतमुख, बोलताना गमतीने आपले ते घाऱ्या रंगाचे डोळे मिचकावण्याची सवय असलेला हमीद, हसताना लालबुंद होणारा, खट्याळ पोरासारखी जीभ काढणारा, बोलताना बऱ्याच कोकणी माणसांना सवय असते तशी, "आयकलं का?" म्हणून वाक्याची सुरुवात करणारा- मराठी साहित्याच्या क्षेत्रात सरसर वर चाललेला हमीद. अशा ह्या उमद्या, खेळाडू आणि मैफिलीत हव्याहव्याशा वाटणाऱ्या तरुणाच्या अंत:करणात एक ज्वाला पेटते आहे आणि पाहता पाहता ती एका बंडाची मशाल होणार आहे, याची त्या काळात फार थोड्या लोकांना कल्पना असेल; पण एक दिव्य क्षण त्याच्या जीवनात आला आणि ललित साहित्य, त्याचा आवडता समाजवादी पक्ष या सर्वांशी असलेले संबंध बाजूला करून त्याने एका भयंकर बिकट वाटेचा प्रवास सुरू केला. आणि पाहता पाहता एका अपूर्व अशा नव्या प्रबोधनाचा उद्‌गाता होऊन तो निराळ्याच तेजाने तळपायला लागला.

जीवनात त्याला एक उदात्त परंतु प्रसंगी प्राणाचे मोल मागणारे प्रयोजन सापडले. इहलोकातच स्वार्थापोटी सत्यधर्म दडपला जातो आणि अन्याय चालू ठेवले जातात, हे सत्य सांगण्यासाठी महात्मा ज्योतिबा फुलेंनी सत्यशोधक समाजाची स्थापना केली होती. ज्योतिबांच्या वाट्याला विद्वान (?) समाजाची उपेक्षा आणि उपहास आले. हमीदची वाट आणखीनच भयंकर संकटे आणणारी. मुसलमान समाजाला धर्मनिरपेक्ष अशी सुधारणाच मंजूर नव्हती. जे काही सांगायचे ते प्रेषिताच्या मुखातून एकदा बाहेर पडलेले आहे; त्यात बदल करू पाहणारा हा नष्ट करण्याचाच लायकीचा; हीच त्या समाजातल्या बहुसंख्यांची धारणा. असल्या ह्या भयंकर वाटेवरची हमीदची चाल मात्र एखाद्या खेळाडूने मैदानात प्रवेश करावा तशी होती. त्याच्या चर्चासत्रात लोक त्याला नाना प्रकारचे प्रश्न विचारीत. त्यांची उत्तरे देताना जणू काय एखाद्या गमतीदार घटनेचा आपण उलगडा करीत आहोत, अशी त्याची मुद्रा असे. चेहऱ्यावरचे हसू मावळू न देता प्रश्न ऐकायचा. त्या वृत्तीनेच उत्तर सुरू व्हायचे. मधूनच डोकावणारी, त्याची ती 'आयकलं का' म्हणण्याची लकब ऐकणाऱ्याशी नकळत सख्य साधून जायची. बोलता बोलता गंभीर मुद्दा आला तरी त्याच्या चेहऱ्यावरचा सौम्य भाव ढळत नसे. एखाद्या कलावंताला निर्मितीत रंगलेले पाहावे तसे त्याच्याकडे पाहत राहावेसे वाटे. त्याच्या बोलण्यात कुठे कटुता, खोटा आवेश, वैताग असल्या गोष्टींचा स्पर्श नसे.

यशापयशाची चिंता न करता आपल्या कार्यात रमून गेल्यासारखी त्याची वागण्याची वृत्ती पाहिल्यावर डोळ्यांपुढे दिसणारा हमीद कलावंतांच्या हातातल्या वाद्यासारखा वाटायचा. सतारीतून करुण स्वर निघावे आणि त्या कारुण्याचा सतारीवर परिणाम न दिसता ती आपल्या घडणीतल्या त्या पितळी ब्रिजेस, हस्तिदंती कलाकुसर, चमकदार भोपळे यांच्यामुळे ते देखणेपण जसेच्या तसे ठेवून असावी तसे काहीसे त्याचे ते आकर्षक व्यक्तिमत्त्व आणि बोलण्यातून जाणवणारी रूढिग्रस्तांची करुण कहाणी ह्यांच्यातल्या पृथकपणाने प्रत्ययाला यायचे.

एखाद्या कार्याशी संपूर्णपणाने लिप्त असूनही त्या लिप्ततेचे प्रदर्शन न करणारी अलिप्तता सत्यशोधक हमीदला त्याच्यातल्या कलावंत हमीदने दिली असावी. मनाला हादरून टाकणाऱ्या त्याच्या 'इंधन' ह्या कादंबरीचे निवेदनदेखील असल्या कलापूर्ण अलिप्ततेचाच प्रत्यय घडवते. इतके करुण प्रसंग आहेत पण कुठे भळभळ नाही. आपल्या न्याय्य हक्कांसाठी झगडू पाहणाऱ्या मुसलमान स्त्रियांचा मोर्चा ही एक अभूतपूर्व घटना होती. त्याची कथाही त्याने जणू त्यात आपण कोणीच नव्हतो अशा विलक्षण संयमी अलिप्ततेने सांगितली होती. त्या मोर्चातली महिला पुढे दिल्लीला पंतप्रधानांना भेटायला गेली. तिला भेट नाकारण्यात आली. हे सर्व सांगून त्याबद्दलची चीड व्यक्त न करता हमीद आपले डोळे मिचकावीत म्हणाला, ''...आणि आयकलं का, ही भेट नाकारताना पंतप्रधान इंदिरा गांधी आपणही बाई आहोत हे विसरल्या.''

कोणत्याही मोर्चाचे किंवा परिषदेचे श्रेय त्याने चुकूनही स्वतःकडे घेतले नाही. श्रेयाविषयीची असली उदासीनता दुर्लभ आहे. सत्यशोधनाचे कार्य आणि तो ह्यांच्यात मुळी एक अद्वैतच निर्माण झाले होते. त्याच्या व्यक्तिमत्त्वाला ह्या एकरूपतेमुळेच झळाळी आली होती. ह्या कार्याविषयी तो तासन्तास न थकता बोलायचा. त्या बोलण्यात उत्तम तर्कसंगती असूनही रुक्षतेचा स्पर्श नसे. उलट, त्याचे बोलणे ऐकताना त्या माणसाशी आपण स्नेह जोडीत चालल्याचा निर्मळ आनंदच असायचा. ह्या स्नेहभावनेमुळेच की काय कोण जाणे, नवपरिचितदेखील त्याचा उल्लेख आपल्या शाळासोबत्यासारखा एकेरीत करायचे, ''आपला हमीद आलाय,'' हा आपुलकीचा उल्लेख नाथ पैंचा अपवाद सोडला तर मी इतर सार्वजनिक कार्यकर्त्यांच्या बाबतीत क्वचितच ऐकला आहे. नाहीतर माणसाचा एकदा नेता झाला की तो नकळत एका अदृश्य उच्चासनावरच बसून बौद्धिक घेत असतो. बरे, हा स्नेह जमवण्याचा धूर्त पुढारीछाप थाट नव्हता. हमीदने कसलाच थाट जमवला नाही. लढा भीषण असूनही त्याच्या नेतृत्वाचे कंकण हाती मिरवले नाही की आज्ञार्थी हुकूम सोडले नाहीत.

अजूनही 'दार उल' इस्लामचे म्हणजे सारे जग इस्लामी करण्याचे स्वप्न पाहणारे लोक आहेत. अशा लोकांतही तो ''शांतपणाने विचार करा. आधुनिक

लोकशाही राष्ट्रात असल्या मध्ययुगीन कल्पना उराशी बाळगून वागून चालणार नाही.'' हे निर्भयपणाने जाऊन सांगत होता. एखाद्या धर्ममार्तंडाच्या सभेत त्याच्यावर आघात तर होणार नाही ना, अशी त्याच्या मित्रांना भीती वाटायची. हमीदला ती फिकीर नसे. धर्मवेड्या वर्तमानपत्रांतून त्याच्यावर वाटेल ते आरोप होत. धर्मवेड्यांचा विरोध, तथाकथित राष्ट्रीय मुसलमानांचाही विरोध, मुसलमानांचे दोष दाखवल्यामुळे खूष होणारे हिंदू त्यांचे दोष दाखवले की नाराज!- हे सारे सहन करताना त्याने मूळ इहवादी भूमिकेशी कधीही तडजोड केली नाही. त्याबरोबरच वैचारिक आणि राजकीय मतभेदांना स्नेहभावनेच्या आडही येऊ दिले नाही. ह्या मार्गाने निघाला त्या वेळी चार इनेगिने सोबती सोडले तर 'एकला चलो रे' म्हणतच निघाला होता. साथ होती ती त्याच्या जीवनध्येयाशी एकरूप झालेल्या त्याच्या पत्नीची. तिला मात्र संसारी असूनही एक प्रकारची अभूतपूर्व फकिरी पत्करलेल्या ह्या माणसाच्या घरातली चूल पेटती ठेवायला लागत होती. आणि त्याबरोबर असल्या काफिराबरोबर घरसंसार करण्याबद्दल नाना प्रकारचे हाल सहन करावे लागत होते. अल्लाची महती गात हिंडणारे फकीर इस्लामला ठाऊक होते; पण माणसांच्या दुनियेत माणसांनीच न्यायाचे राज्य आणले पाहिजे, हे सांगत हिंडणारा फकीर धर्मवेड्या इस्लामी लोकांना मात्र नुसताच नवा नव्हता, तर नामंजूर होता. महाराच्या स्पर्शाने 'अब्रह्मण्यम्' म्हणणाऱ्यासारखे हमीदचा नामोच्चार कानी पडल्यावर तोबा तोबा करणारे मुसलमानच अधिक होते. हाती ज्ञानदीप घेऊन धर्माच्या नावाखाली चालणाऱ्या अन्यायांवर प्रकाश टाकणारा हमीद त्यांच्या दृष्टीने सैतान होता. पण असल्या धर्मसत्तेपुढे निमूटपणाने मान तुकवीत वागणाऱ्या समाजातही त्याचे प्रकाशकिरण पोहोचले. एक एक करीत काही तरुण त्याच्या जोडीने चालू लागले. 'मुस्लिम सत्यशोधक समाजा'ची स्थापना झाली. त्या समविचारी मित्रांपैकी कुणालाही हमीदने आपण नेता आणि ते अनुयायी अशी भावना येऊ दिली नाही. हमीदला नवा प्रेषित होऊन नवा पंथ स्थापन करायचा नव्हता.

ह्या चळवळीचा रोख केवळ मुसलमान स्त्रियांवरचा अन्याय दूर व्हावा एवढ्यापुरताच मर्यादित नव्हता. धर्माच्या नावाखाली सोसावे लागणारे अन्याय दूर व्हावे म्हणून चाललेल्या समाजप्रबोधनाच्या चळवळीचाच तो एक भाग होता. ज्या समाजात तो लहानाचा मोठा झाला त्या समाजातल्या स्त्रियांवर होणाऱ्या अन्यायांशी तो अधिक परिचित होता. डॉ. बाबा आढावांनी 'एक गाव : एक पाणवठा' ही चळवळ हाती घेतली. याचा अर्थ त्यांना ग्रामीण जीवनात बाकी सर्व काही उत्तम चालले आहे असे वाटते असा घ्यायचा नसतो. सार्वजनिक क्षेत्रात कार्य करणाऱ्याला पन्नास ठिकाणी आगी लागलेल्या दिसतात; त्यातली जी विझविता येईल ती विझवावी.

हमीदला, मुसलमान लोक आजही मध्ययुगीन अंधश्रद्धांना कवटाळून बसल्यामुळे

आधुनिक जगात मागे पडत चालले आहेत हे दिसत होते. त्या समाजाची बौद्धिक आणि आर्थिक हलाखी दिसत होती. इज्जत, खानदान, मजहब, मुल्लामौलवींचे फतवे, जहन्नमची दहशत अशा नाना तऱ्हेच्या भिंती उभ्या करून कोंडवाड्यात जगायला लावलेल्या स्त्रियांची असहायता त्याला अस्वस्थ करीत होती. "जर इहवादी लोकशाही ध्येये प्रत्यक्षात आणायला हवी असतील तर भारतातल्या सर्व उदारमतवादी शक्ती एकत्र यायला पाहिजेत. त्यांनी अपक्ष भूमिकेवरून आणि कोणत्याही राजकीय सत्तासंपादनाचा हेतू मनात न ठेवता कार्य करायला हवे. हताश होऊन जे जे होईल ते ते पाहावे अशी भूमिका घेऊन चालणार नाही. माणसांना पशूचे जीवन जगायला लावणारे नियम कुणीही केलेले असले तरी ते बदलले पाहिजेत." असा त्याचा ठाम निर्धार होता. वास्तविक, उगीचच कोणी कोणाच्या धर्मात ढवळाढवळ करू नये असली सोईस्कर भूमिका घेऊन, धर्माच्या नावाखाली चालणाऱ्या अन्यायांकडे काणाडोळा करून कॉंग्रेस पक्षाने आजवर चालवलेल्या मतपेटीच्या प्रणयाराधनाच्या तत्त्वशून्य राजकारणात शिरून, सत्तेचे स्थान स्वीकारून, लौकिक मानमरातब मिळवण्याची वाट हमीदला मोकळी होती. हमीदने ती नाकारली. विरोधकांचा राग ओढवून घेतला. त्याच्या जीवनातला प्रत्येक दिवस नवी आव्हाने स्वीकारण्याचा दिवस होता. अशी आव्हाने स्वीकारत चाललेला हमीद भेटला आणि बोलायला लागला की वाटे, याचे हे बोलणे इतर कशासाठी असले-नसले तरी स्वत:च्या मनाच्या उन्नयनासाठी ऐकत राहावे.

सार्वजनिक हिताच्या कार्यात धडपडणारी माणसे भेटतात. त्यांचा त्याग मोठा असतो; पण त्यांच्यापैकी अण्णासाहेब सहस्रबुद्धे किंवा एस. एम. जोशी यांच्यासारखी पाच-दहा माणसे वगळली तर अशा मंडळींच्या बोलण्यात निष्क्रिय समाजाविषयी एक प्रकारचा किरकिरीचा किंवा तक्रारीचा सूर असतो. हमीदच्या बोलण्यातून हा सूर उमटलेला मला आढळला नाही. निराशेचे असंख्य क्षण त्याच्या ह्या तळमळीच्या जीवनात आले असतील. त्यानेच एक आठवण सांगितली होती : नुकत्याच झालेल्या निवडणुकीपूर्वीच्या निवडणुकीच्या काळात त्याला एक मुसलमान गृहस्थ भेटले, ते म्हणाले, "अहो कशासाठी चालल्या आहेत या निवडणुका? कशाला हा सगळा प्रचार? लवकरच इथे आयुबखान येऊन हे सगळं मिटवून टाकणार आहेत." हमीद म्हणाला, हे ऐकल्यानंतर मी माझ्या मनाचा तोल जाऊ दिला नाही. तो गृहस्थ अशिक्षित होता. मला दु:ख झाले ते ह्या काळातही मुसलमानांची मने त्या कालबाह्य आणि मध्ययुगीन कल्पनांच्या जाळ्यातच कशी अडकवून ठेवली आहेत या गोष्टीचे. हमीदच्या लिखाणात किंवा भाषणात चुकूनही कधी सभ्यतेची मर्यादा सुटली नाही. वास्तविक, कसली भयंकर झुंज तो घेत होता! पण त्याची भाषणे ऐकताना एक कमालीचे आकर्षक उमदेपण त्याच्या रूपाने वावरत आहे असे वाटायचे.

हळूहळू त्याच्याभोवती मुसलमान समाजातले सुधारणावादी तरुण जमायला लागले होते. 'माणसांचं भलं माणसानंच करायचं असतं' ह्या तत्त्वावर विश्वास असलेल्यांचा परिवार जमू लागला होता. चळवळीला गती येण्याची चिन्हे दिसत होती. अशा वेळी त्याला तो किडनीचा दुर्धर रोग जडावा! तरीही त्याची हिंमत खचली नव्हती. देहाच्या कमकुवत अवस्थेत मनही कमकुवत होते. पण त्या आजारातही विज्ञानावर त्याचा भरवसा होता. त्याने चुकूनसुद्धा कोणत्याही देवाची करुणा भाकली नाही. जरा बरे वाटले की सहकाऱ्यांशी पुढल्या योजनांची चर्चा सुरू. डायलिसिसचे उपचार चालू होते. पण एक परावलंबी रुग्ण म्हणून जगत राहण्याची त्याला इच्छा नव्हती. अशा वेळी खराब झालेली किडनी काढून त्या ठिकाणी दुसरी किडनी बसवण्यासाठी शल्यक्रिया केली गेली.

आता आणखी चार-पाच वर्षे तरी ह्याच उत्साहाने त्याला आपले कार्य करता येईल, अशी सर्वांना उमेद वाटत होती. आणि एकाएकी पुन्हा प्रकृती ढासळली. बसवलेली किडनी काढून टाकावी लागली. पुन्हा डायलिसिस. यापुढे तो जगला तरी एक शय्याग्रस्त रुग्ण म्हणूनच त्याला पडून राहावे लागणार होते. असल्या जगण्याला तो जगणे मानायलाच तयार नव्हता. स्वतःच्या देहाकडे एका महान कार्यासाठी वापरण्याचे साधन म्हणूनच तो पाहत होता. ते कार्य घडत नसेल तर हे निरुपयोगी साधन कशासाठी सांभाळीत राहायचे?

श्री. शरद पवार, प्रा. अ. भि. शहा आणि श्री. गोविंदराव तळवलकर ह्या आपल्या निकटच्या मित्रांना लिहिलेले त्याचे शेवटचे पत्र हे एक केवळ निरवानिरवीचे पत्र नाही. आपल्या देहाकडे ध्येयपूर्तीसाठी आवश्यक असणारे फक्त एक साधन असे मानणाऱ्या हमीदचा धर्मनिरपेक्ष मानवतावादच ह्या जगाला तारू शकेल, असे सांगणारा तो एक संदेश आहे. ह्या जगात जगताना त्याने स्वतःला काळाला उचित असणारे परिवर्तन नाकारणाऱ्या कोणत्याही धर्माचे लेबल लावू दिले नाही. मानवी समाजात समता आणणे हेच सर्वोच्च ध्येय मानून जगणारे चैतन्य त्या देहाच्या वाहनातून मानवी जीवनातले अन्याय आणि विषमता नष्ट करण्याच्या संगरात उतरले होते. त्यातले चैतन्य निघून गेल्यावर त्या गतिशून्य वाहनाला कशाला हवेत धार्मिक अन्त्यसंस्कार आणि इतर सोपस्कार?

आजवर ते चैतन्य हमीदच्या रूपाने डोळ्यांपुढे वावरत होते. आपल्या मित्रांपैकी एक अशा सहजभावनेने हमीद भेटत होता. बोलत होता. थट्टामस्करी करीत होता. त्यामुळे एका व्यापक प्रबोधनाचा उद्‌गाता ह्या दृष्टीने त्याची असामान्य उंची जाणवत नव्हती. ती तो जाणवूही देत नव्हता. आता तो कायमचा चर्मचक्षूंच्या आड गेला. खूप दूर गेला. आणि दूर गेलेल्या पर्वतासारखी त्याची ती उंची आता जाणवायला

लागली. त्याच्या त्या समर्पित जीवनाकडे पाहिल्यावर आता मात्र ज्योतिबा फुले, डॉ. बाबासाहेब आंबेडकर यांच्याप्रमाणे दीन-दलित स्त्री-पुरुषांच्या उद्धाराच्या चळवळीचा प्रवाह आणून जोडणारा त्या मालिकेतला एक श्रेष्ठ प्रबोधनकार ह्याच दृष्टीने त्याच्याकडे पाहिले पाहिजे, हे समजले. महाराष्ट्रातल्या समाजप्रबोधनाच्या इतिहासकाराला म. फुले, डॉ. आंबेडकर आणि हमीद दलवाई ही नावे अत्यंत आदराने उच्चारूनच ह्या प्रबोधनाचा विचार करावा लागेल. किंबहुना, म. फुलेंनी सुरू केलेल्या समाजप्रबोधनाच्या संपूर्ण इहवादी आणि 'माणुसकी हाच धर्म मानायला हवा' ह्या विचारवृक्षाला आलेले 'हमीद दलवाई' हे खरे रसरशीत फळ होते.

धर्म, रूढी, वंशवर्चस्व, राजकीय आणि आर्थिक सत्तालोभ यांची असहायांच्या शोषणासाठी राक्षसी चढाओढ चालत असलेल्या ह्या जगात शोषितांच्या अश्रुधारांना खंड नसतो. उणीव असते ती असले असहाय अश्रू पुसून तिथे हास्य फुलवायला निघालेल्या निर्भय आणि नि:स्वार्थी हातांची.

हमीद गेला याचा अर्थ असले दुर्मिळ हात गेले. हमीद अनेक दृष्टींनी अकाली गेला. विरोधकांना त्याला हरवता आले नसते. एका दुर्धर रोगाने ऐन बहरात त्याचे जीवनपुष्प कुसकरून टाकले. ह्या दु:खाबरोबरच, भारताच्या जीवनात एक नवे क्रान्तिपर्व सुरू होते आहे अशा काळातले हमीदच्या निधनाचे दु:ख मनाला अधिक यातना देणारे आहे. केवळ मुसलमान समाजाचेच नव्हे तर साऱ्या भारतीयांचे हे दु:ख आहे. आजवर या ना त्या पूर्वग्रहामुळे एकमेकांपासून दूर राहिलेले भारतातले सामाजिक आणि राजकीय चळवळींचे प्रवाह एकमेकांत मिसळण्याचा एक ऐतिहासिक क्षण आला आहे. अशा क्षणांना पकडून त्यांचे युग करण्याचे सामर्थ्य असणाऱ्या हमीदच्या हातांसारख्या हातांची कधी नव्हती इतकी आज गरज आहे. ते सामर्थ्य आता हमीदच्या विचारांतून मिळवावे लागणार आहे. ह्या जगात देव दीनांच्या वाली नसतो - दीनांचा वाली माणूसच, ह्या भावनेने माणसांनी वागायला हवे. दीन जनांविषयींचा कळवळा आणि त्यांचे भले झालेच पाहिजे हा आत्मविश्वास यांतून माणसाची मने जोडणारे त्याचे ते 'आयकलं का-' हे शब्द उमटायचे. हमीदचे ते अंत:करण, ती निर्भयता आणि तो आत्मविश्वास घेऊन धर्मपंथ-जातपात यांचा विचार न करता जगणाऱ्या शेकडो तरुण आणि तरुणींनाच हमीदला मरणानंतरही लाभलेल्या अमरत्वाचा खरा अर्थ उमगेल. कारण स्वत:च्या दहनभूमीवर चिरा आणि पणती लावून ते तसले अमरत्व मला देऊ नका, हे स्वत; हमीदनेच सांगितलेले आहे. नमस्कारासाठी जुळलेल्या करांपेक्षा समाजहिताच्या कार्यासाठी एकमेकांच्या करांत जुळलेले करच माणसांना अधिक समर्थ जीवनाकडे नेत असतात.

■

हमीद : एक तुफान

● भाई वैद्य ●

'इंधन'कार हमीद प्रथम माझ्या घरी आला तेव्हा त्याच्याशी 'इंधन'वर गप्पा मारण्याचा माझा विचार! परंतु त्याच्या गप्पांचा धबधबा मुस्लिम प्रश्नांवर सुरू झाला आणि स्फुल्लिंगाचा पाहता पाहता वणवा व्हावा, तसे त्याचे व्यक्तिमत्त्व भासू लागले. त्याची पाकिस्तानवरील लेखमाला गाजली होती. त्यांतून गप्पा निघत निघत मुस्लिम-भारतीयांचा प्रश्न, जिनांचे राजकारण, राष्ट्रीय मुस्लिमांचा भोंगळपणा, समाजवाद्यांचा भाबडेपणा आणि सनातनी मुस्लिमांचे स्वार्थी पुढारी असे टप्पे घेत घेत धडाडत गाडी जेव्हा पुढे निघाली तेव्हा तर मी अवाक् झालो! बुरसटलेल्या विचारांच्या घोंघावणाऱ्या वाऱ्याशी झुंजायला ठाकलेले हे तुफान आहे, याची जाणीव झाली. मन विस्मयचकित झाले आणि धास्तावलेही! मात्र, एक गोष्ट प्रकर्षाने जाणवली की आपली जवळीक करू पाहणारे हे स्नेहाळ व्यक्तिमत्त्व फार मोठे असून ते पोलादाच्या मुशीतून निघालेले आहे!

पुण्यातील माझ्या मुस्लिम मित्रांशी माझ्या घरीच त्याची ओळख करून दिली. ते मित्र तर भारावून गेले. त्यांत अमीर शेख, सय्यदभाई, मकबूल तांबोळी, रफीउद्दीन सय्यद, सय्यद मुनीर आदी मित्र होते. नियमित बैठका होऊ लागल्या. हमीदच्या विचारांची ओळख सर्वांना होऊ लागली. त्याच्या विचारांतील निर्भयता प्रत्ययास येऊ लागली. लो. टिळकांनी १९१६ साली लखनौ करार करून मुस्लिमांना सवलती देण्यास सुरुवात केली. गांधीजी त्यामानाने पक्के बनिये, त्यांनी विशेष सवलती दिल्या नाहीत; १९३६ साली मुस्लिम लीगबरोबरच्या तडजोडीला पं. नेहरूंनी विरोध केला नसता तर पाकिस्तानचा ठराव आला नसता, अशा तऱ्हेचे ऐतिहासिक विश्लेषणांचे बारकावे चर्चेत सहजपणाने येऊन जात. सहकारी तयार होऊ लागले आणि विचारवंत हमीदची अमीट छाप पडू लागली; परंतु चर्चेबरोबरच मिश्कीलपणाने, घारे डोळे

किलकिले करीत व हातातील सिगारेटची राख झटकीत आणि 'समजलं काय' म्हणत तो जेव्हा मजेदार किस्से ऐकवी किंवा थोर पुढाऱ्यावर शेरा मारून हास्याचे सात मजले उठवी तेव्हा त्याच्यातील दोस्त हमीदशी चटकन जवळीक होई. एकदा तो त्याच्या चिरपरिचित लकबीत म्हणाला, ''समजलंय काय? पाकिस्तानचे अध्यक्ष कायदे आझम जिनांना भाषणात म्हणायचे होते - हमारी दुआसे और अल्लाके फजलेकरमसे, तर महाशय म्हणून गेले की अल्लाकी दुआसे और हमारे फजलेकरमसे. तर असले हे सनातनी मुस्लिमांचे पुढारी.'' आणि म्हणून मग तो डोळे मिचकावीत आणि हाताला झटके देत खदखदत राहिला आणि सर्व मित्रमंडळी हास्यकल्लोळात डुबून गेली. पुढे तो म्हणाला, ''काय दैवदुर्विलास आहे पहा, जीना आणि सावरकर हे कट्टर बुद्धिवादी, सुधारक आणि निरीश्वरवादी त्यांना पुढारीपण करावे लागले ते मात्र पक्क्या सनातन्यांचे.''

जेव्हा चर्चेत सनातनी प्रथा व अंधश्रद्धा यांचा विषय निघे तेव्हा मात्र हमीदचा कणखरपणा ध्यानी येई. त्याच्या विचारांची धार प्रकर्षाने जाणवे. कित्येक सहकाऱ्यांनाही त्याच्या विचारात सहभागी होण्याची हिंमत नसे. आपण निरीश्वरवादी असल्याचे त्याने केव्हाच सांगून टाकले होते. कुराणशरीफचे आणि हादिसचे परीक्षण करायला आणि त्यातील कालविसंगत व टाकाऊ भागावर टीका करण्याबाबत तो परखड होता. पैगंबर महंमदसाहेबांना शेवटचे पैगंबर मानण्यासाठी 'खातिमुन नबियत' हा सिद्धान्त 'मीच शेवटचा पैगंबर आहे असे जाहीर केल्याशिवाय काही मुसलमान ऐकणार नाहीत.' ईश्वराचे अस्तित्व मानणे, कोणताही ग्रंथ ईश्वरदत्त मानणे, शेकडो-हजारो वर्षांपूर्वीच्या ग्रंथातून भूत-भविष्याचे सर्व ज्ञान ग्रथित केलेले आहे असे मानणे हा शुद्ध बाष्फळपणा आहे, तो पुन: पुन्हा ठसवी. इतकेच नव्हे तर काही वेळा पैगंबराच्या चरित्राचेही परखड परीक्षण करी. यामुळे काही सहकारी चिंतातुर होत. काही म्हणत की, कुराण कोटेड पिलसारखी नाही का करता येणार? मुस्लिम समाजाच्या भावनांचा विचार नको का करायला? मी त्यांना सांगे की, हमीदच्या विचारांची तीक्ष्ण धार कमी करण्याचा यत्न करू नका. तो बुद्धिवादी आहे, रॅशनॅलिस्ट आहे. तुम्हाला झेपेल तसे बरोबर जा, मात्र त्याचे मूलभूत विश्लेषण मान्य असेल तर त्याचे नेतृत्व स्वीकारण्यास तुम्हाला अडचण पडू नये.

मुस्लिम सत्यशोधक मंडळाची स्थापना

अखेर मुस्लिम सत्यशोधक मंडळाची स्थापना करण्याचे ठरले. 'मुस्लिम' शब्द घालावा की नाही, याबद्दलची चर्चा झाली. या शब्दाने जातीयवाद तर सूचित होत नाही ना, अशीही शंका एकाने काढली. हमीदने शंकानिरसन केले. परंपरागत धर्म

मानत असो नसो, जन्माने आपण मुस्लिमच मानले जातो. शिवाय आपणास मुस्लिम समाजात काम करायचे आहे, त्या समाजात सामाजिक सुधारणा झाल्याशिवाय राष्ट्रीय एकात्मता समर्थ बनणार नाही. म्हणून मुस्लिम शब्द हवाच. 'सत्यशोधक' शब्द डॉ. बाबा आढावांनी सुचवला आणि तो तात्काळ स्वीकारण्यात आला. त्यामुळे महाराष्ट्रातील समाजक्रांतीच्या उज्ज्वल परंपरेशी आपला धागा जोडला जातो. म. फुलेंशी नाते जोडल्याने करावयाच्या कामाची स्पष्ट जाणीव होते. म. फुलेंनी हजारो वर्षांच्या दुष्ट रूढींविरुद्ध व ग्रंथनिष्ठेविरुद्ध बंड पुकारले, तसेच काम आपणास करायचे याचे भान निर्माण होते आणि अखेर समाजसुधारणा कोणत्याही जमातीत केल्या तरी त्याचा परिणाम समाजावर एकत्रितपणे होणार आहे हेही मानले जाते. हिंदू असोत अगर मुस्लिम असतो, रूढीग्रस्तांशी सामना देण्याने भारतीय एकात्मताच बलवत्तर होणार आहे. हमीदचे हे विश्लेषण सर्वांनी मान्य केले आणि अखेर तो ऐतिहासिक निर्णय घेतला गेला. हमीद आणि त्याचे मूठभर सहकारी यांची त्या वेळची धुंदी आणि मस्ती अजूनही स्मरते. या धाडसी निर्णयाचा होईल तो परिणाम भोगण्याची तयारी प्रत्येकजण मनोमन करू लागला. मी तर हमीदला थट्टेत म्हटलेही की वर्षभरातच आम्हाला शहीद दिन साजरा करावा लागेल. हमीद हसला पण काही बोलला नाही; परंतु माझा अंदाज येऊन चुकला. त्याच्यावर हल्ला करण्याचे प्रयत्न झाले नाहीत असे नाही, परंतु त्यात तसा जोर नव्हता. निर्भय हमीदची करारी प्रतिमाच प्रत्येक वेळी उजळून निघाली आणि मंडळाच्या कामाला अधिक चालना मिळाली. मुस्लिम समाजही वाटला तेवढा सुधारणाविरोधक नाही असेही माझे मत झाले, माझ्या मते ही आशादायक गोष्ट आहे.

त्यानंतर हमीदच्या कितीतरी वेळी भेटी झाल्या. माझ्याशी बोलताना भाबडे समाजवादी हा त्याचा थट्टेचा खास विषय असे. पक्षाचा असूनही पक्षाबद्दल दुरून टीका केल्याप्रमाणे बोलल्यामुळे काही वेळा मन खट्टू होई. 'तू आपला जनसंघातच जा ना,' असेही आम्ही थट्टेने सुनवित असू, परंतु त्याचा युक्तिवाद खोडता येत नसे. हिंदू-मुस्लिम प्रश्न केवळ एकत्रित सण साजरे करण्याने, दोन्ही धर्मांतील अंतिम सत्य एकच आहे असे कीर्तन करण्याने, 'ईश्वर, अल्ला तेरे नाम, सबको सन्मति दे भगवान' या मंत्राने सुटणार नाही, असे तो म्हणे. आपण या देशात अल्पसंख्याक आहोत आणि कायम तसेच राहणार आहोत, ही गोष्ट समजावून घेण्यास मुस्लिम मन असमर्थ आहे व कोणीही मुस्लिम विचारवंताने त्यांना हे सांगितलेले नाही. आधुनिक राष्ट्रवादाच्या कल्पनेशी जुळवून घेण्यात त्यामुळे त्यांना अडचण येते असे तो म्हणे. मुस्लिम म्हणून नव्हे तर भारतीय म्हणून त्यांना विचार करायला कसा लावायचा, हा त्याच्यापुढे प्रश्न होता. आपल्या देशात जेथे उपजातींच्या भाषेतच बहुधा लोक

बोलतात तिथे हे किती अवघड काम होते, हे कोणाच्याही लक्षात येईल; पण असे आव्हान आपणहून स्वीकारण्यात तर हमीदचे मोठेपण होते. हॅरिससाहेबांवर त्याने केलेली कठोर टीका गांधीवादी व समाजवादी पद्धतीने मुस्लिम प्रश्नाचा विचार करणाऱ्यांविरुद्धची टीका होती.

प्रतिसाद

या काळात हमीदचे कार्य चारी दिशांनी वाढले. देशाच्या कानाकोपऱ्यांतून त्याला प्रतिसाद मिळू लागला. सर्वश्री छागला, फैजी, बेग आदी मंडळी त्याची आणि मुस्लिम सत्यशोधक मंडळाची दखल घेऊ लागले. मंडळाची अधिवेशने, शिबिरे, मोर्चे धडाक्याने सुरू झाले. तलाकपीडित मुस्लिम महिलांनी तर धमाल उडवली आणि सनातन्यांना बरोबर चिमटीत पकडले. जागतिक मुस्लिम समाजामध्ये अशा तऱ्हेची प्रबोधनाची लाट प्रथमच भारतात बहाराला येऊ लागली. मात्र, माझ्या व हमीदच्या भेटी तुरळक होऊ लागल्या.

आजार

तशात तो आजारी पडला. सर्वश्री शरद पवार, ए. बी. शहा आदी मित्रांनी प्रयत्नांची शिकस्त केली. १९७५ साली आणीबाणी बंद होण्यापूर्वी त्याला जसलोक हॉस्पिटलात भेटावयास गेलो. तशाही परिस्थितीत किती स्नेहाने त्याने हात दाबला. आजारातून बरा होऊन हिंडू-फिरू लागला आणि परत व्याधींनी जखडला गेला. १२ फेब्रुवारीला जनता पार्टीच्या निवडणूकविषयक चर्चेसाठी मुंबईला गेलो असताना त्याला भेटलो. त्या वेळचा त्याचा चर्चेचा आवेश पाहून थक्कच झालो! चेहऱ्यावरून त्याच्या आजारपणाची कळा तर दिसत होती; परंतु त्या वेळचा त्याचा ओसंडून वाहणारा उत्साह पाहून फार बरे वाटले. राजबंद्यांची सुटका, जनता पार्टीची निर्मिती, यशाची शक्यता या सर्व गोष्टींबाबत तो किती आत्मयीतेने बोलत होता. हुकूमशाहीचा तिटकारा आणि लोकशाहीचे समर्थन त्याच्या रोमारोमात भिनलेले होते. मी आणि बाबुमियाँ बँडवाले त्याचा आवेश नुसता पाहत होतो. वाटले की खऱ्याखुऱ्या लोकशाहीचे स्वप्न पाहणारा हमीद बरा होईल आणि पुन्हा 'समजलं काय' म्हणून अनेक किस्से ऐकवील, चर्चा घडवील; परंतु अखेर तुफान निघाले. मात्र, त्या तुफानाचा आवाज सतत कानात निनादत राहील आणि युगान्तर घडेपर्यंत तुफान सतत चालूच राहील, याची खात्री वाटू लागली आहे. हे हमीदमुळेच घडले.

■

माझी दलवाईंशी पहिली भेट

• प्रा. नरहर कुरुंदकर •

हमीद दलवाई आणि माझा संबंध इ.स. १९६६ च्या आरंभी केव्हातरी आला. योगायोगाने मुंबईत हा संबंध आला होता असेच आता म्हटले पाहिजे. दलवाई प्रामुख्याने मुंबईत राहत. याखेरीज त्यांचे सततचे जाणे-येणे पुण्यात असे. माझे राहणे प्रामुख्याने नांदेडला, यामुळे त्यांच्या नित्य सहवासात असणाऱ्या मंडळींपैकी मी नव्हतो; पण वैचारिक दृष्टीने दलवाईंच्या भूमिकेला समर्थन देणारे जे पहिलेवहिले लोक, त्यांत मी होतो. कधी कधी गमतीने दलवाई स्वत:ला पैगंबर म्हणवीत आणि या पैगंबरासह अगदी आरंभापासून असलेले दोन सहकारी म्हणून आमचा उल्लेख करीत. त्यांपैकी एक प्रा. अ. भि. शहा दलवाईंना वडील होते. त्यांना ते 'अबुबकर' म्हणत. आणि दुसरा मी जो दलवाईंना थोडासा धाकटा होतो, मला ते 'अली' म्हणत. दलवाईंना आपल्या विचारांना ज्या ठिकाणी प्रथमत: समर्थन प्राप्त झाले त्यात आम्ही दोघे होतो, इतकाच याचा अर्थ आहे.

माझा आणि राष्ट्रसेवा दलाचा संबंध अतिशय जुना म्हणजे सेवादल काँग्रेस पक्षाचा भाग होते तेव्हापासूनचा आहे. पुढे मी सेवादलात बौद्धिकेही घेऊ लागलो. राष्ट्र सेवादल ही एक शैक्षणिक आणि सांस्कृतिक चळवळ आहे, असे आमचे नेते म्हणत असत. हे त्यांचे म्हणणे अतिशय गंभीरपणे घेणाऱ्यांपैकी मी एक होतो. सेवादलातील बौद्धिके हा प्रामाणिक व गंभीर अशा राजकीय शिक्षणाचा भाग आहे, असे समजून मी बौद्धिके घेत असे; पण माझे हे सगळे काम प्रामुख्याने मराठवाड्यात होणाऱ्या सेवादल वर्गातून होत असे. माझे मित्र बापू काळदाते यांच्या बोलण्यात केव्हातरी माझा उल्लेख आलेला असावा. यामुळे सहज भेट झाली तर गप्पा माराव्या या बुद्धीने दलवाई माझ्याकडे आले आणि आमच्या गप्पागोष्टी सुरू झाल्या. दलवाईंची आणि माझी ओळख अशी योगायोगाने झाली.

नवोदित लेखक

ज्या वेळी माझी आणि हमीद दलवाईंची ओळख झाली त्या काळी दलवाई बदनाम होण्यास नुकताच आरंभ झाला होता. मुस्लिम समाज अजून त्यांच्यावर चवताळून उठलेला नव्हता; पण त्यांना दलवाई तुच्छतेचा आणि उपेक्षेचा विषय वाटत असे, कथाकार आणि कादंबरीकार म्हणून दलवाई नुकतेच पुढे येऊ लागले होते. मराठीचे एक नवोदित मुसलमान लेखक म्हणनू मराठी लेखकवर्ग त्यांच्याकडे कौतुकाने पाही. मला वाटते, त्या काळात ते 'मराठा' या आचार्य अत्रे यांच्या दैनिकात काही कामही करीत होते; पण अजून एक धक्का देणारा कार्यकर्ता म्हणून दलवाईंचा उदय झालेला नव्हता. पुरोगामी म्हणून ज्यांच्या ज्यांच्याशी मुस्लिम प्रश्नावर हमीद दलवाई बोलले त्यांनी एक तर दलवाईंची भूमिका हसण्यावारी नेली अगर त्यांना अधिक विचार करण्यास सांगितले. काही वेळेला तर अत्यंत सौम्यपणे वरिष्ठ कार्यकर्ते दलवाईंच्या हे नजरेस आणीत की त्यांचे विचार आणि हिंदू जातीयवाद्यांचे विचार सारखे सारखे येत आहेत, हे काही बरे नव्हे.

संक्रमणावस्था

दलवाई समाजवादी पक्षात होते; पण त्यांचे मित्र त्या काळी सर्व पक्षांत पसरलेले होते. काँग्रेस, समाजवादी, कम्युनिस्ट यांच्यात दलवाईंचे अनेक मित्र होते. तरीही त्यांना त्यांच्या भूमिकेविषयी इतरांची खात्री पटविता येत नव्हती. त्या काळात दलवाईंच्या मनामध्ये किंचितसा न्यूनगंडही होता. त्यांचे फारसे शालेय शिक्षण झालेले नव्हते आणि ते प्राध्यापकही नव्हते. त्यांचा राजकीय दर्जा नेता अगर विचारवंताचा नसून छोटे अनुयायी असणाऱ्या कार्यकर्त्याचा होता आणि सामाजिक दर्जा एका दैनिकातील वार्ताहराचा होता. अशा वेळी जे नेते आणि शहाणे मानले जातात त्यांना जर आपण आपली मते पटवून देऊ शकत नसू तर कुठेतरी आपल्या विचार करावयाच्या पद्धतीतच दोष असला पाहिजे, असे दलवाईंना वाटे. त्यांनी आपला वर्षा-दोन वर्षांचा काळ अशा आत्मशोधनातही घालविलेला आहे. दलवाईंची दुसरी एक अडचण होती. त्या काळी दलवाईंचे इंग्रजी वाचन बेताचे असे. इस्लामचे धर्मशास्त्र अगर इस्लामचा इतिहास याविषयी त्या काळी त्यांनी फारसे वाचलेले नव्हते. उर्दू त्यांना येतच नसे. यामुळे जर कोणी वाचन-अभ्यासाविषयी सुचविले तर दलवाईंना आपली न्यूनता चटकन जाणवत असे. इतरांचे म्हणणे आपल्याला पटत नाही, आपले म्हणणे आपण इतरांना पटवून देऊ शकत नाही, अशा अवस्थेत दलवाईंचा काळ इ. स. १९६४ ते ६६ असा गेला. दलवाई ६६ च्या अखेर या निर्णयावर आले की त्यांचेच म्हणणे बरोबर आहे. काही प्रमाणात दलवाईंच्या मनाला

स्वत:च्या भूमिकेविषयी जी खात्री पटली त्याचे कारण आरंभीच्या काळात तरी मी व श्री. अ. भि. शहा हे होतो, असे मला वाटते.

चाचपणी

दलवाई जेव्हा मला प्रथम भेटले त्या वेळी अतिशय मोकळेपणाने गप्पागोष्टी करण्याचा ते प्रयत्न करीत होते. आज मागे वळून पाहताना असे जाणवते की, हा हमीदचा सगळा अभिनय होता. त्यांना मूळ विषयाकडे येण्यापूर्वी मला चाचपून पाहायचे होते. या चाचपणीसाठी म्हणून ते ललित वाङ्मयावर बोलत होते. त्यांच्या स्वत:च्या कादंबरीविषयीही बोलत होते. मीही वाङ्मयावर बोलत होतो. दलवाई मनमोकळेपणाचा अभिनय करीत, पण सावधपणे माझा अंदाज घेत होते. त्या वेळी मला यातले काही जाणवले नाही. हा एक मनमोकळा, दिलखुलास गप्पा मारणारा लेखक व समाजवादी पक्षाचा कार्यकर्ता आहे, असे गृहीत धरून मीही मोकळेपणाने वाङ्मयावर बोलत होतो. दलवाईंच्या कादंबरीला थोडाफार राजकारणाचा स्पर्श होताच. दलवाईंनी अतिशय कुशलपणे मला नकळत ललित वाङ्मयावरील गप्पांवरून राजकारणाकडे वळवले.

मुसलमानांची मातृभाषा मराठी

त्या काळात दलवाई महाराष्ट्रातील मुसलमानांची मातृभाषा मराठी आहे, असे आग्रहाने प्रतिपादन करीत असत. त्यांना स्वत:ला मराठी चांगली येई. त्यांच्या मराठीला एक प्रवाही पण आक्रमक अशा शैलीचा घाट होता. इकडचा तिकडचा फाफटपसारा टाळून नेमके मुद्द्याकडे लक्ष वेधणारी अशी मराठी ते लिहीत. माझी समजूत अशी झाली की, महाराष्ट्रातील मुसलमानांची मातृभाषा मराठी आहे, असे दलवाई म्हणतात कारण दलवाईंची मातृभाषा मराठी आहे.

मी दलवाईंना विचारले, ''दलवाई, मातृभाषा या कल्पनेचा तुम्ही काही विचार केलेला आहे काय? भारतीय राष्ट्रवाद ज्या स्वरूपात वाढावा अशी आपल्या स्वातंत्र्यलढ्याची आणि संविधानाची भूमिका आहे त्याचा तरी काही तुम्ही विचार केलेला आहे काय? की केवळ संयुक्त महाराष्ट्राच्या चळवळीशी तुमचे भावनात्मक नाते जुळलेले आहे म्हणून तुम्ही मुसलमानांची मातृभाषा मराठी अशी भूमिका घेत आहात?'' माझ्या हे लक्षात आले नाही, की हे प्रश्न विचारून मी मला हवे आहे त्या ठिकाणी दलवाईंना नेत नव्हतो. दलवाईंनी मला नकळतपणे त्यांना हवे होते त्या ठिकाणी आणले. मी दलवाईंना बोलताना एक असाही फटका मारलेला होता की, तुम्ही राजकीय मंडळी सत्य समजून घेण्याच्याऐवजी जे तुम्हाला सोईचे वाटते त्याला सत्य समजण्याची चूक करीत असता.

दलवाई मला म्हणाले, ''कुरुंदकर, तुम्ही काही आदरणीय ज्येष्ठांपैकी नव्हेत. आपण दोघे समवयस्क. तेव्हा तुम्ही काहीतरी बोलावे आणि ते मी मुकाट्याने ऐकून घ्यावे, अशी तुमचीही अपेक्षा असणार नाही. तुम्ही तुमचे म्हणणे थोडे तपशिलाने समजावून सांगा म्हणजे मी त्याचा विचार करतो. पण महाराष्ट्रातील मुसलमानांची मातृभाषा मराठी आहे, हा माझा निर्णय राजकीय सोईखातर दिलेला नाही. त्यामागे माझा काही विचार आहे. तुमची तयारी असेल तर हा विचार मी तुम्हाला सांगतो,'' मित्रत्वाच्या नात्याने कुणाशीही चर्चा करणे हा माझा छंद! आणि एक प्रोफेसर ज्याला लोक शहाणा मानतात असा गप्पा मारण्यास मिळाला, बरोबरीच्या नात्याने चर्चा करण्यास मिळाला याबद्दल दलवाईंना झालेला आनंद. यामुळे आमचे चटकन जुळले आणि मग चर्चेला आरंभ झाला.

मी दलवाईंना सांगितले, ''आपण जर महाराष्ट्र घेतला तर या महाराष्ट्रात कानडी, तेलगू, गुजराती बोलणारे अनेक लोक आहेत. ही मंडळी महाराष्ट्रात आहेत म्हणून त्यांनी आपापली मातृभाषा सोडावी असे तुम्ही म्हणणार आहात काय? सर्व भारताचे राष्ट्रीयत्व एक आहे आणि कुणीही माणूस भारतात कुठेही गेला तरी त्याला तिथे जाण्याचा, राहण्याचा हक्क आहे असे आपण मानतो. म्हणून मी माझी मराठी भाषा, तिच्याविषयी वाटणारा अभिमान व ममत्व घेऊन मद्रासला राहू शकतो. मद्रासमध्ये जरी मी असलो तरी माझी मातृभाषा मराठीच राहणार. ती तमिळ होणार नाही. म्हणून महाराष्ट्रातील सर्वांची मातृभाषा मराठीच आहे ही भूमिका मला पटतही नाही; ती मला न्याय्यही वाटत नाही.''

तर्कशुद्ध विचारपद्धती

दलवाई म्हणाले, ''कुरुंदकर, तुम्ही चूक करीत आहात. मी महाराष्ट्रातील, महाराष्ट्रात राहणाऱ्या एकूण एक सर्वांची भाषा मराठी आहे असे म्हटलेले नाही. मी फक्त महाराष्ट्रातील मुसलमानांची भाषा मराठी आहे असे म्हटले आहे. गुजराती मातृभाषा सांगणारा माणूस आपण गुजरातेतून महाराष्ट्रात आलो असे मानतो. म्हणून गुजराती मातृभाषा सांगूनही तो भारतीय. भारतातच राहत असतो आणि भारतात त्याच्या भाषेचा प्रांत असतो. मुसलमानांनी काय मानावे? आपण महाराष्ट्रात कोणत्या प्रांतातून आलो म्हणून समजावे? एक तर त्यांनी असे मानले पाहिजे की आपण इराण, अफगाणिस्तान, अरबस्तान, तुर्कस्तान येथून भारतात आलो म्हणजे त्यांनी स्वतःला भारतीयेतर व विदेशी नागरिक मानले पाहिजे. नाहीतर मुसलमानांनी असे म्हटले पाहिजे की आम्ही मूळचे इथलेच आहोत, याच प्रांतातले आहोत म्हणून हीच आमची मातृभाषा आहे. कुणी मुसलमान जर मी कानडी आहे, मुळात मी तेलगू आहे

म्हणून माझी मातृभाषा तेलगू अगर कानडी आहे असे म्हणत असेल तर ते मी मान्य करण्यास तयार आहे. पण मी मुसलमान आहे म्हणून माझी मातृभाषा उर्दू आहे, हे समीकरण मान्य कसे करायचे?''

दलवाईंची तर्कशुद्ध विचार करण्याची ही क्षमता हा मला धक्का होता. मुस्लिम समाजात जन्माला आलेला आणि अतिशय तर्कशुद्धपणे विचार करण्यास तयार असलेला मुस्लिम कार्यकर्ता मी प्रथमच पाहत होतो. त्यामुळे त्यांच्या तर्कशुद्ध, प्रांजळ व प्रामाणिक भूमिकेवर मी एकदम लुब्ध होऊन गेलो. हा आमच्या मनोमीलनाचा आणि मैत्रीचा आरंभ घडला होता. दलवाई जे बोलत होते त्यात एक कच्चा दुवा होता. हा कच्चा दुवा आपण या माणसाला फुरसतीने समजावून सांगू, पण त्या चर्चेपूर्वी त्याच्या प्रांजळपणाचे आपण कौतुक केले पाहिजे असे मला वाटते. आणि मी त्याला चहा पिण्यास घेऊन गेलो. यानंतर आम्ही जेव्हा जेव्हा भेटत असू त्या वेळी गप्पा किती चालतील, याला काही नेम नसे.

मला आठवते, दलवाई व्याख्यानाचे निमित्त करून पण खरे म्हणजे माझ्याशी गप्पा मारण्यासाठी मुद्दाम नांदेडला आले होते. रात्री नऊनंतर आम्ही गप्पागोष्टी करीत बसलो. वेळ किती झालेला आहे, याचे दोघांनाही भान नव्हते. माझ्या पत्नीने उठून चहा केला व समोर आणून ठेवला, त्या वेळी दलवाई म्हणाले, ''वहिनी चहा कशाला? आता रात्री झोप येणार नाही.'' माझी पत्नी म्हणाली, ''नाही तरी आता झोपेचा योगच नाही. म्हणूनच चहा केला.'' त्या वेळी एक वाजलेला होता. चहानंतर आम्ही पुन्हा गप्पा मारीत बसलो. माझ्या पत्नीने दुसऱ्यांदा चहा आमच्यासमोर आणून ठेवला तेव्हा सकाळचे सहा वाजले होते. दलवाई म्हणाले, ''वहिनी आता उशीर फार झाला. कुरुंदकरांना रात्रीची जागरणं झाली ही थोडी चूकच झाली. पण मी येणार चार-सहा महिन्यांनी यामुळे वेळेचे भान सुटले.'' दलवाईंची प्रकृती बरी होती तोपर्यंत हे गप्पासत्र असेच रंगत असे.

कच्चा दुवा

दलवाईंच्या मातृभाषेबाबत विचार करण्याच्या पद्धतीत एक कच्चा दुवा होता. तो कच्चा दुवा हा की, ते प्रदेश आणि भाषा असा संबंध अविभाज्य मानीत होते. धर्म आणि भाषा यांचा संबंध अविभाज्य नाही. हिंदूंची धर्मभाषा संस्कृत आहे. म्हणून सर्व हिंदूंची मातृभाषा संस्कृत नसते. त्याचप्रमाणे ज्या प्रदेशात मुसलमान राहतील त्या प्रदेशातील भाषा त्यांची मातृभाषा असेलच असे नाही. ज्या समूहात तुम्ही राहता त्या समूहात परंपरेने चालत आलेली भाषा घरात सर्वांच्याच बोलण्याची भाषा असते. ती घरातील स्त्री-पुरुषांची पिढ्यान् पिढ्या चालत आलेली भाषा असते. मुसलमानांच्या

समाजात ही भाषा उर्दू आहे; पण उर्दूप्रमाणेच इतरही भाषा आहेत. कोकणी मुसलमान घरी मराठी बोलतात. त्यांनी स्वत:ची मातृभाषा मराठी मानली तर त्यात आक्षेप कोणताच नाही. बंगाली मुसलमान आपली मातृभाषा बांगला मानतातच; केरळ व तमिळनाडूमध्ये मुसलमान आपली मातृभाषा मल्याळम् व तमिळ मानतातच. पण काही मुसलमान जर आपली मातृभाषा उर्दू समजत असतील तर त्यालाही आक्षेप असण्याचे काही कारण नाही.

उर्दू ही भारतीय भाषा आहे. काव्याच्या दृष्टीने ती समृद्ध आहे. तिच्यात एक दरबारी ऐट व प्रौढ पर्यायोक्ती आहे. माझे शिक्षण उर्दूतून झाल्यामुळे व त्या भाषेतील काव्याची गोडी असल्यामुळे मला उर्दूविषयी जसे ममत्व वाटत होते तसे दलवाईंना वाटत नव्हते; पण मुसलमानांची मातृभाषा उर्दूच असली पाहिजे, हा आग्रह बरोबर नाही, हे दलवाईंचे म्हणणे बरोबर आहे. पुढे दलवाईंनी आपली भूमिका अधिक रेखीवपणे मांडली आहे. ते म्हणत, महाराष्ट्रातील सर्व कारभार वेगाने मराठी होत आहे, आणि देश वेगाने हिंदीकडे सरकत आहे. फार तर इंग्रजी आपले महत्त्व अजून काही दिवस टिकवून राहील. तेव्हा भारतीय मुसलमानांना इतर सर्वांच्या बरोबरीने प्रांतभाषा आणि राष्ट्रभाषा यांवर प्रभुत्व मिळवले पाहिजे; नाहीतर त्यांचा उद्धार होणार नाही. हे करीत असताना मुसलमानांना त्यांची जी कोणती मातृभाषा वाटते ती त्यांनी अभिमानाने टिकवावी. मात्र, ती टिकवताना तीन सूत्रे लक्षात घेतली पाहिजेत.

धर्म व भाषेचा संबंध नाही

पहिले सूत्र असे, की भाषा आणि धर्माचा संबंध नसतो. कोणी मुसलमान आहे यामुळे त्याची मातृभाषा उर्दू ठरत नाही. अनेक हिंदूंचीही मातृभाषा उर्दू आहे. उत्तर भारतातील अनेक कायस्थ हिंदू घराणी आणि अनेक पंजाबी हिंदू आपली मातृभाषा उर्दू मानतात. म्हणून भाषेचा व धर्माचा संबंध नाही. भाषेविषयी बोलताना धर्म मध्ये आणू नये; कारण भाषा धर्मामुळे ठरत नाही. दुसरे सूत्र असे, की एक भाषा माझी मातृभाषा आहे, यामुळे त्या भाषेवर श्रद्धा आणि प्रेम ठेवण्याचा अधिकार मला पोहोचतो; पण प्रांताचा कारभार प्रांत-भाषेतूनच होणार. माझी मातृभाषा वेगळी आहे म्हणून प्रांत-भाषेत प्रभुत्व नसताना माझ्या चरितार्थाची व्यवस्था करा, असे म्हणण्याचा आपल्याला अधिकार नाही. मातृभाषेच्या आधारे आपण आपले प्रेम सांगावे, पण चरितार्थाचा अधिकार मातृभाषेमुळे निर्माण होत नसतो. म्हणून मराठी, हिंदी न शिकता नोकऱ्या मागणे चूक आहे.

दलवाई जे तिसरे सूत्र सांगत ते अधिक महत्त्वाचे आहे. ते म्हणत की उर्दू ही

भारतीय भाषा आहे म्हणून ती भारतीय मुसलमानांची भाषा आहे. या भाषेचा अभिमान ती भारतीय भाषा म्हणून बाळगायला हवा. उर्दू हे अरबी, फारसी, तुर्की शब्दांचा स्वीकार करणारे हिंदी खडीबोलीचे रूप आहे, म्हणून उर्दूचा विचार अरबी, तुर्कीप्रमाणे न करता किंबहुना फारसीप्रमाणेही न करता संस्कृतोद्भव भाषा म्हणून करायला पाहिजे. ही सूत्रे डोळ्यासमोर ठेवून जर उर्दूचा अभिमान बाळगायचा असेल तर त्याला दलवाईंची हरकत नसे.

दोन आदरणीय मुस्लिम नेते

या आमच्या भेटीत मी मला अत्यंत आदरणीय वाटणाऱ्या हैदराबाद काँग्रेसमधील दोन मुसलमान नेत्यांचीही माहिती दलवाईंना दिली होती. राष्ट्रीय मुसलमान या नावाने ओळखला जाणारा मुस्लिम समाजाचा गट हा दलवाईंच्या रागाचा विषय आहे. स्वत:ला राष्ट्रीय म्हणवून घेणारे हे जे नेते त्यांच्या विविध विषयांवरच्या भूमिका अतिशय जातीय असत, याची दलवाईंना दु:खद जाणीव होती. ज्या मंडळींनी राजकारणात धार्मिक भूमिका घेतल्या नाहीत त्यांनीसुद्धा स्पष्टपणे आधुनिक विचारसरणीच्या आधारे कधी मुस्लिम समाजाचे प्रबोधन केले नाही, याविषयी दलवाई नाराज होते. हिंदू समाजात ज्याप्रमाणे नवीन मूल्य प्रमाण मानणाऱ्या नवमतवादी सुधारकांचे कार्य आहे त्याप्रमाणे कार्य करण्याची मुस्लिम नेत्यांना गरजच वाटली नाही. ही गोष्ट दु:खाची आहे, असे हमीदला वाटते. या संदर्भातच मी हैदराबादमधील दोन नेत्यांची नावे त्यांना सांगितली होती. एक ज्येष्ठ नेते सिराजुल हसन तिरमीजी म्हणून होते. दुसरे तरुण नेते हुतात्मा शोएबुल्लाखाँ म्हणून होते. मी दलवाईंना म्हटले, ब्रिटिश इंडियातील राष्ट्रीय मुसलमानांचे नेते आपले अस्तित्व व महत्त्व चालू राहावे, उलट ते वाढावे, आपल्या परंपरावादात कोणताही बदल करण्याची पाळी येऊ नये, मात्र इंग्रज निघून जाऊन सत्ता आपल्याकडे यावी या दृष्टीने वागत होते. हैदराबाद संस्थानात राजा मुसलमान होता. मुस्लिम समाजाला कितीतरी अवास्तव महत्त्व होते. अशा वेळी हैदराबादने भारतात विलीन होऊन प्रौढ मतदानावर आधारलेली लोकशाही पद्धत स्वीकारावी यासाठी सर्वस्व पणाला लावणारे तिरमीजी व शोएबसारखे नेते जाणीवपूर्वक लोकशाही व राष्ट्रवाद यांच्या अवधारणेसाठी आपल्या समाजाचे हक्क गमावण्यास तयार झाले होते. या मंडळींचे मोठेपण ओळखले पाहिजे असे मला वाटते. अजूनही वाटते.

दलवाईंना पुढे पुढे मौलाना आझादांविषयी आदर वाटू लागला. प्राध्यापक अ. भि. शहा आणि वसंतराव नगरकर यांच्या सहवासात आल्यानंतर दलवाईंचे वाचन मोठ्या प्रमाणात वाढले. ते इंग्रजीतून सफाईदार बोलूही लागले. मुस्लिम राजकारणाचा,

इतिहासाचा व धर्माचा त्यांनी पुढे भरपूर अभ्यास केला. यामुळेच त्यांना आझादांच्या "तर्जुमानुल कुराण" या ग्रंथाचे महत्त्व व मोठेपण पटले; पण पुढच्याही काळी हैदराबाद संस्थानातील मुस्लिम नेत्यांविषयी फार जिव्हाळ्याने बोलणे त्यांना आवडत नसे. ते म्हणत, या मंडळींच्या राजकीय भूमिकांपेक्षा मला त्यांच्या सामाजिक, आर्थिक, वैचारिक भूमिकांविषयी चांगली माहिती आहे. केवळ राजकारणात एका क्षणी एखाद्या नेत्याने एक विशिष्ट भूमिका घेतली इतक्यावर माझे समाधान होत नाही. दलवाईंना हवी ती माहिती मी पुरवू शकत नव्हतो कारण या संस्थांचे कोणतेही लिखाण पुस्तकरूपाने प्रकाशित झाले नव्हते.

परंपरेला आव्हान देणारा नेता

एकूण मुस्लिम राजकारणाविषयी बोलताना माझ्या हे लक्षात आले, की इहलोकवादी भूमिकेचे प्रबल संस्कार पचविलेला आणि त्यासाठी सर्वच परंपरेला आव्हान देणारा एक नवीन नेता दलवाईंच्या रूपाने उदयाला येत आहे. मी सेवा दलातील आणि समाजवादी पक्षाच्या मित्रपरिवारातील असल्यामुळे माझ्या मनात इतर समाजवाद्यांप्रमाणे भाबडेपणा नाही, याचा दलवाईंना फार आनंद झाला. पुढे वसंतराव नगरकरही त्यांच्या भूमिकेला विस्तारपूर्वक समर्थन देणारे व समाजवादी मित्रपरिवारातील निघाले. पण आरंभी तरी सेवादलवाला समाजवादी आणि दलवाईंचा समर्थक असा मीच होतो. दलवाईंचे राग-लोभ प्रबळ! ते एकदम भडकून उठत असत. तरीही त्यांचे आणि माझे संबंध क्रमाने गाढ होत गेले. किरकोळ मुद्द्यावर मधूनमधून आमचे मतभेद होत; पण दोघांची वैचारिक दिशा एकच असल्यामुळे हे मतभेद फार लवकर संपत आणि मैत्री अधिक बलवान होत असे. प्रसिद्ध मुस्लिम नेते आणि एके काळचे समाजवादी मोईनोद्दीन हॅरिस यांनी दलवाईंना छेडण्याचा प्रयत्न करताच अतिशय उग्रपणे मी हॅरिस यांच्यावर टीका केली; आणि स्वत:ला समाजवादी म्हणवणाऱ्या या माणसाचे अंतरंग इतरांइतकेच जातीय आहे, हे दाखवून दिले. पहिल्याच भेटीत मी उर्दू जाणणारा आहे व मुस्लिम राजकारणाचा अभ्यासही करणारा आहे, हे कळून दलवाईंना मोठे समाधान वाटले. ते मला म्हणाले, "उर्दू हा माझा कच्चा दुवा राहिला." मी म्हटले, "आपल्या जीवनात दुवे सगळेच कच्चे राहिलेले आहेत. भारतातील पुरोगामी राजकारणही आपल्याला पुरेशी साथ देत नाही, हा फार मोठा कच्चा दुवा आहे." दलवाईंना ही प्रतिक्रिया इतकी आवडली की त्यांनी उठून मला एकदम मिठीच मारली.

आपण दलवाईंच्या साह्याला काही प्रमाणात जाऊ शकलो याचे मला नेहमीच समाधान वाटते. हॅरिसवरील टीकेमुळे रावसाहेब पटवर्धनांनी मुद्दाम मला बोलावून

माझी दलवाईंशी पहिली भेट ■ २३

घेऊन चर्चा केली होती. यानंतर क्रमाक्रमाने एक एक समाजवादी दलवाईंचा समर्थक बनला. मी तर माझे 'शिवरात्र' हे पुस्तकच त्यांना अर्पण केलेले आहे.

पुढे दलवाई किती प्रौढ व विकसित झाले, निरनिराळ्या प्रश्नांवर किती मूलगामी भूमिका घेतल्या, सर्व धर्मपरंपरेलाच मुळापासून आव्हान देणारे ते मुस्लिम समाजातील पहिले क्रांतिकारक नेते कसे ठरले, याबाबत या लेखात मी काही सांगणार नाही. त्याविषयी पुन्हा केव्हातरी विस्ताराने लिहावे लागेल. या ठिकाणी फक्त दलवाई आणि मी यांच्या पहिल्या भेटीच्या अनुषंगाने माझ्या प्रतिक्रिया व आठवणी मला नोंदवावयाच्या आहेत. त्या दृष्टीने आणखी एका मुद्द्याचा उल्लेख करून मी थांबणार आहे.

परंपरावादी आणि जातीय राजकारणात असणाऱ्या मुस्लिम मंडळींना दलवाईंच्या विषयी फारसे ममत्व वाटणे शक्य नाही. उलट जितक्या मार्गाने दलवाईंचा द्वेष करता येईल तितक्या मार्गाने परंपरावादी मुसलमान दलवाईंविषयी आपल्या रागाची, क्षोभाची प्रतिक्रिया व्यक्त करीत असतो. याविषयी मला कोणतीही तक्रार करण्याची गरज भासत नाही; पण पुरोगामी मुसलमान दलवाईंच्या मागे का उभा राहिला नाही, याचे खरे कारण असे आहे की धर्माविषयी काहीही प्रतिकूल न बोलता हा मुस्लिम समाजातील कार्यकर्ता स्वत:ला पुरोगामी ठरविण्याच्या प्रयत्नात असतो. धर्मचिकित्सा वर्ज्य मानूनही त्याला आपल्या समाजात फारशी मान्यता नसते. म्हणून तो दलवाईंना जाहीरपणे पाठिंबा देण्यास कधी धजावला नाही. परंपरावादी हिंदूंना मनातून दलवाई कधी आवडलाच नाही. दलवाई मुस्लिम जातीयवादावर जेवढी टीका करीत, फक्त तेवढीच टीका परंपरावादी हिंदूंना आवडत असे. पण हिंदू पुरोगामी विचारवंतांचे स्वरूप असे नाही. ते मोठ्या प्रमाणात बुद्धिप्रामाण्यवादी व परंपरागत समाजरचनेचे विरोधक आहेत. नव्या मूल्यांनी ज्यांचे मन भारावलेले आहे, जे धर्मश्रद्ध नाहीत, जे स्वत:ला जडवादी, बुद्धिप्रामाण्यवादी मानतात अशा पुरोगामी हिंदू विचारवंतांनासुद्धा आरंभीआरंभी दलवाईंना पाठिंबा देण्याचा संकोच वाटला. हे असे का व्हावे याविषयी दलवाईंना नेहमीच आश्चर्य वाटत आले. समाजवादी विचारवंत आपल्याला पाठिंबा का देत नाहीत, ही दलवाईंना सतत भेडसावणारी भीती होती.

पुरोगाम्यांचे दोन भ्रम

पहिल्या भेटीत मी दलवाईंना सांगितले की आपले पुरोगामी विचारवंतसुद्धा दोन प्रमुख भ्रमांच्याखाली वावरत आहेत. हे त्यांचे भ्रम जोपर्यंत दूर होत नाहीत तोपर्यंत आपल्याला त्यांचा पाठिंबा मिळण्याची शक्यता नाही. पुढे मुस्लिम समाजात जर नवविचारधारा रुजवायच्या असतील तर राजकीय कार्य सोडून अपक्ष पातळीवरून

आपण काम केले पाहिजे, असा निर्णय दलवाईंना घ्यावा लागला. ती एक परिस्थितीची गरज होती; पण आरंभाला तरी त्यांची इच्छा समाजवादी कार्यकर्ता व मुस्लिम समाजात सुधारणेचे कार्य करणारा कार्यकर्ता असे जोडकार्य करायची होती. प्रा. शहा यांच्या सहवासात दलवाईंना फेरविचार करून या निर्णयाला यावे लागले की, प्रबोधनकार्य करणाऱ्या कार्यकर्त्याला लोकशाहीतील राजकारण पिढ्या-दोन पिढ्या तरी परवडत नसते.

मी दलवाईंना सांगितले की, आपले कार्यकर्ते दोन भ्रमांखाली वावरत आहेत. या भ्रमातून त्यांची जोवर मुक्तता होत नाही तोपर्यंत आपल्याला त्यांचा फारसा उपयोग होण्याची शक्यता नाही. यांपैकी पहिला भ्रम असा की, या कार्यकर्त्यांना वाटते की मुळात हिंदू आणि मुसलमान यांच्यात काही मतभेदच नाहीत. सर्व गोरगरीब जनतेचे हितसंबंध सारखे सारखे आहेत. हिंदू-मुसलमानांतील भांडणे आपली सत्ता दीर्घजीवी व्हावी म्हणून इंग्रजांनी निर्माण केली, टिकवली व वाढवली; आणि स्वातंत्र्योत्तर काळात काँग्रेस मुस्लिम समाजावर दडपण आणून त्यांची एकत्रित मते घेता यावीत यासाठी ही भांडणे टिकवीत आहे, वाढवीत आहे. जर समाजवादी मंडळींच्या हातात राज्य आले तर ही भांडणे फार लवकर मिटतील. म्हणून या पुरोगामी मंडळींचे मुस्लिम समाजातील परंपरावादी प्रवाहाला प्रमुख उत्तर हे आहे की, सत्ता आमच्या हाती येऊ द्या, मग आम्ही भांडण मिटवून दाखवितो व सत्ता हाती यावी म्हणून तूर्त आम्ही सांभाळून घेतोय. हिंदू व मुसलमानांमध्ये खरे भेदच नाहीत. त्यामुळे मुसलमानांच्या बोलण्या-वागण्याविषयी फार चिंता करण्याची गरज नाही. उलट काँग्रेस पक्षाच्या आहारी मुस्लिम समाजाने राहू नये म्हणून त्यांना धीर देणे, सांभाळून नेणे व त्यांची बाजू घेणे फार आवश्यक आहे, असे या पुरोगामी मंडळींना वाटते. हा सगळाच एक भ्रामकपणाचा पसारा आहे. पण तो आहे याला इलाज नाही. संघटना नसताना मते कशी सावरावी, या चिंतेतून असेच भ्रम जन्माला येत असतात.

सर्व पुरोगामी विचारवंतांचा विशेषतः समाजवाद्यांचा एक लाडका भ्रम आहे, की सर्व प्रश्नांचे मूलभूत स्वरूप आर्थिक आहे. एकदा आर्थिक प्रश्न सुटला म्हणजे उरलेले प्रश्न आपोआपच सुटतील. त्यांचा अनावश्यक विचार करणे बरोबर नाही. सर्व शक्ती आर्थिक प्रश्नांवर केंद्रित केली पाहिजे. उलट समाजवाद्यांना असेही वाटते की, जर आपण आर्थिक प्रश्नांवरून लक्ष बाजूला केले तर प्रतिगामी मंडळी त्याचा फायदा घेतील. मुसलमानांवर जर आपण टीका करीत बसलो तर हिंदू जातीयवादी त्याचा फायदा घेतील. म्हणून धार्मिक व सामाजिक प्रश्नांविषयी गप्प बसून राजकीय व आर्थिक प्रश्नांवर बोलावे. एकदा मूळ तुटले म्हणजे उरलेल्या फांद्या आपोआप खाली येतील. अर्थवादी भूमिकेतील हा एक भ्रामकपणाच आहे.

समाजव्यवस्था अर्थमूलक असतात, हे जरी मान्य केले तरी या व्यवस्था मनात रुजलेल्या असतात. त्यामुळे अर्थव्यवस्था जरी बदलली तरी मन बदलायला विशेषत: आपोआप मन बदलायला किती शतके लागतील, याची खात्री नसते. समाजवादी मंडळींच्या मनात हा अर्थवादाचा भ्रम फार प्रबळ आहे.

दलवाई समाजवादी असले तरी समाजपरिवर्तनासाठी लागणाऱ्या मूलभूत समाजचिंतनाची जबाबदारी त्यांनी पत्करली. कोणतीच अंधश्रद्धा न स्वीकारणारे मूलत: नवे मन आणि त्या मनातील विचार जगासमोर ठेवण्यासाठी लागणारा बंडखोर निर्भयपणा हेच दलवाईंचे सामर्थ्य होते.

■

हमीद दलवाई : पहिले मानवतावादी मुसलमान

● प्रा. अ. भि. शहा ●

श्री. हमीद दलवाई यांच्या निधनाने इंडियन सेक्युलर सोसायटी व मस्लिम सत्यशोधक मंडळाची अपरिमित हानी झाली आहे; परंतु दलवाईंचे मित्र व चाहते मंडळी त्यांनी सुरू केलेल्या कामाची कायम स्वरूपाची हानी होऊ देणार नाहीत, याची मला खात्री वाटते. दलवाईंनी भारतीय मुसलमानांमध्ये सुरू केलेल्या विसाव्या शतकातील सामाजिक क्रांतीच्या चळवळीमुळे ही मंडळी त्यांच्याकडे आकर्षित झाली होती. स्वातंत्र्य आणि मानवीदृष्ट्या समृद्ध व मंगल जीवनासाठी मनुष्याने चालवलेल्या अविरत प्रयत्नांमध्ये कालबाह्य झालेल्या धर्माच्या आदेशांचे पालन करण्याऐवजी त्याने बुद्धिप्रामाण्य व शास्त्रीय दृष्टिकोनाची कास धरावी, असे दलवाईंचे प्रतिपादन होते.

दलवाईंच्या आधी इतर काही मुसलमानांजवळ ही मूल्ये होती; परंतु स्वातंत्र्य, समता, सत्य व करुणा यांसारख्या मानवी मूल्यांचे मूलस्रोत धर्मात नसून मनुष्यमात्रामध्ये अंगभूत असणारी नीतिमत्तेची प्रेरणा आहे, हे समजण्यास आवश्यक असलेली विचारांची स्पष्टता व धाडस त्यांच्याजवळ नव्हते.

या नैतिक प्रेरणेची अभिव्यक्ती वेगवेगळ्या पद्धतीने झाली असली तरी ज्ञानाच्या वाढत्या कक्षा, वाढते जीवनमान, सुरक्षितता व कल्याण शोधण्यासाठी वेगवेगळ्या गटांमध्ये दिवसेंदिवस वाढत जाणारी सहकार्याची निकड यांसारख्या ऐहिक घडामोडींमुळे इतिहासात तिचा विकास वाढती सार्वत्रिकता व सुसंस्कृततेकडे झाला आहे.

श्री. दलवाई रूढ अर्थाने विद्वान नव्हते. आर्थिक अडचणींमुळे ते कॉलेज-शिक्षणही पूर्ण करू शकले नव्हते; परंतु त्यांना तीक्ष्ण बुद्धिमत्तेची देणगी लाभली होती. इतिहास, विशेषत: इस्लाम व त्याने अस्तित्वात आणलेल्या समाजाचा इतिहास, तसेच इतर संबंधित विषयांचा त्यांचा गाढा व्यासंग होता. बुद्धी दाखवील त्या सत्यास सामोरे जाण्यास आवश्यक असलेले धाडस त्यांच्याजवळ होते. भारतात फार थोड्या

विचारवंतांजवळ आपल्याला हा गुण आढळून येईल. त्यांच्या या गुणामुळेच धर्माच्या नावावर मुस्लिमांना गुंगवणाऱ्या कशाचाही विधिनिषेध न बाळगणाऱ्या मुस्लिम राजकीय पुढाऱ्यांच्या व तथाकथित धर्मपंडितांच्या ढोंगबाजीचा पडदा ते फाडू शकले. यामुळे जमाते इस्लामी, सर्व प्रकारचे मुस्लिम राजकीय पुढारी व 'पुरोगामी' मुसलमानांना ते राष्ट्रीय स्वंयसेवक संघापेक्षाही मोठे शत्रू वाटत. ही मंडळी दलवाईंचा एवढा तिरस्कार करीत की, एकही मुस्लिम लीगचा पुढारी, 'राष्ट्रीय' मुसलमान, महाराष्ट्र सरकारचा मुसलमान मंत्री, अथवा दिल्लीमध्ये सत्तेजवळ वावरणाऱ्या मुस्लिम विचारवंतांपैकी एकाही विचारवंताने त्यांच्या दोन वर्षांच्या आजारपणात त्यांची चौकशी केली नाही की दलवाईंच्या निधनानंतर त्यांच्या पत्नीस साध्या दुखवट्याचे एका ओळीचे पत्रही लिहिले नाही.

'रेडियन्स'ने आपल्या ५ जून १९७७ च्या अंकात जे लिहिले व पुणे महानगरपालिकेत आलेल्या शोकप्रस्तावाला एक मुस्लिम नगरसेवकाने ज्या पद्धतीने विरोध केला त्यावरून या देशातील मुसलमानांचे नैतिक अध:पतन कोणत्या थराला गेले आहे, याची कल्पना येते. अमरावती शहरात तर त्यांनी दलवाईंच्या निधनानंतर पेढेही वाटले!

दलवाईंना मुस्लिम मानस कळत होते; परंतु आपल्या विरोधकांबद्दल त्यांच्या मनात शत्रुत्वाची अथवा तिरस्काराची भावना नव्हती. अतिशय कठीण परिस्थितीत त्यांनी विरोधकांशी सामना दिला. तीन वेळा त्यांच्यावर हल्ले करण्यात आले. एखाद्या ध्येयाने झपाटलेला माणूसच हे करू शकतो. आपल्या विरोधकांशी चांगले संबंध ठेवण्यासाठी ते विशेष प्रयत्न करीत. विरोधकांना त्यांनी कधी वाळीत टाकले नाही.

दलवाई स्वत: नास्तिक होते; परंतु आपण मुसलमान आहोत याचा त्यांना मौलाना आझाद यांच्याप्रमाणेच अभिमान वाटत होता. प्रेषित महंमदाने सांगितलेला धर्म एवढाच इस्लामचा अर्थ ते घेत नसत, तर त्या धर्माने जन्मास घातलेल्या संस्कृतीचाही ते 'इस्लाम' या संज्ञेत समावेश करीत. त्यांनी इस्लामकडे चिकित्सक वृत्तीने पाहिले. जे चांगले होते त्याचा स्वीकार केला; जे वाईट होते ते कोणत्याही प्रकारचे आढेवेढे न घेता नाकारले, आणि असे करताना सनातनी किंवा तथाकथित आधुनिक मुसलमान विचारवंतांप्रमाणे 'इस्लाममध्ये नंतर घुसडण्यात आलेल्या गोष्टी' असा खुलासा करून ते मोकळे झाले नाहीत. अशी दृष्टी ठेवणारे ते भारतातील नव्हे तर जगातील एकमेवाद्वितीय मुस्लिम विचारवंत होते. इस्लामच्या इतिहासात ते मार्टिन ल्यूथरपेक्षाही मोठे होते. आपल्या मानवतावादी श्रद्धेचा उद्‌घोष करावयास न घाबरणारे असे इस्लामी जगातील पहिले 'पूर्ण मानवतावादी' असे त्यांचे वर्णन करावे लागेल.

■

इतिहासातील मानाचे पान

● श्री. ज. जोशी ●

हमीद दलवाई यांची आणि माझी ओळख कशी झाली, हे आठवताना बुद्धीला ताण द्यावा लागतो. सामान्यपणे कोणत्याही व्यक्तीच्या ओळखीचा पहिला प्रसंग मला स्पष्टपणे आठवतो. त्या ओळखीचे पुढील आयुष्यातील टप्पेही स्मरतात; परंतु तसे हमीदबद्दल म्हणता येत नाही. हमीद पुण्यास माझ्या घरी बऱ्याच वेळा येई. आमच्या गप्पाही खूप रंगत. तो माझी थट्टा करी व स्वतःच त्याच्या विशिष्ट लकबीमध्ये खूप हसे. त्याच्याबरोबर झडलेल्या गप्पांच्या मैफली आठवतात, परंतु त्याची पहिली ओळख स्मरत नाही. असे का होत आहे कोणास ठाऊक?

त्याची आणि माझी ओळख मी मुंबईस नोकरी करीत असतानाच झाली असावी. मला वाटते मौज ऑफिसमध्ये आम्ही प्रथम भेटलो असणार. मी त्या दिवसांत संध्याकाळी मौज कचेरीत बऱ्याच वेळा जाई. एकदा मी राम पटवर्धन यांना म्हटले, ''या अंकातील 'कफनचोर' ही गोष्ट उत्तम आहे. मला फार आवडली; परंतु त्या गोष्टीची मध्यवर्ती कल्पना एका इंग्रजी कथेवरून घेतली आहे असे मला वाटते...'' माझे हे बोलणे चालू असतानाच एक तरुण तरतरीत व्यक्ती आत आली. राम पटवर्धन म्हणाले, ''त्या गोष्टीचा लेखक हमीद दलवाईच इथं आला आहे. तुमचं मत त्याला सांगा.''

आकर्षक व्यक्तिमत्त्व

कोणत्याही व्यक्तीच्या प्रथम भेटीच्या वेळी मी तिला नीट न्याहाळतो. त्याप्रमाणे मी हमीदकडे रोखून पाहिले. आकृती सडसडीत होती. अंगावर पांढरीशुभ्र पँट आणि मला वाटते खादीचा मॅनिला होता. वर्ण तांबूस-गोरा होता. त्याच्या शरीराचे 'टेक्स्चर' खरोखरच अप्रतिम होते. कोकणी माणसांत मुलायम गोरे आणि अगदी काळे असे

दोन्ही प्रकारचे लोक आढळतात. लो. टिळक, महर्षी कर्वे ही कोकणी माणसे काळी आणि थोडीफार कुरूपच होती. सुदैवेकरून हमीदने कोकणी मुलायम कांती उचलली होती. त्याचे डोळे किंचित् हिरवी झाक असलेले होते. बोलता बोलता डोळे बारीक करून हसण्याची त्याची लकब आहे, हे माझ्या तेव्हाच लक्षात आले. तसे हसताना तो खूपच आकर्षक दिसत होता.

हजरजबाबीपणा

त्या दिवशी आम्ही त्याच्या गोष्टीवर बोललो आणि बरोबरच मौज ऑफिसच्या खाली उतरलो. समोरच्या कोपऱ्यावर इराण्याचं हॉटेल आहे, तिथे बसून चहा घेतला. तो चिपळूणनजीकच्या एका खेड्यातला आहे असे त्याने मला सांगितले. माझे काही नातेवाईक चिपळूणचे असल्यामुळे आमच्यात थोडी जास्त आपुलकी निर्माण झाली. ''चित्पावन ब्राह्मणासारखे दिसता!'' त्यावर तो उपहास करीत म्हणाला, ''तुम्हा ब्राह्मण लोकांचं हेच विशेष आहे... मी जर तुम्हाला म्हटले की तुम्ही चित्पावन वाटत नाही कोकणी मुसलमानासारखे दिसता. तर तुम्हाला काय वाटेल?''

त्याचा घाव माझ्या वर्मी बसला आणि मी थोडा वेळ अस्वस्थ झालो. तो मला सांगत होता, ''आम्ही लोक अगदी तुमच्यासारखे दिसतो. एवढेच नाही तर तुमची काही आडनावेही आमच्यात आहेत... खरे, भावे, पटवर्धन वगैरे आडनावांची कोकणी मुसलमान घराणी तुम्हांस पाहावयास मिळतील.''

आचार्य अत्रेंबद्दल आदर

पुढे त्याच सुमारास हमीद 'मराठा' वर्तमानपत्रात नोकरीला लागला. 'मराठा'चे एक उपसंपादक माझे चांगले मित्र असल्यामुळे मी त्यांच्याकडे मधूनमधून गप्पा मारण्यास जात असे. हमीदही तिथे असेच. माझे ते उपसंपादक मित्र पूर्वी कम्युनिस्ट पक्षाचे सभासद होते. त्यांचे वाचन तर खूप होतेच, पण महाराष्ट्रातील राजकारणाचे प्रत्यक्ष ज्ञानही त्यांना भरपूर होते. आमचे मग एक त्रिकूटच बनले आणि तास तास गप्पा झाडायला लागल्या. त्या वेळी हमीद राजकारणात किंवा समाजकारणात पुढच्या आयुष्यात इतका भाग घेईल असे कधीही वाटले नाही. लेखनामध्येच त्याला रस होता व आपण लेखक व्हावे अशी त्याची आकांक्षा होती. तो तेव्हा मराठी खूप वाचत असे. कित्येक वेळा सुचलेल्या कथा तो आम्हाला सांगे आणि त्यावर खूप चर्चा होई. आचार्य अत्रे यांच्याबद्दल त्याला अत्यंत आदर होता. त्यांनी त्याला संकटकाळात नोकरी दिली होती; पण नोकरीची कोणतीही बंधने त्याच्यावर लादली नव्हती. त्याने केव्हाही यावे आणि केव्हाही जावे असे होते. त्याने उत्तम लेखक व्हावे, अशी अत्रेंची अपेक्षा असावी.

'इंधन' कादंबरी

त्यानंतर एक-दोन वर्षांतच त्याची 'इंधन' ही कादंबरी 'मौज'सारख्या मातब्बर संस्थेने काढली व लेखक म्हणून तो प्रकाशात आला. ती कादंबरी चिपळूणजवळच्या खेड्यातील मुसलमान समाजावर आहे. तिच्यात एका हिंदू कुटुंबाचे व मुलांचे चित्रण आहे. कादंबरीतील व्यक्तिचित्रे ठसठशीत आहेत. त्या कादंबरीवरही आमच्या चर्चा झाल्या. आपल्या वडिलांचे व इतर काही नातेवाइकांचे वर्णन त्या कादंबरीत आहे असे त्याने म्हटल्याचे स्मरते.

त्या निमित्ताने त्याची बरीचशी कौटुंबिक माहिती मला मिळाली. कोकणातले बरेचसे मुसलमान आफ्रिकेशी व्यापार करीत व गबर होत. त्याच्या वडिलांनी व्यापार केला, परंतु ते श्रीमंत झाले नाहीत. ते खाऊनपिऊन सुखी होते इतकेच! त्यांनी तीन बायका केल्या, त्यापैकी दुसरीचा मुलगा हमीद. घराबद्दल हमीदला विशेष बंध असावेत असे तेव्हा मला वाटले नाही.

तेव्हाच बहुधा त्याचे लग्न झाले. मी त्याच्या घरी एक-दोनदा गेलो होतो. मला तो सोवळा ब्राह्मण समजत असे. एकदा संध्याकाळी गेलो असताना तो बायकोला म्हणाला, "अगं, हा ब्राह्मण आपल्या घरी आला आहे. त्याला चहा देऊन आपण बाटवूया." ...मी हसत म्हटले, "बाटवायचेच असले तर नुसत्या चहावरच कशाला मटन-मुर्गी दिलीत तर बरे." मी मांसाहार करू शकतो याचे त्याला फार नवल वाटले. पुढे मी एक दोनदा त्याच्या घरचा पाहुणचार घेतला.

पुढे माझी बदली परत पुण्याला झाली आणि हमीदला मी जवळजवळ विसरून गेलो. मध्यंतरीच्या काळात त्याच्या गोष्टीही येईनाशा झाल्या; पण हळूहळू त्याचे नाव मुस्लिम समाजसेवक म्हणून गाजायला लागले. एकदा अचानक तो मला जिमखान्यावर भेटला. त्याच्या बरोबर आणखी दोघातिघांचा परिवारही होता. तो 'पूनम'वर होता. मला त्याने आग्रहाने तिकडे नेले व आम्ही खूप बोललो.

नवा अवतार

त्याच्या व्यक्तिमत्त्वातील फरक मला एकदम जाणवला. पूर्वी तो काहीसा संकोची, अबोल स्वभावाचा आणि वाङ्मयाच्या प्रेमाने झपाटलेला असे. आता तो एखाद्या पुढाऱ्याप्रमाणे निराळा दिसायला लागला होता. तो सतत बोलत होता. बोलता बोलता खांदे उडवून आसपासच्या लोकांकडे पाहत होता. आपल्या वक्तव्याचा परिणाम इतरेजनांवर काय होत आहे, याचा अंदाज घेत होता. त्याने मध्येच मला माझ्या लेखनाबद्दल विचारले. पण मी त्याला तसे विचारलेच नाही; कारण त्याच्यातला लेखक संपलेला आहे आणि त्याने नवा अवतार घेतला आहे, हे माझ्या चटकन लक्षात आले.

नंतर तो पुण्यास आल्यावर मला निरोप पाठवायचा व मी त्याच्या हॉटेलमध्ये एका रात्री गप्पा मारायला जायचे असा कार्यक्रम सुरू झाला. त्याने बोलायचे व मी ऐकायचे असेच पुढे झाले. तो नेहमी फिरतीवर असे. त्यामुळे त्याला देशातील अनेक गोष्टींविषयी खास माहिती असे. उत्तर प्रदेशात, बिहारमध्ये किंवा बंगालमध्ये मुसलमान समाजाची परिस्थिती काय आहे व तेथील मुसलमान विचारवंतांशी आपण कशा चर्चा केल्या हे तो विस्ताराने सांगे. मुसलमान समाजातील स्त्रियांची स्थिती हिंदू स्त्रियापेक्षा कितीतरी पटीने अनुकंपनीय आहे, हे मला त्याच्याकडून कळले. अजूनही मुसलमान स्त्रिया मध्ययुगीन समाजरचनेत आहेत आणि काँग्रेसचे सरकार हिंदूधर्मीयांची अनेक प्रकारांनी सुधारणा करीत असताना मुसलमान समाजाला जुनाटपणामध्ये मुद्दामच कसे खितपत ठेवत आहे, हे तो आवेशाने सांगे. मुसलमान समाजात 'तलाक' हा भयंकर प्रकार आहे. कोणत्याही विवाहित स्त्रीला नवरा अगदी क्षुल्लक कारणामुळे तलाक देऊ शकतो. अशा तलाकपीडित स्त्रियांची एक परिषद त्याने बोलावली होती. त्याचे धैर्य अपूर्व होते. अशा तऱ्हेची परिषद तोपर्यंत भारतातील मुसलमान समाजामध्ये झालेली नसावी. त्या परिषदेस मी यावे आणि त्या स्त्रियांच्या मुलाखती घेऊन एखादा लेख तयार करावा, असा त्याचा आग्रह होता. त्या वेळी उपस्थित झालेल्या काही कौटुंबिक अडचणीमुळे मला तेथे जाणे शक्य झाले नाही. आपल्या लेखकांना मुसलमान समाजाचे ओझरतेदेखील दर्शन झालेले नाही. त्यामुळे ते वाटेल ते लिहितात, असे हमीदचे म्हणणे होते. हमीदच्या सहकाऱ्यांबरोबर हिंदून माझ्यासारख्या लेखकांनी समाजदर्शन घ्यावे अशी त्याची इच्छा होती. हमीद व माझ्या अनेक बैठकी झाल्या, त्यात तोच विषय प्रामुख्याने असे.

पुढे त्याला असाध्य रोगाने पछाडले तेव्हा मी भेटण्यास मुंबईस गेलो होतो. त्याचे हास्य वगैरे तसेच होते. पण तो आतून खचला होता. मृत्यूची चाहूल त्याला लागली होती. वरवर फक्त आनंदाचा देखावा होता.

भाग्याची गोष्ट

हमीदचे लेखन संपले ती गोष्ट मुसलमान समाजाच्या दृष्टीने फार भाग्याची झाली असे मी समजतो. तो लेखक राहिला असता तर इतर चार-दोन लेखकांप्रमाणे काही कथा-कादंबऱ्या त्याच्या नावावर पडल्या असत्या इतकेच; परंतु कार्यकर्ता झाल्यावर त्याने फार अवघड कामाला हात घातला व अक्षरश: लोखंडाचे चणे खाऊन मुसलमान समाजाचे प्रबोधन केले. गंज पेठेत त्याच्यावर मुसलमान समाजाने खुनी हल्ला केला, त्यानंतर एक-दोन दिवसांनी मला तो भेटला होता. त्याच्या डोळ्यांतली लकाकणारी निर्भयता आणि बोलण्यातील आत्मविश्वास मी कधीही विसरणार नाही.

इतिहासात मानाचे पान

राजकीय क्षेत्रात काम करणाऱ्यांपेक्षा समाजप्रबोधन करणाऱ्यांचे जीवन खडतर असते. त्याला स्वत:च्याच समाजबांधवांकडून फार त्रास होतो. त्याचा संपूर्णपणे नायनाट करण्यासाठी त्याचेच बांधव हातांत शस्त्र घेऊन उभे असतात. त्या सर्वांना प्रेमाने जिंकून त्यांना नवविचारांची प्रेरणा देण्याचे खडतर काम त्या समाजसुधारकास करावयाचे असते. महात्मा ज्योतिबा फुले किंवा आगरकर यांचा हिंदू समाजाने अनन्वित छळ केला. मुसलमान समाज हा स्वभावत:च आक्रमक असल्यामुळे त्या समाजाने हमीदला अनंत प्रकारांनी छळले असेल. इतके हाल सोसून मुसलमान समाजामध्ये नवविचार त्याच्याच प्रयत्नामुळे झिरपले असावेत. नवविचाराची प्रक्रिया एकदा सुरू झाली म्हणजे ती थांबत नाही. हमीदच्या त्यागाने मुसलमान समाजातील स्त्रियांची अनुकंपनीय अवस्था आणखी पाच - पन्नास वर्षांनी संपेल. तो समाज जास्त निरोगी होऊन भारतीय जीवनाशी एकरूप होईल.

हमीदच्या कार्याचे महत्त्व आज कदाचित कळणार नाही; पण भारताच्या इतिहासात त्याच्यासाठी मानाचे पान ठेवले जाईल हे निश्चित.

■

असे होते हमीदभाई

• सय्यदभाई •

हमीदभाई आमच्यातून एकाएकी निघून गेले, यावर अजिबात विश्वास बसत नाही. हमीदभाई गेल्याचा धक्का असा बसला की त्यातून मी अजून बाहेर पडू शकत नाही. आताशी कोठे पुरोगामी विचार प्रबोधनाचे कार्य मुस्लिम समाजात रुजत होते. हिंदू समाजात अनेक सुधारक होऊन गेले. हिंदू समाज हा तसा धर्माने बांधलेला नाही, तर रूढीने बांधलेला आहे. तरी त्याला अनेक धक्के द्यावे लागले! इथलं तर विचारू नका. एक धर्म, एक खुदा, एक पैगंबर, एक कुरआन (त्यातले एक अक्षरही बदललेले नाही.) एक शरियत, एक हदीस, आणि 'सारे दुनिया का मुसलमान एक' असा हा जगातला मुस्लिम समाज आणि त्या समाजाचा जातीयवाद, स्त्रीवर अन्याय करणारे धार्मिक कायदे, धार्मिक कडवेपणा या सर्व गोष्टींविरुद्ध जिहाद (लढा) करणारे एकटे एक हमीदभाई!

विचार करा, किती कठीण कार्य हमीदभाईंनी हाती घेतले होते. हमीदभाई काय म्हणत? ते म्हणत, आपण मुसलमान नंतर बनू, आधी इन्सान बनू या. एकदा का इन्सान बनलो की सर्व प्रश्नांबाबत इन्सान म्हणून विचार करू. जर का नुसते मुसलमान राहिलो तर फक्त मुसलमानांचा विचार करू. कोणत्याही माणसाला माणूस म्हणून जगता आले पाहिजे. माणसेच माणसाला धर्माच्या टाचेखाली पशू म्हणून जगवतात. हमीदभाई म्हणाले, आता आपण फक्त माणूस आणि माणुसकी म्हणून विचार करू, तर मुल्ला, मौलवी, राजकीय पुढारी म्हणाले, 'आम्ही फक्त मुसलमान और इस्लाम इतकाच विचार करू. याच्या पलीकडे आम्ही जाणार नाही आणि जो धार्मिक कायद्याचा गैरवापर करील तो नरकात जाईल!' हमीदभाईंचा सवाल : मेल्यानंतरची तुम्ही काळजी कराल, जित्याची का नाही?

गुन्हेगारीचे कायदे पुरुषाच्या सोईचे नाहीत म्हणून ते बदलून सौम्य करून

घेतले. कारण काय, तर काळ बदलता आहे. गुन्हेगार नष्ट करायचा नसून गुन्हा नष्ट करायचा आहे. तर हमीदभाई विचारीत, मग अन्यायकारक सामाजिक कायदा का बदलत नाही? त्यावर उत्तर : यहाँ हमारी हुकमत नहीं है और शरियत कायदे बदलनेका हक्क सिर्फ मुसलमानको है - गैरोंको नहीं. मग हमीदभाई म्हणत याचा अर्थ असा की दिल्ली आमच्या ताब्यात द्या, नाही तर गप्प बसा. आम्ही आमचे चालू ठेवू.

एका बाजूला हमीदभाई, दुसऱ्या बाजूला गल्ली ते दिल्लीतील मुस्लिम राजकीय व धार्मिक पुढारी यांची चर्चा सतत चालू असे. हमीदभाई कोठे गेले नि चर्चा झाली नाही, त्यांना काफर ही पदवी मिळाली नाही, असे कधीच झाले नाही. हमीदभाईंच्या प्रश्नाला उत्तर देता आले नाही की मंडळी म्हणत, तुम्ही हेच कार्य का करता? त्यावर हमीदभाई म्हणत, ''सर्व मुसलमान आपलं सोडून सगळ्या जगाचे बोलतात; मी फक्त आपलंच बोलतो; कारण ज्यांना आपला समाज सुधारता येत नाही त्यांनी जगाच्या गप्पा मारू नये. तर आधी आपल्या घरातली घाण काढू या.'' यावर मंडळी हमीदभाईंना चहा देऊन, आपण परत बसू, म्हणून निघून जात.

वाह्यात प्रश्न

असे हमीदभाई समाजाशी सत्यासाठी सतत झगडत राहिले. एकदा हमीदभाईंचे भाषण सोलापुरातील झाकीर हुसेन चौकात रात्री होते. मी बरोबर होतो. चौकातील एका हॉटेलात चहासाठी आम्ही गेलो. हमीदभाईंना गराडा पडला. प्रश्नांची सरबत्ती सुरू झाली. विरोधकांना त्यांच्या प्रत्येक प्रश्नाचे उत्तर मिळत होते. प्रश्न संपत आले, तेव्हा काही मुलांनी हमीदभाईंची टर उडवायला सुरुवात केली; पण हमीदभाई चिडले नाहीत. एकाने प्रश्न विचारला, ''का हो, तुम्ही तुमचे नाव हमीद दलवाई असे लावता. याचा अर्थ तुम्हाला तुमचे बाप कोण हे माहीत नाही की तुम्हाला बाप नाहीच?'' यावर खो खो करीत ती सगळी पोरं जोरात हसली. मी चिडलो. मला राग आला. हमीदभाई मात्र सिगारेट ओढत शांतपणे म्हणाले, ''सांगतो सांगतो, याचेही उत्तर देतो.'' आता ती पोरं अगदी शांत होती. त्यांना हमीदभाईंचे उत्तर ऐकायचे होते. नंतर परत टर!

हमीदभाई म्हणाले, ''असे आहे, तुमच्या म्हणण्याप्रमाणे माझे वडील नेमके कोण हे मला माहीत नाही, त्याप्रमाणे तुमचे वडील कोण हे तुम्हीही नेमके सांगू शकत नाही; कारण जन्मल्यानंतरच तुम्हाला आईने वडील दाखवले. त्यावर विश्वास ठेवण्यापलीकडे तुम्ही तरी काय करणार? का आईलाही विचारणार हेच

माझे वडील कशावरून? तर आपण अशा फालतू-वाह्यात चर्चेत वेळ घालवू नये. मला आपले असे वाटते.'' त्यावर सर्व हॉटेलात चिडीमिडी-गुपचूप. हमीदभाईंचा वादविवाद म्हणजे अतिशय मुद्देसूद. विरोधकांची त्यांनी कधी टर उडवली नाही. शेवटी ते असे म्हणत की या विषयावर आपली मते भिन्न आहेत तरीपण आपण भेटू. ज्या मुद्द्यावर आपले एक मत असेल त्याच्यावर बरोबर काम करू.

किंमत द्यावी लागेल

जगातल्या एखाद्या विषयाची त्यांना माहिती नाही असे मला कधीही वाटले नाही. मी हमीदभाईंना सोळा सोळा तास सतत वादविवाद करताना पाहिले आहे. आम्ही एकदा दिल्लीला गेलो होतो. मंडळाच्या कार्यासंबंधी दिल्लीत अनेकांशी चर्चा व्हायची. लोक थक्क होत असत. महाराष्ट्रात राहणारा हा माणूस दिल्लीकरांवर उर्दू बोलतो!

हमीदभाई म्हणत, ''समाज आपल्यावर चिडून आहे, हा त्याचा अधिकार आहे. आपण त्यांच्या चुका दाखवतो ना, मग आपल्याला त्यांची टीका सहन करावी लागेल. प्रत्येक कामाची किंमत द्यावी लागते.''

दिल्लीला 'परचमे हिंद' साप्ताहिकाचे संपादक जनाब अनिसुर रहेमान यांना आम्ही भेटलो. ते हमीदभाईंना म्हणाले, ''क्यूँ अपना किमती वक्त बरबाद करते हो? कुछ लिखो, पैसा कमाओ. यह कौम सुधरनेवाली नहीं!'' त्यावर हमीदभाई म्हणाले, ''असे नाही. मी जर नुसता बसून राहिलो तर काळ हा जातच राहणार, मग आपल्याला शक्य आहे तोवर काम करीत राहिले पाहिजे असे मला वाटते.''

हमीदभाईंच्या अनेक आठवणी आहेत. त्यांच्याकडून खूप शिकायला मिळाले. त्यांना कार्यासंबंधी वा राजकारणासंबंधी एखादा प्रश्न विचारा. मग हमीदभाई त्याचे सविस्तर उत्तर तर देणारच; पण त्याचबरोबर त्या प्रश्नाचा मागचा पुढचा संपूर्ण इतिहासही सांगणार!

आनंदावर विरजण

कोल्हापूरच्या शिक्षण परिषदेतील गोष्ट. त्या दिवशी परिषदेतील उपस्थिती पाहून हमीदभाई व आम्ही सर्व कार्यकर्ते अतिशय आनंदात होतो, आणि त्याच रात्री हमीदभाईंची तब्येत बिघडली. रात्रभर सारख्या उलट्या होत होत्या. दुसऱ्या दिवशी दिवसभर हमीदभाई झोपून राहिले. परिषदेला आले नाहीत. सर्वांनाच वाईट वाटले. डॉ. कुमार सप्तर्षी व डॉ. अनिल अवचट परिषदेला आले होते, त्यांनी तपासले. 'काळजीचे कारण नाही. पित्त झाले आहे. आराम करा' म्हणाले. एका दिवसात हमीदभाई बरे झाले! ही रोगाची सुरुवात आहे, हे कोणाच्याही

लक्षात आले नाही. त्यानंतर त्यांच्या प्रकृतीच्या तक्रारी सारख्या सुरू झाल्या.

किडनी बसवल्यानंतर ते काही काळ बरे झाले. ते म्हणत, ''या किडनीचा काही भरवसा नाही. एखादे वेळी दहा वर्षेही चालेल किंवा वर्षभरात 'रिजेक्ट'ही होईल!'' मृत्यूबद्दल इतक्या सहजतेने बोलणारा माणूस मी अजून पाहिलेला नाही.

हमीदभाई गेले, सर्व संपले, असे विरोधक म्हणतात; परंतु दलवाईंचे अनुयायी त्यांनी दाखवलेल्या मार्गाने मंडळाचे कार्य चालू ठेवतील, याबाबत कोणीही शंका बाळगू नये.

■

हमीद दलवाई नव्या प्रबोधनाचा उद्‌गाता

● प्रा. वि. अ. शेख ●

'देवास न मानणारा देवमाणूस' असे आगरकरांच्या बाबतीत म्हटले जाते. हमीदही असाच देवमाणूस. हमीदला असा 'आगरकर' होणे मात्र धोक्याचे होते.

फुले, आगरकर, आंबेडकर, सावरकर असले प्रखर समाजसुधारक किंवा त्यांचे विचार पचविण्याची उदारमतवादी परंपरा हिंदूंच्याप्रमाणे मुस्लिम समाजामध्ये नाही. फुले, आगरकर यांनाही विरोध झाला. आगरकरांची जिवंतपणी प्रेतयात्रा काढण्यात आली; पण हमीद हा काही मुसलमानांच्या हिशेबी काफर होता. दोन वेळा त्याच्यावर प्राणघातक हल्ला करण्याचा प्रयत्न झाला. त्यांच्या साथीदारावरही अमरावती येथे प्राणघातक हल्ला चढविण्यात आला होता.

माणुसकीचे अधिकार ज्यांना घरातही नाहीत व घराबाहेरही नाहीत, अशा अवस्थेत जगण्याचे ह्या देशातल्या मुसलमानांच्याच नव्हे तर असंख्य स्त्रियांच्या नशिबी लिहिलेले आहे. दलित समाजातील पुरुषदेखील त्यांच्या स्त्रियांना प्रतिष्ठेने वागवतात असे नाही. ह्या देशातल्या बहुसंख्य स्त्रियांचे जगणे म्हणजे नाना प्रकारच्या खस्ता काढीत पिचत पिचत एके दिवशी मरून जाणे एवढेच आहे. मुस्लिम स्त्रियांच्या दुर्भाग्याला तर सीमा नाही.

फुले, आगरकर, कर्वे यांच्या तोलाचा एखादा झुंजार पुरुष, मुस्लिम समाजाने बुद्धिप्रामाण्येची कास धरावी म्हणून निकराने परंतु वैचारिकतेच्या आयुधाने लढणारा एखादा क्रांतिकारक पुरुष मुस्लिम समाजात निर्माण होतो. हे भाकित एखाद्या भविष्यवेत्त्यालाही करता आले नसते; परंतु हमीदच्या रूपाने तसा माणूस मुस्लिम समाजात महाराष्ट्रामध्ये होऊन गेला, अशी नोंद महाराष्ट्राचा सामाजिक इतिहास लिहिणाराला करावी लागेल. हमीदचा पिंड खऱ्या कार्यकर्त्याचा होता. समाजामध्ये पुरोगामी विचार मांडणारे अनेक असतात; पण निश्चित कार्यक्रम घेऊन तो राबविणाऱ्यांची

संख्या कमी असते. हमीदने आपल्या छोट्याशा सामाजिक जीवनात यापुढे काही शतके लढाव्या लागणाऱ्या लढ्याची सुरुवात केली होती.

धर्मभावनांचा घातक प्रभाव

हिंदू समाजामध्ये सुधारणेचे काम करणे त्या मानाने सोपे आहे; पण मुस्लिम समाजामध्ये तसे नाही. धर्मशास्त्र धाकदपटशा या मार्गाने समाजसुधारकाचे जीवन असह्य केले जाते. धर्माच्या नावाखाली अनेक आपत्ती असंख्य जिवांच्या पाठीमागे केवळ त्यांचा स्त्री जन्म आहे म्हणून माथी टांगल्या आहेत. या स्त्रियांच्या यातनांची हमीदला जाणीव होती. त्यांच्या दुःखाला वाचा फोडण्यासाठी कोणी धजावत नाही, हेही त्याला माहीत होते. धर्म ही चीज मानवी जीवनाचा कसा व कितपत छळ करू शकते, हे त्याने वयाच्या चौदाव्या वर्षांपासून अनुभवले होते. मुस्लिम स्त्रीला खुली हवा व प्रकाशही धर्माने नाकारलेला. सामाजिक सुधारणेबाबत हिंदू समाजही संपूर्ण पुढारलेला नाही; पण मुस्लिम समाजाची स्थिती याबाबत भयानक आहे. धर्माचा पगडा फार मोठ्या प्रमाणात समाजावर आहे. बोहरी समाजाची काय अवस्था आहे, हे नाथवानी कमिशनच्या निष्कर्षावरून लक्षात येते. किंवा आपण असगरअली इंजिनियरबरोबर याबाबत बोललो तर हे लोक कोणत्या युगात वावरत आहेत, याचेच आश्चर्य वाटते.

याबाबत आपण थोडे मागे वळून पाहिले तर आपणास १९०९ च्या बंगाल फाळणीपर्यंत जावे लागेल. १८५७ च्या स्वातंत्र्यसंगरातील हिंदू-मुस्लिमांचे ऐक्य पाहून ब्रिटिशांचे पित्त खवळले व त्यांनी 'फोडा व झोडा' याचा अवलंब केला. अल्पसंख्य म्हणून दिलेल्या सवलतींनी हा समाज धर्म या कल्पनेवर संघटित झाला. त्याची भलीबुरी फळे पुढील कालावधीमध्ये आपणास दिसून आली. राष्ट्रीय प्रश्नाबाबतही आपले वेगळेपण जोपासण्याची भावना मुसलमानांमध्ये निर्माण झाली. समान नागरी कायद्याला विरोध, द्विभार्या प्रतिबंधक कायद्याला विरोध, वंदे मातरम् बाबतची भूमिका हे जणू काही आपले खास धार्मिक हक्क आहेत, अशी भावना त्यांच्यामध्ये निर्माण झाली. जातीयवादी मुस्लिमांनी ही भावना चेतविण्याचे प्रयत्न केले व आमच्या सगळ्याच राजकीय पक्षांनी एकगठ्ठा मतासाठी त्यांची तळी उचलली, प्रसंगी अनुनय केला.

हमीदने हे सर्व स्पष्ट करण्यास सुरुवात केली म्हणून त्याच्यावर राग. हमीद तसा हाडाचा साहित्यिक, त्याची 'इंधन' कादंबरी गाजली. लाटेमधील त्याच्या एका कथेची तुलना शरद साहित्याशी करण्याचा मोह पु. लं. ना व्हावा, यातच सारे आले. तो 'मराठा'चा सहसंपादक झाला. लोहियांच्या विचारांची त्याच्यावर छाप होती.

मुस्लिम सत्यशोधक मंडळ

या मंडळाची १९७० मध्ये स्थापना करून तो सुखावला. त्याने मंडळाचे कार्य झपाट्याने वाढविले. महाराष्ट्रभर मंडळाच्या शाखा वाढविल्या. मुंबईला सोशल कॉन्फरन्स, कोल्हापूरला शिक्षण परिषद, पुण्याला तलाकपीडित स्त्रियांचा मेळावा असे विविध कार्यक्रम घडवून आणले. मुस्लिम स्त्रियांना त्याने बोलते केले. ही त्याची फार मोठी कामगिरी, भारतीय मुस्लिम कितीही विद्याविभूषित झाला, संपन्न झाला, मंत्री झाला, नेता झाला तरी त्यांच्यामध्ये बुद्धिप्रामाण्यता अगदी अपवादात्मक असते ही वस्तुस्थिती आहे. नाही तरी छगला, हमीद अशी उदाहरणे हाताच्या बोटावर मोजण्याइतकीच.

मुस्लिम सत्यशोधक मंडळाची भूमिका मुस्लिमांनी समजून घ्यावी. त्यांना धर्मामध्ये हस्तक्षेप करावयाचा नसून सामाजिक सुधारणा करावयाच्या आहेत. कालबाह्य रूढींना फाटा द्यावयाचा आहे. जग झपाट्याने बदलत आहे. बदलत्या जगाबरोबर आपल्या समाजाला पुढे नेण्याचे काम करावे. आज तरी शांत चित्ताने मुस्लिमांनी हमीदला व त्याच्या कार्याला समजून घ्यावे. मंडळाच्या कामाला मदत नाही तर निदान विरोध करू नये. मौलाना आझादांसारख्या धर्मनिष्ठ व विद्वान व्यक्तीला मुस्लिमांनी साथ दिली नाही. मात्र, बॅ. जिनासारख्या धर्मामधील काहीही न जाणणाऱ्याला नेतृत्व दिले व त्याचा परिणाम पाकिस्ताननिर्मितीत झाला.

स्वत:ला मोठे म्हणवून घेणाऱ्यालाही आपली जात विसरणे जड जाते, हे आपण पाहतो. एवढेच नव्हे तर जातीच्या आधाराने राजकारण खेळले जाते. अशा वेळी मुस्लिम समाजामधील हमीदचे कार्य असामान्य आहे.

लोभस व्यक्तिमत्त्व

हमीदचे व्यक्तिमत्त्व लोभस होते. थोडा वेळही त्याच्याशी बोलणारा प्रभावित होत असे. त्याची बोलण्याची एक विशिष्ट प्रकारची ढब होती. डोळे किलकिले करून मध्येच हाताला धक्का देत त्याचे बोलणे चालू असे. आपल्या विरोधी मताच्या माणसालाही तो समजून घेत असे. आपल्या आयुष्यातील रसिकतेला त्याने रजा दिली नाही. जुन्या गायकांच्या, त्याचप्रमाणे शास्त्रीय संगीताच्या रेकॉर्ड ऐकण्याचा त्याला छंद होता, नावीन्याचा हव्यास होता.

त्याच्या व्यक्तिमत्त्वाचा आणखी एक विशेष असा की, त्याच्याशी बोलणारा इतका एकरूप होत असे की तो हमीदला एकेरी नावाने संबोधण्यास प्रवृत्त होत असे.

निर्भीड कार्यकर्ता

मुस्लिम समाजामध्ये निर्भीडपणे विचार मांडणारी माणसे फार थोडी. त्यामुळे हमीदची उणीव दीर्घ काळपर्यंत जाणवणार. त्याचे अपुरे कार्य पुढे चालविण्याची जबाबदारी मुस्लिम सत्यशोधक मंडळावर आहे. मुस्लिम प्रबोधनाची चळवळ जगव्यापी स्वरूप प्राप्त करू शकेल का, ते आज सांगता येणार नाही; पण 'मुस्लिम सत्यशोधक मिटाव' असा एककलमी कार्यक्रम हाती घेणाऱ्यांनाही यश मिळणार नाही. पुढील काळामध्ये मुस्लिम प्रबोधनाचे कार्य ज्यांना वाढवावयाचे असेल त्यांच्यासाठी हमीदने पार्श्वभूमी तयार करून ठेवली आहे. त्यादृष्टीने महाराष्ट्राच्या किंबहुना भारताच्या मुस्लिम सामाजिक सुधारणेच्या इतिहासात हमीदने स्वत:चे असे स्वतंत्र स्थान निश्चित निर्माण केले आहे. स्वत: खडतर वाटचाल करून तो एका नव्या प्रबोधनाचा उद्गाता ठरला.

■

हमीद दलवाई : निर्भय विचारवंत

• विवेक पुरंदरे •

१९७० मध्ये मुस्लिम सत्यशोधक मंडळाची स्थापना झाली. त्याची प्रेरकशक्ती असलेले हमीद दलवाई हे एक मुक्त व निर्भीड व्यक्तिमत्त्व होते. आपले विचार त्यांनी मुक्तपणे मांडले. स्टेनगन व बंदूकधाऱ्यांच्या गराड्यातून वीरश्रीच्या डरकाळ्या फोडणारा माणूस तो नव्हता. आपले विचार निर्भयपणे व परखडपणे मांडणारा विचारवंत होता. २९ सप्टेंबर हा हमीदभाईंचा जन्मदिन. त्यानिमित्ताने त्यांच्या या आठवणी.

पंचवीस वर्षांपूर्वी मुस्लिम सत्यशोधक मंडळाची स्थापना इंडियन सेक्युलर सोसायटी व अ. भि. शहा यांच्या पुढाकाराने झाली. या घटनेचे आम्ही काही मित्र साक्षीदार होतो. 'न्यू क्वेस्ट' या नियतकालिकात मे. पुं. रेगे यांचे 'रिमेम्बरिंग हमीद दलवाई' हे टिपण प्रसिद्ध झाले आहे, ते नुकतेच वाचनात आले. मनात हमीदच्या, सत्यशोधक मंडळाच्या काही आठवणी जाग्या झाल्या.

१९६७ साली 'युक्रांद'ने हमीद दलवाईची 'हिंदू-मुस्लिम समस्या स्वातंत्र्यपूर्वकालीन, स्वातंत्र्योत्तरकालीन व काश्मीर प्रश्न' या विषयावर तीन दिवसांची व्याख्यानमाला आयोजित केली होती. या कार्यक्रमाच्या संयोजनाची जबाबदारी माझ्यावर होती. माझ्या मदतीला अशोक ब्रह्मेचा व विलास काळे हे दोघे होते. हमीदभाईंविषयी तोपर्यंत मला कोणतीही माहिती नव्हती. 'युक्रांद'मध्ये मी तसा नवीन होतो. मनावर बराचसा हिंदुत्ववादी विचारांचा पगडा होता. बीएमसीसी व फर्ग्युसन कॉलेजमधल्या युवक-युवतींची आम्ही भरपूर गर्दी जमवली. व्याख्यानमाला टिळक स्मारक मंदिरात होती. मोठ्या प्रमाणावरील तरुणांची उपस्थिती पाहून हमीदच्या व्याख्यानालाही चांगलीच धार आली. वर्तमानपत्रांनीही त्याला ठळक प्रसिद्धी दिली. व्याख्यानाच्या दुसऱ्या व तिसऱ्या दिवशी तर प्रचंडच गर्दी जमली. टिळक स्मारक मंदिराचा हॉल व बाहेरचे मैदान पूर्ण भरले होते. या व्याख्यानमालेतला एक स्तब्ध करणारा क्षण अद्यापही आठवतो. जिनांच्या पाकिस्तानच्या मागणीच्या पार्श्वभूमीवर

हमीदभाई भांडत होते. 'लोकमान्य बाळ गंगाधर टिळक यांनी प्रथम लखनौ करारात १९१६ साली मुस्लिमांसाठी विभक्त मतदारसंघाला मान्यता दिली' हे वाक्य पूर्ण होताच सारे सभागृह स्तब्ध झाले. हमीदभाई पुढे म्हणाले, की 'मला पूर्ण कल्पना आहे, की मी लोकमान्यांच्या पुतळ्याला हार घालून व्याख्यानाला सुरुवात केली आहे व मी टिळक स्मारक मंदिरात बोलत आहे. मुस्लिमांना राष्ट्रीय प्रवाहात आणण्यासाठी लो. टिळकांपुढे दुसरा मार्ग नव्हता.'

अनपेक्षित प्रतिसाद

हे सर्व विचार मला नवीन होते. ही व्याख्यानमाला खूप गाजली. या व्याख्यानमालेनंतर हमीदचे वरचेवर पुण्यात येणे होत राहिले. व यातूनच मुस्लिम सत्यशोधक मंडळाची कल्पना आकार घेऊ लागली. १९७० साली पुण्याला राज्य शिक्षण संस्थेच्या सभागृहात पहिली मुस्लिम महिला परिषद घ्यावयाची ठरली.

या परिषदेनंतर मुसमं व हमीदभाई यांना बरीच प्रसिद्धी मिळाली. अनेक ठिकाणी हिंदू-मुस्लिम समस्येवर हमीदभाईंना व्याख्यानांसाठी बोलवत. हमीदभाईंचे वाचन अफाट होते. स्मरणशक्ती तीव्र, बोलण्याची उत्कृष्ट शैली व हजरजबाबीपणात त्यांचा हात कोणी धरू शकणार नव्हता. या संदर्भात एक-दोन आठवणी सांगाव्याशा वाटतात. पुण्याला वसंत व्याख्यानमालेत त्यांचे भाषण झाल्यावर एकाने त्यांना प्रश्न विचारला होता, 'जनसंघाला वेगळे आकाशवाणी केंद्र हवे आहे याबाबत आपले काय मत आहे,' या खोचक प्रश्नाला हमीदभाईंनी तितकेच खोचक उत्तर दिले की, 'तूर्तास त्यांना पुणे, मुंबई, सांगली व परभणी ही केंद्रे पुरेशी आहेत.' आणखी एका पुणेरी माणसाची चिठ्ठी होती, 'अरब इस्राईल युद्धात आपण अरबांना पाठिंबा का द्यावा?' या प्रश्नाला 'जोपर्यंत लकडी पुलाखाली पेट्रोल सापडत नाही तोपर्यंत नाइलाज आहे', असे उत्तर दिले.

पेस्तनजीचे आईस्क्रीम

हमीदभाई दिवसभर एशियाटिक लायब्ररीत वाचन करीत व संध्याकाळी माझे ऑफिस सुटण्याच्या वेळी येत. चर्चगेटला ॲम्बॅसेडर हॉटेलसमोर पेस्तनजीचे आईस्क्रीम घेऊन आम्ही मरीन ड्राइव्हच्या बाकावर बसत असू. दिवसभरात झालेले वाचन ते ऐकवत. सर्व वर्तमानपत्रे व साप्ताहिके, मासिके ते न परवडताही वाचत असत. अंधेरी स्टेशनच्या बाहेर एक वर्तमानपत्रांचा स्टॉल होता. महागडी मासिके व साप्ताहिके तो हमीदभाईंना वाचावयास द्यावयाचा आणि ती लागलीच वाचून हमीदभाई त्याला दुसऱ्या दिवशी परत करावयाचे. अजूनही मी जेव्हा अंधेरीला जातो तेव्हा स्टेशनबाहेर पडताना उजव्या हाताच्या या स्टॉलवाल्याकडे माझे लक्ष जाते.

मी मुंबईत असताना एका दिवसाची 'सामाजिक परिषद' आयोजित केली होती.

परिषदेसाठी मराठा मंदिराचा वरचा हॉल ठरला होता. या सुमारास 'ब्लॅक डिसेंबर' या अतिरेकी संघटनेने मराठा मंदिर बॉम्बने उडवून देण्याची धमकी दिली होती. या धमकीचा हमीदभाई व आम्हा कार्यकर्त्यांवर काही परिणाम झाला नाही.

मुंबईला असताना आकाशवाणी ऑडिटोरियमला जुने न्यू थिएटर्सचे चित्रपट लागले होते. संगीत, कलात्मक व सामाजिक आशय असलेले चित्रपट ही हमीदभाईंची खास आवड होती. न्यू थिएटर्स व बॉम्बे टॉकिज यांचा सर्व इतिहासच ते वर्णन करीत. आर. सी. बोराल हे चित्रपटसृष्टीत कसे आले याची कथा त्यांनी आम्हाला अनेक वेळा सांगितली. कलकत्त्याला जाऊन पंकज मलिक यांना प्रत्यक्ष भेटून त्यांच्यापाशी संगीतावर चर्चा केली होती. सिनेमे पाहिल्यावर चोर बाजारात जाऊन जुन्या रेकॉर्डस् मिळवणे व रविवारी मित्रांना जमवून त्या ऐकणे हा एक त्यांचा छंद होता. या रेकॉर्डस्चा एक सेट माझ्याकडेही जमा होत असे. हा रेकॉर्डवाला आमचा चांगला परिचित झाला होता. तिथे जात असताना हमीदने आम्हाला एक सूचना दिली होती. ती अशी की, रेकॉर्डवाल्याने नाव विचारले तर माझे नाव हुसेन दलवाई सांग. हा रेकॉर्डवाला आमच्यासाठी चांगल्या स्थितीतल्या रेकॉर्डस् बाजूला काढून ठेवत असे. रेकॉर्डस् देताना तो नेहमी 'आप हमीद दलवाई है?' असा प्रश्न विचारी व हमीदभाई त्याला 'नही मै उनका भाई हुसेन!' हे उत्तर ठरलेले असायचे. या भागातून फिरताना मी अनेकदा त्यांच्याबरोबर होतो. पण कसलाही भीतीचा लवलेशही नसायचा. माझ्याकडच्या रेकॉर्डसचा व प्लेअरचा वापर 'पूनम'वरच्या मैफलीत व्हायचा. निळूभाऊ लिमये यांनी पुण्यातील त्यांच्या 'पूनम' हॉटेलचा २६ व २७ क्रमांकाचा सूट कायम हमीदसाठी राखून ठेवलेला असे. तिथे आमचाही अड्डा पडत असे. हा प्लेअर त्यांनीच मला घेऊन दिला व अद्यापही तो माझ्याकडे आहे. पुण्याला फिल्म इन्स्टिट्यूटचे त्या वेळचे अर्काईव्हचे पी. के. नायर हे हमीदचे मित्र झाले होते. त्यांच्यामुळे आम्हा मित्रमंडळींना अनेक दुर्मिळ चित्रपट पाहायला मिळाले होते. पुण्याला कॅम्पमध्ये अपोलो म्युझिकचे मॅनेजर बन्सी दणाईत हे असेच हमीदने बनवलेले मित्र होते. चांगल्या-चांगल्या रेकॉर्डस् तेही आम्हाला मिळवून देत.

मी मुंबईत असताना एक घटना घडली. एका मौलवीकडे हमीदभाई आपल्या कम्युनिस्ट मित्राच्या आग्रहाखातर चर्चेसाठी गेले होते. तेथून परतताना एका प्रक्षुब्ध जमावाने हमीदभाईंना घेरले. हमीदभाई ज्या मौलवीकडे गेले होते तो वेगळ्या विचारांचा असला तरी सभ्य गृहस्थ होता. ''आज वो मेरे मेहमान है! आज वो महफूज घर पहुँचना मेरी जिम्मेदारी है!''

त्या मौलवीने हाताचे कडे करून संरक्षण दिले. टॅक्सीपर्यंत पोहोचेपर्यंत त्या घोळक्याने 'हमीद दलवाई मुर्दाबाद! हमीद चोर, बाबू चोर' (बाबूमियाँ बँडवाले)

अशा घोषणा द्यायला सुरुवात केली. बघता बघता मोर्चेवाल्यांची संख्या प्रचंड झाली. त्या मौलवीच्या कृपेने हमीदभाई तेथून निसटले. या घटनेनंतर हमीदला संरक्षण देण्यात आले. हमीदने पिस्तूल बाळगावे, अशी सूचना श्री. शरद पवारांनी केली. यावर 'पिस्तूल बाळगणं माझ्या तत्त्वात बसत नाही' असे हमीदभाईंनी सांगितले. मग घरापाशी सशस्त्र पोलीस व बरोबर एक बॉडीगार्ड असे. लवकरच या सर्व प्रकारची अडचण भासू लागली. हमीदला आपण बंदीवान असल्यासारखे वाटू लागले. सिनेमाला गेले तर हा बॉडीगार्ड बरोबर, हॉटेलात गेले तर हा शेजारी. वाचायला लायब्ररीत गेले तर हा बाजूला उभा. कोठे चर्चेला गेलं तर हा तिथे. हमीदच्या स्वभावाला ते काही जमेना. विनंती करून हे संरक्षण व बॉडीगार्ड प्रकरण संपवले. हमीद हे एक मुक्त व निर्भीड व्यक्तिमत्त्व होते. आपले विचार त्याने मुक्तपणे मांडले. स्टेनगन व बंदूकधाऱ्यांच्या गराड्यातून वीरश्रीच्या डरकाळ्या फोडणारा माणूस तो नव्हता. आपले विचार निर्भयपणे व परखडपणे मांडणारा विचारवंत होता.

मुंबईच्या सामाजिक परिषदेनंतर गाजला तो कार्यक्रम म्हणजे बॉम्बे सेंट्रलचा ऐतिहासिक मोर्चा. यात काही 'युक्रांद'चे कार्यकर्ते होते. या मोर्चाला झालेला विरोध हा अतिशय उग्र स्वरूपाचा होता. यातून हमीदभाई व मेहरून्निसा भाभी सुखरूप बचावले हे आश्चर्यच होते. याचे श्रेय पूर्णपणे पोलीस खात्यालाच द्यावे लागेल. हमीद व २५/३० कार्यकर्त्यांना अटक केलेल्या पोलिसांच्या गाड्यांसमोर हजारो विरोधक झोपून राहिले. मुंबई सेंट्रलला रणांगणाचेच स्वरूप आले होते.

दुखणे वाढले

मंडळाचा व्याप आता चांगलाच वाढला होता. मंडळाचे कार्यक्षेत्र हळूहळू महाराष्ट्राबाहेरही वाढू लागले होते; पण याच सुमाराला हमीदभाईंची तब्येत अधूनमधून बिघडत असे. ॲसिडिटी व डोकेदुखी वरचेवर होत असे. मी अरुण व दिलीप त्यांच्याबरोबर त्यांचे फॅमिली डॉक्टर श्री. गोखले यांच्याकडे तपासायला गेलो. तपासणीचे रिपोर्टस् नॉर्मल होते. आपण सुरू केलेल्या मंडळाला एका चळवळीचे स्वरूप प्राप्त व्हावे, अशी त्यांची इच्छा होती. मंडळातील काहींचे इगो वर येऊ लागले होते. काही शाखांमधील व्यक्तींभोवतीच मंडळ गुरफटले जाऊ नये, असे त्यांना वाटत होते. त्यामुळे ही चळवळ थांबणार याचे दुःख होते. ब्लडप्रेशरचा त्रास त्यांना होताच. या प्रकारामुळे त्यांचे मनः स्वास्थ्य खूपच बिघडले. मंडळात आपल्याविरुद्ध एक गट तयार होतोय, याचा मानसिक धक्का त्यांना बसला. मंडळ बरखास्त करण्यापर्यंत त्यांचा विचार होता. आणि या सर्व प्रकारामुळे दुखण्यात भर पडली व ते विकोपाला गेले. त्यांना हॉस्पिटलमध्ये ॲडमिट केले. या काळात प्रामाणिकपणाचे

फळ म्हणून माझी नोकरी गेली. हमीदभाईंना भेटण्याची तीव्र इच्छा झाली; पण पैशाची अडचण होती. घरची परिस्थिती वाईट होती असे नव्हे; पण माझ्यासाठी त्यांना भुर्दंड देण्याची इच्छा नव्हती. निळू फुले व राम नगरकर यांचा मुंबईला नाटकाचा प्रयोग होता. त्यांच्या नाटकाच्या गाडीबरोबर मी मुंबईला गेलो. मी, निळू फुले, राम नगरकर व वालावलकर हमीदभाईंना भेटायला 'जसलोक'मध्ये गेलो. मला पाहताच हमीदभाईंनी हात धरून 'थांब! जाऊ नकोस! मला तुझी गरज आहे,'' असे सांगितले. व त्या दिवसापासून मी त्यांच्या दुखण्याचाही साक्षीदार बनलो.

डायलिसिसचा उपचार सुरू झाल्यावर हमीदची तब्येतही सुधारू लागली. पहिले पेरिटोरिअल डायलिसिस झाल्यानंतर त्यांना प्रथम भूक लागली, तेव्हा मला कलिंगडाची लालबुंद काप व मुकादमला बादशाहीचा फालुदा आणायला त्यांनी पिटाळले. खाण्याचे ते शौकीन होते. प्रकृती चांगली असताना त्यांनी मला व अरुणला अनेकदा अशा खाद्यपदार्थ मिळणाऱ्या ठिकाणी नेले होते. नाना चौकातली शेट्टीची भेळ, फोर्ट हिंदू जॉली हॉटेलमधील कोलंबी, पेस्तनजीचे पिस्ता आईस्क्रीम, पुण्यातील मार्झोरीनची सॅण्डविचेस व मोना फूडस्‌चा छोला भटुरा ही विशेष आवडीची ठिकाणे होती. डायलिसिसनंतर त्यांना अशा सर्व ठिकाणांची आठवण होऊ लागली. त्यांची तब्येत सुधारल्यावर शहांनी मुंबई सोडली व ते पुण्याला गेले. हमीदभाईंना पण डिस्चार्ज मिळाला व आम्हा सर्वांचा मुक्काम शरद पवारांच्या रामटेक बंगल्याच्या गेस्ट हाऊसवर हलला. आता सर्व किडनी डोनरच्या शोधाला लागले. त्या वेळी केलेल्या आवाहनाला काही जातीयवादी मंडळींनी अतिशय हीन पातळीवरची पत्रे पाठवली होती. एका पत्रात 'मेरे घर के कुत्ते की किडनी मैं देने को तैयार हूँ!' असे होते. अशा पत्रांचा हमीदभाईंवर काहीही परिणाम होत नसे.

फिरोज दारूवालाच्या किडनीच्या दानामुळे हमीदना जीवनदान मिळाले. फिरोजची फाशी रद्द व्हावी म्हणून अ. भि. शहा, वसंत नगरकर, एस. एम. जोशी व स्वत: हमीदभाई या सर्वांनी प्रयत्न केले, पण फिरोजची शिक्षा रद्द झाली नाही. फिरोजला ज्या दिवशी फाशी दिली तो दिवस हमीदभाईंचा खूप अस्वस्थ असा गेला. त्याच्या आठवणीने ते नंतरही हळवे होत. या ऑपरेशननंतर एका जागतिक कॉन्फरन्ससाठी हमीदभाई अमेरिकेला गेले. या कॉन्फरन्ससाठी भारतातून दोन व्यक्तींची निवड झाली होती. एक जयप्रकाश नारायण व दुसरे हमीदभाई.

हमीदभाई अमेरिकेहून आल्यावर आम्ही सर्व 'पूनम'वर जमलो होतो. एक दिवसाची 'जुबानी तलाकबंदीची' परिषद पुण्याला होती. ऑपरेशननंतरचे हमीदभाई चांगलेच जाडजूड व लालबुंद दिसत होते.

हमीदभाईंच्या सोबत भाभी होत्या. बाबूमियाँ बँडवालेही होते. परिषदेच्या आधी

दोन दिवस हमीदभाईंना मळमळून उलटी झाली. त्या वेळी मी, दिलीप, सय्यदभाई, बाबूमियाँ, हुसेन जमादार व पुण्याचे काही कार्यकर्ते होते. भाभींना हाक मारून, "मेरू, परत सुरुवात झाली?" म्हणाले आणि एकदम निराश झाले. बाबूमियाँच्या चेहऱ्यावर काळजीच्या रेषा उमटल्या त्या अद्यापही माझ्या स्मरणात आहेत. या परिषदेला स्टेजवर हमीदभाई नव्हते. ताबडतोब ते मुंबईला व 'जसलोक'मध्ये ॲडमिट झाले. आठवड्याभराने मी व दिलीप त्यांना भेटायला गेलो. आम्हा दोघांना पाहताच एकदम मूडमध्ये आले. शर्ट वर करून 'पाहिलेस काय, नागीण उठलीय' असे म्हणत नेहमीप्रमाणे डोळा मिचकावत हाताचा झटका दिला.

यानंतर त्यांची तब्येत झपाट्याने खालावत गेली. मृत्यूची जाणीव होताच रामटेक मंडळाची एक मीटिंग बोलावली, बाबूमियाँ, सय्यदभाई, अन्वर, अमीर आदी सर्व होते. आतापर्यंत सर्व घटनांमध्ये बरोबर असणारा मी, दिलीप व अरुण या मीटींगला नव्हतो. तसे त्यांनी आम्हा तिघांना सूचित केले होते. यातली निर्वाणीची भाषा आम्हा तिघांना सहन झाली नसती. सर्वांचा व मंडळाचा त्यांनी अखेरचा निरोप घेतला होता. हमीदभाईंनी मंडळाचा राजीनामा दिला. यानंतर त्यांची तब्येत वेगाने खालावत गेली. पंधरा दिवसांनी पुण्याला निरोप आला, "विवेक, दिलीप व ऊर्मिला (सप्तर्षी) यांना मला भेटायला सांगा आणि त्यांना जमणार नसेल तर माझा अखेरचा सलाम सांगा." मला निरोप मिळताच मी व अशोक जोशी मोटरसायकलवर ताबडतोब मुंबईला गेलो. हॉस्पिटलच्या खोलीच्या बाहेर रुबिना होती. रुबिना आम्हाला आत घेऊन गेली. "बाबा विवेककाका आलाय" अत्यंत क्षीण झालेल्या हमीदला बघून मी पुरता हबकून गेलो. हमीदभाईंची मृत्यूशी झुंज चालू होती. फिरोज दारूवालाची किडनी रिजेक्ट झाल्यावर वडिलांवरच्या प्रेमाने रुबिनाने किडनी द्यायचे ठरवले. पण त्या वेळी रुबिना पुरी १८ वर्षाचीही नव्हती. रुबिनाचे प्रेम हे खरोखरच उत्कट होते व त्या वयातले धाडस हे वाखाणण्यासारखे होते. हमीदभाईंचेही या 'बाब्या'वर अफाट प्रेम होतं व त्यामुळेच त्यांच्या जिवाची उलघाल होत होती. हमीदभाईंना माणसं ओळखायला खूप वेळ लागत असे. बऱ्याच वेळाने त्यांच्या लक्षात आले की, मग लहान मुलासारखं रडत.

मी भेटलो तो दिवस १ मे चा होता. ३ मे ला हमीदभाई गेल्याची बातमी आली. चंदनवाडी स्मशानभूमीवरून आम्ही 'रामटेक'वर आलो. हमीदच्या इच्छेनुसार भाभी, इला व रुबिना यांना पुण्याला शहांच्या घरी नेण्याच्या तयारीत स्वत: शहा, नगरकर व शरद पवार होते. पोर्चमध्ये हमीदभाईंची लाडकी फियाट टायरमधली हवा गेलेल्या अवस्थेत उभी होती.

■

विभाग

२

हमीद दलवाई विचारमीमांसा

मुस्लिम समाजसुधारक

● स. मा. गर्गे ●

उर्दू शिकायला आलेला विद्यार्थी

एके दिवशी 'साधना' साप्ताहिकाचे श्री. हरिभाऊ गद्रे एका तरुणाला बरोबर घेऊन घरी आले. हरिभाऊ माझ्या घरी यापूर्वीही बरेच वेळा आले होते; पण या खेपेला त्यांच्या बरोबर आलेले हे गृहस्थ कोण? मी त्यांच्याकडे काहीशा आश्चर्याने व प्रश्नार्थक नजरेने पाहिले. थोडेसे हसून श्री. हरिभाऊ म्हणाले, "हे माझे मित्र हमीद दलवाई. मुस्लिम समाजसुधारक आणि..." ते पुढे सांगू लागले. मी त्यांना मध्येच थांबून म्हणालो, "त्यांच्या सामाजिक कार्याची आणि विचाराची माहिती मी वाचली आहे. प्रत्यक्ष भेटीचा योग मात्र आज आला." कोकणस्थी गोरा रंग, मध्यम बांधा, शिडशिडीत शरीरयष्टी, भिरभिरती नजर आणि काहीतरी सांगायची उत्सुकता दर्शविणारी चेहऱ्याची ठेवण. त्या तरुणाच्या तीक्ष्ण बुद्धीची आणि ध्येयवादी विचाराची ओळख त्यांच्याशी सहज बोलण्यातून व्हायला वेळ लागला नाही. पहिल्याच भेटीत हमीदभाईंबरोबर आमच्या गप्पा खूपच रंगल्या. सामाजिक सुधारणा, मराठी समाजसुधारक, मुस्लिम समाजाची मानसिक ठेवण, हिंदू-मुस्लिमांचे संबंध अशा कितीतरी विषयांवर आम्ही बराच वेळ बोलत होतो. बोलता असताना श्री. हमीदभाई मोठ्या पोटतिडिकीने आणि भावनात्मक उत्कटतेने आपले सामाजिक मन आणि विचार उकलून दाखवित होते. बोलता बोलता मध्येच ताड्कन उठून ते बोलायचे त्या वेळी त्यांचा संतप्त चेहरा त्यांच्या भावना बोलून

दाखवीत असत. मध्येच उभे राहून बोलण्याची त्यांची लकब स्वाभाविक असली, तरी आपल्या भावना व्यक्त करण्याची त्यांची हालचाल इतरांपेक्षा निराळी वाटायची. मनातील तळमळ आणि चेहऱ्यावरील संताप यांचे मिश्रण, ऐकणाऱ्याला त्यांचा सच्चेपणा तर लक्षात येतोच; पण त्यामागे त्यांचा अभ्यास, वाचन, समाजाच्या गुण-दोषांची जाणीव हे सर्व जाणवत असे.

एवढा वेळ आम्ही बोलत बसलो तरी मुद्दाम माझ्या घरी येण्याचा त्यांचा हेतू लक्षात येईना. माझ्या मनाची उत्सुकता आणि जिज्ञासा कदाचित हरिभाऊंच्या लक्षात आली असावी. गप्पा चालू असताना मध्येच श्री. हमीदभाई म्हणाले, ''गर्गे, मी तुमच्याकडे उर्दू शिकायला आलो आहे.'' मी म्हणालो, ''त्यासाठी तुम्हाला वेळ तर मिळायला पाहिजे. तुमचे सामाजिक कार्य सतरा ठिकाणी चालणार, तुमची सतत प्रवासाची धावपळ होणार. शिवाय, तुमची अनेक लोकांशी चर्चा तर चालूच असते आणि अशा गर्दीच्या कार्यक्रमात तुम्ही अधूनमधून अर्ध्या तासासाठी माझ्याकडे उर्दू शिकायला येणार. हे कसे जमायचे? विद्यार्थ्याची धावपळ आणि गुरूचा...'' मध्येच अडवून हमीदभाई म्हणाले, ''हे मलाही माहीत आहे. पण त्यातून मी एक निराळा मार्ग शोधून काढला आहे.''

मुस्लिम मनाचा कानोसा

आता आश्चर्य करण्याची पाळी माझ्यावर आली. हा कसला मार्ग? ते म्हणाले, ''उर्दू जगात काय चालले आहे? त्याच्यामागे दडलेले मुस्लिम मन कोणत्या दिशेने चालते, हे सारे आपल्याला समजले पाहिजे. हे समजावे याविषयी माझी जिज्ञासा व त्यानिमित्ताने तुम्हालाही उर्दू शिकविल्याचे समाधान आणि दोघांनाही एकाच वेळी हजारो मराठी वाचकांना शिकविण्याची अपूर्व संधी. त्यासाठीच मी श्री. हरिभाऊंना घेऊन तुमच्याकडे आलो आहे.'' त्यांच्या म्हणण्याचा आशय अधिक स्पष्ट व्हावा असा माझा भाव लक्षात घेऊन ते म्हणाले, ''आमची एक योजना आहे. उर्दू संपादकांच्या लेखातून व्यक्त होणारे मुस्लिम समाजमन समजावे हा या सर्वांचा हेतू आहे. उर्दू लेखक आणि मराठी समाज एकमेकांपासून इतके दूर असतात, की त्यांना एकमेकांच्या मनाचा विचारांचा, आचारांचा आणि संभाव्य कृतीचा काहीही थांगपत्ता लागत नाही. एखादवेळी समाजात हेतुपुरस्सर असो, अनपेक्षित असो की त्यामागे काही कारस्थान असो, त्यातील कारणांचा पत्ताही लागत नाही. त्यामागे जातीय प्रचार आणि राष्ट्रीय भावनांचा अधिक्षेप असतो हेही लक्षात येत नाही. थोडक्यात, उर्दू वाचकांच्या मनावर अशा काहीशा दूषित लेखनाचा काय परिणाम होतो, हे मराठी मनाला काहीही समजत नाही. आणि मग अचानक दंगलीचा भडका उडाला, असे आपण म्हणतो. ही परिस्थिती योग्य नाही आणि

हिताचीही नाही. दोन्ही समाजाला एकमेकांच्या भावना व विचार समजावेत यासाठी आमची योजना अशी की, काही उर्दू पत्रातील अग्रलेख, परिचित प्रश्नांवर टीका-टिपण्णी आणि दैनंदिन प्रमुख घटनांच्या बातम्यांचा रोख हे सर्व मराठीत अनुवादित करून आठवड्यातून एक-दोनदा तरी प्रमुख मराठी वृत्तपत्रात प्रसिद्ध केले जावे. अनुवादाचे काम तुमचे. प्रमुख उर्दू नियतकालिके पुरविण्याचे काम आमचे. कोणताही पूर्वग्रह न ठेवता सरळ व नेमका अनुवाद असावा हे आपल्या सर्वांनाच पटू शकेल; पण मूळचा भडकपणाही कमी होऊ नये. तसेच, शब्दामागील विचारदृष्टीही लपून राहू नये असा हेतू. असे अनुवादित लेख कोठे प्रसिद्ध करायचे आणि त्यासाठी कोणती वृत्तपत्रे हवीत हे आम्ही बघतो, तुम्हीही सांगा.''

उर्दू अनुवादाच्या कामाचा वेग वाढू लागला.

मला ती योजना पसंत पडली; पण मी थोडा वेळ विचार करू लागलो. हरिभाऊ म्हणाले, ''कसला विचार करता? पुढच्या एक-दोन आठवड्यात कामाला सुरुवात करायची.'' मी म्हणालो, ''कोणत्या उर्दू नियतकालिकांचा आपल्याला उपयोग होऊ शकेल, ते मला आजच, आत्ता नेमके सांगता येणार नाही. गेल्या काही वर्षांत उर्दू वृत्तपत्रांचे माझे वाचन थांबले आहे. मी 'सकाळ'मध्ये होतो तेव्हा 'पाकिस्तानचा फेरफटका' असे एक सदर लिहीत असे. त्यासाठी डॉ. परुळेकरांनी उर्दू साप्ताहिके मिळण्याची सोयही केली होती; पण अलीकडे ते सर्व बंद झाले आहे. आपली योजना परिणामकारक होण्यासाठी...'' मध्येच तोडून हमीदभाई म्हणाले, ''त्याचाही मी पूर्ण विचार केला आहे. उर्दू जाणणाऱ्या मित्रांचा सल्ला घेतला आहे.''

मी म्हणालो, ''एवढी सर्व तयारी असेल तर आजपासूनच या कामासाठी माझी पूर्ण तयारी आहे, असे समजा.''

त्यानंतर काही इकडच्या तिकडच्या गप्पा झाल्यावर ते दोघेही निघून गेले. आठ दिवसांत तीन साप्ताहिके माझ्याकडे येऊ लागली. त्यात बेंगलोरचे 'नशेमन', लखनौचे 'निदाएँ मिल्लत', दिल्लीचे एक मासिक अशा सर्व साहित्याची माझ्याकडे आवक होऊ लागली. त्या सर्व नियतकालिकांची वैचारिक प्रकृती तपासण्यात २/३ दिवस गेल्यानंतर मी लगेच अनुवादित लेख तयार केले. आणि काही मराठी दैनिकांकडे पाठविले. त्यातील 'महाराष्ट्र टाइम्स' व 'साधना' साप्ताहिक यांनी ते लेख लगोलग प्रसिद्ध केले आणि मग या लेखांचा क्रम सातत्याने चालू राहिला.

आणीबाणीने गाडीला ब्रेक

अनुवादित लेखांच्या प्रसिद्धीनंतर श्री. हमीदभाई अधूनमधून येत असत. त्यामुळे त्यांच्या व इतर मित्रांच्या प्रतिक्रियाही समजत असत. अनुवादित लेखांवर त्यांची

चर्चाही होत असे. त्यामागे धर्मकारण व राजकारण या विषयीही माझ्या घरी आम्ही अनेकदा बोलत असू. चर्चेत भाग घेणाऱ्या मित्रांचे वर्तुळही वाढू लागले; पण असे हे काम मोठ्या उत्साहाने वेगाने चालू असतानाच त्या चालत्या गाडीला एकदम ब्रेक लागला आणि गाडी बंद पडली. इंदिरा गांधी सरकारने १९७५ साली देशावर आणीबाणी लादली आणि जनतेचे सर्व मूलभूत हक्क हिरावून घेतले. घटनेने दिलेले विचारस्वातंत्र्य, सभा, संमेलने इत्यादींचे स्वातंत्र्य आणीबाणीच्या एका तडाख्याने संपले. एका रात्रीतून विचारस्वातंत्र्यावर गदा आली. त्यामुळे संपादकाच्या लेखणीवर प्रचंड आघात झाला. लेख, अग्रलेख, बातम्या सर्वच सरकारी अधिकाऱ्यांची संमती मिळाल्यावरच प्रसिद्ध होऊ लागले. असे सर्व स्वातंत्र्य पूर्णपणे मर्यादित झाल्यावर कोणता संपादक टीकात्मक लेख प्रसिद्ध करील? मी केलेले उर्दू अनुवाद प्रसिद्ध करणे संपादकांना अशक्य झाले आणि त्यांनी मला तसे कळविले. तेव्हापासून उर्दू अनुवादाचे काम थांबले ते थांबले. त्यानंतर एखादेवेळी हमीद दलवाई माझ्याकडे येत असत; पण तेही हळूहळू त्यांच्या आजारानंतर थांबले. त्यानंतर अठरा महिन्यांनंतर आणीबाणी उठली. तरी लगेच निवडणुकांची धामधूम सुरू झाली आणि राजकारणाला निराळेच वळण लागले.

हमीद दलवाई येत असत तेव्हा त्यांच्याबरोबर विविध प्रश्नांवर चर्चा होत असे. एक-दोनदा मुद्दाम ठरवून मुलाखतवजा त्यांच्याशी प्रश्नोत्तरेही झाली. अशा प्रकारे चर्चा, विचारविनिमय आमचे जे वेळोवेळी संवाद होत असत त्यातून मला जे विचार समजत गेले, आकलन झाले तेच विचार प्रश्नोत्तरांच्या स्वरूपात येथे दिले आहेत. वाचकांना मुस्लिम प्रश्न समजण्यासाठी मी येथे प्रश्नोत्तरांची निवेदनपद्धती स्वीकारली आहे. या विचारांची चर्चा निरनिराळ्या वेळी झालेली असल्यामुळे क्वचित काही ठिकाणी द्विरुक्ती झालेली आहे.

मुस्लिम जातीयवादाला राजकीय पक्षांचे खतपाणी

प्रश्न - स्वातंत्र्यानंतर आपल्या देशातील हिंदू आणि मुसलमान यांच्या जातीयवादी दृष्टिकोनात काही बदल दिसून येतो काय?

उत्तर - दोन्ही जातीयवादी सारख्याच मनोवृत्तीचे असतात; पण स्वातंत्र्योत्तर काळात हिंदू जातीयवाद हा केवळ मुस्लिम जातीयवादाची प्रतिक्रिया आहे असे स्पष्ट लक्षात येते. मुस्लिम जातीयवादाला आपल्या देशातील सर्वच राजकीय पक्ष आपल्या पक्षीय प्रचारासाठी खतपाणी घालतात. हेतू असा की त्यामुळे आपल्या पक्षाला मुसलमानांची एक गठ्ठा मते मिळावीत. राजकीय पक्ष स्पर्धेचा हा प्रकार जातीय भावनांना अधिक उत्तेजित करतो.

प्रश्न - मग यावर आपण कोणता उपाय सुचविता?

उत्तर - माझ्या मते मुस्लिम जातीयवाद केवळ परंपरागत विचारपद्धतीने मुसलमानांना गोंजारून संपवायचा नाही. राम-रहीम, ईद-दिवाळी या निमित्ताने दोन्ही जमाती एकमेकांना भेटल्या, गोड बोलल्या म्हणजे जातीय भावना त्यांच्या मनातून नष्ट होईल ही अत्यंत भाबडी कल्पना आहे. अशा थातुरमातूर बाह्य उपचाराने अत्यंत खोल अशी जातीय द्वेषाची जखम भरू शकत नाही. मुस्लिम जातीयवाद संपविण्यासाठी इस्लामी रूढीबद्ध परंपरेची चिकित्सा होणे आवश्यक आहे. इस्लाम धर्माची चिकित्सा केली पाहिजे, असे म्हटले की मुसलमानांना आपला धर्म बुडण्याची भीती वाटते. खरे तर इस्लामी धर्माची बुद्धिप्रामाण्यवादी कसोटीवर कठोर चिकित्सा केली तरच त्यातील गुण-दोषांची परीक्षा होऊ शकेल. धर्माची चिकित्सा करणे हा मूलगामी विचार आहे असे मला वाटते. त्याबरोबरच मुस्लिम जातीयवाद कडवा बनण्यास त्यांच्या रूढीग्रस्त कल्पना जेवढ्या कारणीभूत आहेत, तेवढाच या देशातील राजकीय पक्षांचा मत मिळविण्यासाठी होणारा प्रचारही जबाबदार आहे.

प्रश्न - पण मुस्लिम समाजाला हे कसे पटणार? तुमची कार्यपद्धती कितपत त्याला उपयोगी पडेल? मला तर असे वाटते की धर्मचिकित्सा केली जावी, असे तुमच्या म्हणण्याची प्रतिक्रिया अधिकच प्रतिकूल होईल, अशी शंका येते.

आमची बदनामी करण्याचे प्रयत्न

उत्तर - तुम्ही म्हणता त्यात काही तथ्यांश आहे. अहो, मी सुधारणांची आवश्यकता सांगू लागल्यापासून मुसलमान मला हिंदूंचा हस्तक, जनसंघाचा प्रचारक, काफीर इत्यादी शेलक्या शब्दांनी संबोधू लागले. त्यापुढे जाऊन जातीयवाद्यांनी मला मारण्याच्या धमक्याही दिल्या. मला आणि माझ्या सहकाऱ्यांना निनावी पत्रे येऊ लागली. आमच्या नात्यातील स्त्रियांची असभ्य शब्दांत टवाळी होऊ लागली. आम्हाला समाजातून किंबहुना आयुष्यातून उठविण्याचेही जाहीर सभेत बोलले जाऊ लागले. या प्रकाराचा आमच्यावर काही परिणाम झाला नाही. आमच्यापैकी कोणीही सुधारणाकार्यातून माघार घेतली नाही. आम्ही हिरीरीने प्रचार चालू ठेवला. हळूहळू आमच्या विचाराच्या कार्यकर्त्यांची संख्या वाढत जाऊ लागली. ज्यांना प्रत्यक्ष कार्य करता येणे शक्य नाही, ते असे सहानुभूती दाखविणारे अनेक पटींनी वाढले. अर्थात अशी वाढ झाली तरी धर्मवेडाने ग्रासलेल्या लोकांची संख्या आमच्यापेक्षा शेकडो पटींनी मोठी आहे, हे आम्ही जाणून आहोत. आमचे कार्य वेगाने निर्धाराने आणि विरोधाला न भिता, न थांबता आम्ही चालूच ठेवणार.

तेराशे वर्षांत प्रथमच चिकित्सा

आज मोजक्या मुस्लिम तरुणांच्या मनात सुधारणावादी विचारमंथन चालू होत आहे, ही आम्ही जमेची बाजू समजतो. अशाच तरुणांच्या सहकार्याने आम्ही पुण्यात २२ मार्च १९७० रोजी मुस्लिम सत्यशोधक मंडळाची स्थापना केली. मी अभिमानाने असे सांगू इच्छितो की मुस्लिम धर्माच्या तेराशे वर्षांच्या इतिहासात मुस्लिम धर्मचिकित्सा करणारी ही पहिलीच संस्था असावी.

प्रश्न - या मंडळाचे प्रमुख उद्देश आणि कार्यपद्धती यासंबंधी थोडे विस्ताराने समजावे, अशी माझी इच्छा आहे?

उत्तर - मुसलमानांच्या धार्मिक विचारात उदारता येण्यासाठी त्या समाजाचे विचारप्रबोधन करणे हा महत्त्वाचा उद्देश. त्याला पोषक अशा वैज्ञानिक दृष्टिकोनाची जोड मिळावी, धर्माकडे बघण्याचा मुस्लिमांचा दृष्टिकोन बदलला जावा आणि ते आपल्या राष्ट्रवादी विचारप्रवाहात सामील व्हावेत म्हणजे खऱ्या अर्थाने दोन्ही समाजाचे ऐक्य होऊ शकेल. थोडक्यात, मुसलमानांना 'सेक्युलर राष्ट्रवादी' बनविणे हा विचार आणि त्यासाठी केले जाणारे कार्य आमच्या मंडळाच्या दृष्टीने महत्त्वाचे आहे. मंडळाला 'सत्यशोधक' नाव दिले तेसुद्धा विशिष्ट उद्देशाने. महात्मा ज्योतीराव फुले यांनी सत्यशोधक समाजाची स्थापना करून हिंदू धर्मातील जुनाट रूढी, परंपरा, अंधश्रद्धा दूर करण्याचा प्रयत्न केला. तोच आदर्श समोर ठेवून सामाजिक सुधारणेचे कार्य मुसलमान समाजात आम्हाला करावयाचे आहे. हिंदू समाजात धर्माची चिकित्सा करणारे राजा राममोहन रॉय, फुले, आगरकर यांच्यासारखे थोर समाजसुधारक होऊन गेले. त्यांच्याच बुद्धिप्रामाण्यवादी परंपरेत अनेक विचारवंत हिंदू आजही कार्य करताना दिसतात. सुधारणेचे कार्य त्यांनी पुढे चालू ठेवले आहे; पण मुस्लिम समाजात धर्मचिकित्साच वर्ज्य असल्यामुळे प्रबोधनाची चळवळ त्या समाजात होऊच शकली नाही. हेच कार्य करण्याच्या दिशेने मंडळ स्थापन करून आम्ही पहिले पाऊल टाकले आहे.

समान नागरी कायदा

मंडळाच्या कार्यक्रमात पाच-सहा महत्त्वाच्या मागण्यांचा समावेश आहे. सर्वप्रथम देशात समान नागरी कायदा झाला पाहिजे. घटनेत तसे आश्वासन देऊनही राज्यकर्त्यांनी त्या दिशेने आजवर काहीही केलेले नाही. दुसरे, मुसलमानांनी उर्दू भाषेऐवजी प्रादेशिक भाषेत शिक्षण घेतले पाहिजे. आणखी एक महत्त्वाचा मुद्दा म्हणजे मुस्लिम स्त्रियांना समान हक्क मिळावेत. शंभर वर्षांपूर्वी आगरकरांनी हिंदू समाजातील स्त्रियांसाठी देह झिजविला. मुसलमान समाजात स्त्रियांना समान हक्क देणे, म्हणजे प्रथम सवतबंदी

आणि तोंडी तलाक देण्याची प्रथा कायद्याने बंद झाली पाहिजे. मंडळाचा हा कार्यक्रम सुरू झाला आहे; पण अतिशय मंदगतीने. त्याला आम्ही अधिक वेगाने पुढे नेण्याचा प्रयत्न करीत आहोत.

धर्मनिरपेक्षता स्वीकारली पाहिजे

प्रश्न - हमीदभाई, धर्मनिरपेक्षतेचा तुम्ही आग्रह धरता तेव्हा तुमची नेमकी भूमिका कोणती असते?

उत्तर - आमच्या मते धर्म ही प्रत्येकाची सत्तेची बाब आहे. आणि ती त्याला आपल्या वैयक्तिक जीवनात आचरता आली पाहिजे; पण धर्माचे सार्वजनिक अवडंबर माजविण्याची मुळीच गरज नाही. धर्मातील उपासनाविषयक विचारांचा परमेश्वराशी संबंध येतो. तेवढ्या संबंधालाच आम्ही धर्म मानतो. मानवी विकासाची इतर अंगे म्हणजे मनुष्याचे इहलोकीचे जीवन. ते धार्मिक कल्पनांशी, कर्मकांडाशी आणि इतर नियमांशी जखडण्याची गरज नाही. धर्माचे सार्वजनिक जीवनातून उच्चाटन करणे ही आजची गरज आहे. उपासनेचे विविध मार्ग असू शकतात आणि ते अनुसरण्याचे स्वातंत्र्य आपल्या देशाच्या राज्यघटनेने सर्वांना दिले आहे; पण या स्वातंत्र्याचा अर्थ मुल्ला मौलवी आपल्या सोईप्रमाणे करतात. त्यातून खोटा धर्माभिमान बळावतो. समाजाची निकोप वाढ होत नाही. गतानुगतीकत्व आणि परंपरेचे स्तोम माजविले जाते. अंधश्रद्धा वाढते. स्वाभाविकच समाजामध्ये समान सामाजिक विचारशक्ती आणि सदसद्‌विवेकबुद्धी यांचे भान राहत नाही. अशा कुपमंडूक वृत्तीमुळे मुस्लिम समाजाला आधुनिक जगाकडे, नव्या विचारांकडे पाहण्याचे धैर्य होत नाही. परिणामत: त्यांचा वैचारिक विकास खुटला आहे. जुन्याच अर्थहीन झालेल्या धर्ममंत्राभोवती तो समाज फिरत आहे. ज्या देशात अनेक धर्मांचे, पंथांचे नागरिक राहतात, त्या देशाला लोकशाही स्वीकारावयाची असेल तर धर्मनिरपेक्षता स्वीकारणे अपरिहार्य आहे.

सत्यशोधक समाजाची स्थापना

प्रश्न - मुस्लिम समाजसुधारणांच्या कार्याला तुम्ही कसा व केव्हा आरंभ केला?

उत्तर - मुसलमान समाजावर मुल्ला मौलवींच्या परंपरागत रुढी-परंपरांचा फार मोठा प्रभाव आहे व तो पदोपदी अनुभवाला येतो. समाज सुधारण्यासाठी समाजाला नवे विज्ञानपर विचार समजून घेण्यासाठी अशा धर्मांध विचारांचा काहीही उपयोग नाही. हे मला सभोवतालच्या परिस्थितीवरून लक्षात येत होते. त्यातून सुधारणावादी विचारांचे बीज अंकुरत गेले. पुण्यात आणि भारतात इतरत्रही १९६५ साली हिंदू-मुस्लिम दंगली झाल्या. त्यामागेही अशाच धर्मवेड्या विचारांचा प्रचार कारणीभूत झाला होता. जातीय संघटना आपली शक्ती वाढवीत होत्या. हे सर्व टाळण्यासाठी

दंगली आणि त्यामागचा जुनाट विचार थांबला पाहिजे. ही जाणीव मनात वाढू लागली. म्हणून पुरोगामी मुसलमानांची संघटना आवश्यक होती. त्यासाठी २२ मार्च १९७० मध्ये पुण्यात आम्ही काही मुस्लिम तरुणांनी एकत्र येऊन सत्यशोधक समाजाची स्थापना केली. हाच आमच्या कार्याचा प्रत्यक्ष भाग. मुस्लिम धर्माच्या इतिहासात ते प्रथमच घडले असे म्हणता येईल. मुस्लिम समाजात प्रबोधन करण्याची घोषणा करण्यात आली. मुस्लिम बांधवांना राष्ट्रवादी करणे, त्यांच्यामध्ये वैज्ञानिक दृष्टी निर्माण करणे, धर्माकडे बघण्याच्या दृष्टिकोनात बदल करून आणणे, सामाजिक रूढी आणि त्यातून निर्माण होणाऱ्या जाचक प्रथा नष्ट करणे असे आमच्या मंडळाचे ध्येयधोरण जाहीर करण्यात आले.

उर्दूऐवजी प्रादेशिक भाषा

प्रश्न - मंडळाच्या स्थापनेनंतर प्रथम तुम्ही कोणता कार्यक्रम हाती घेतला?

उत्तर - आमच्या कार्यक्रमात पाच-सहा महत्त्वाच्या मागण्या समाविष्ट आहेत. संस्थेने त्याला अग्रक्रम देऊन संघटना बांधण्यास तिचा विकास करण्यासाठी आणि प्रसाराचे क्षेत्र वाढविण्यासाठी आरंभ केला. सर्वात प्रथम देशात समान नागरी कायदा झाला पाहिजे, यासंबंधी आमची मागणी हेच आमचे महत्त्वाचे कार्य आहे. घटनेत तसे आश्वासन देऊनही तीस वर्षांत राज्यकर्त्यांनी त्या दिशेने काहीही केलेले नाही. दुसरा क्रम आम्ही मुसलमानांनी उर्दू भाषेऐवजी प्रादेशिक भाषेत शिक्षण घेतले पाहिजे. तसे झाले तरच सध्या समाजात शेजारी राहूनही दोन्ही जमातीत जो परकेपणा कायम राहतो तो कमी होईल हे वास्तव आहे. तिसरा क्रम भारतीय समाजात प्रबोधनाच्या मार्गाने इहवादाची मूल्ये रुजविली पाहिजेत, या तत्त्वाला दिलेला आहे. हे तत्त्व मुस्लिम समाजाच्या दृष्टीने अत्यंत महत्त्वाचे आहे. मुस्लिम स्त्रियांना समान हक्क मिळावेत, सवतबंदी आणि तोंडी तलाक देण्याची प्रथा कायद्याने बंद केली जावी, मुस्लिम समाजातही कुटुंब नियोजनाचा प्रचार करून लोकसंख्यावाढीला नियंत्रण घालण्याची गरज पटवून दिली पाहिजे.

प्रश्न - प्रादेशिक भाषा मुसलमानांनी शिकावी आणि उर्दू बाजूला ठेवावी, या मुद्द्यावर तुम्ही एवढा भर का देता?

उत्तर - भाषिक जीवनाबरोबर सामाजिक मूल्ये आणि सांस्कृतिक एकता यांचा विकास होत जातो, असा सर्वांचाच अनुभव आहे. एकाच गावात राहून इतर समाजघटकांशी अट्टाहासाने उर्दू बोलण्याचा आग्रह कायम ठेवल्यामुळे मुलांच्या मनात लहानपणापासून अलगपणाची भावना जाणवू लागते आणि भाषिक वेगळेपण हे समाजातील सर्व गरीब मुसलमानांच्या मनात मुद्दाम बिंबवले जाते. मुल्ला मौलवी

तर सांगतात की ज्याला उर्दू येत नाही तो मुस्लिम कसला? स्वत:ला उर्दू येत नसतानाही आपली मातृभाषा उर्दू आहे अशी दुटप्पी भूमिका घेणारेही असंख्य मुस्लिम आहेत. पण उर्दू ही मुसलमानांची मातृभाषा आहे काय? या भाषेच्या जन्माची आणि वाढीची कथा काही निराळेच सांगते. एकीकडे उर्दू भाषेचा विकास हिंदू व मुसलमान दोघांनी केला आहे असे म्हणावयाचे, आणि दुसरीकडे उर्दू ही मुसलमानांची मातृभाषा आहे, असे सांगून अडाणी मुसलमानांची फसवणूक करायची. याला ढोंग नाही तर काय म्हणावयाचे? भारतातील मुसलमान मूळचे याच देशातील आहेत. ते काही अरबस्तानातून आलेले नाहीत. त्यांचे पूर्वज भारतीयच होते. पूर्वजांची जी भाषा तीच आजच्या मुसलमानांची मातृभाषा. धर्म बदलला म्हणून भाषा बदलण्याचे कारण नाही. बंगालचे उदाहरण लक्षात घ्या. धर्मांतरामुळे देवासंबंधीच्या कल्पना किंवा उपासनापद्धतीत बदल होईल. पण भाषा, पेहराव यात बदल कशासाठी? म्हणून आमचे असे ठाम मत आहे, की महाराष्ट्रातील मुसलमानांची मातृभाषा मराठी आहे आणि तीच त्यांनी आपल्या मुलाबाळांना शिकविणे त्यांच्या, समाजाच्या व व्यापक अर्थाने देशाच्या हिताचे आहे.

मुस्लिम नेत्यांचा स्वार्थ

प्रश्न - उर्दू भाषेच्या शाळा वाढविण्याची वरचेवर मागणी करण्यात येते आणि त्याच प्रमाणात मग मुस्लिम मुलांची संख्याही वाढत जाते. याचा परिणाम आपल्या पुढच्या पिढीवर व्यवसाय व नोकऱ्यांच्या दृष्टीने चांगला होत नाही, हे मुसलमान पालकांच्या लक्षात येत नाही काय?

उत्तर - या प्रश्नाला स्पष्टपणे 'नाही' असेच उत्तर द्यावे लागते. पालकांच्या एवढेही लक्षात येत नाही, की उर्दू माध्यमातून शिक्षण घेऊन बाहेर पडलेल्या मुलांना नोकऱ्या मिळणे अवघड बनते. मुस्लिमांच्या बेकारीच्या अनेक कारणांपैकी हे एक महत्त्वाचे कारण आहे; पण मुस्लिम नेते उर्दूला दुय्यम राज्यभाषेचा दर्जा द्यावा, अशीही मागणी करतात; पण त्यांच्या अशा वेड्या आग्रहामुळे अडाणी मुस्लिम बेकारीचा सर्व दोष सरकारवर टाकतात आणि पुन्हा पक्षपातीपणाचा आरोप सरकारवर टाकून समाजात द्वेषभावना वाढीला लावतात. सरकारही आपल्या पक्षाच्या सत्तेची खुर्ची टिकविण्यासाठी उर्दू शाळांची संख्या वाढवून मुसलमानांच्या वेडेपणाला मतलबी खतपाणी घालतात. मुलींना तर पालक मराठी शाळेत पाय ठेवू देत नाहीत. स्वाभाविकच त्यांचे शिक्षण आरंभीच खुंटते. सर्वात वाईट परिणाम म्हणजे मुस्लिम मुलांच्या मनात लहानपणापासूनच वेगळेपणाची भावना बळावत जाते. शाळा वेगळ्या, खेळांची मैदाने वेगळी, मोहल्ले वेगळे, करमणुकीचे

प्रकार वेगळे, सामाजिक आनंदोत्सव वेगळे. अशा सर्व प्रकारांमुळे हिंदू व मुसलमान मुलांना एकत्र येण्याचे ठिकाणच राहत नाही आणि तसा प्रसंगही येत नाही. मुस्लिम नेत्यांच्या ढोंगीपणाचा कळस म्हणून असे म्हणता येते, की हे नेते एकीकडे उर्दू माध्यमाचा आग्रह धरतात आणि दुसरीकडे त्यांची मुले मात्र कॉन्व्हेंटमध्ये शिकायला पाठवितात. अशा नेत्यांना त्यामागचे कारण विचारले तर ते निर्ढावलेल्या शब्दात सांगतात की, 'माझ्या मुलांसाठी कॉन्व्हेंटचा खर्च मी करू शकतो.' याचा अर्थ असा की हे नेते गरीब मुसलमान मुलांची दिशाभूल करतात; पण तेही आपल्या मुलांना उर्दू शाळेत पाठविण्याच्या स्वार्थी आग्रहासाठी आणि ते बेकार राहिले म्हणजे पुन्हा त्यांचा कैवार घेऊन नोकऱ्या मागण्याचे नाटक करतात. अशी आहे मुस्लिम जातीयवादी नेत्यांची नीती. त्याचा परिणाम कसा दिसतो ते पाहा. पुण्यासारख्या शहरात जेथे कॉलेज शिक्षणाची सोय उर्दूतून आहे, अशा ठिकाणी मुस्लिम विद्यार्थ्यांचा एस.एस.सी.चा निकाल केवळ एक-दोन टक्क्यांपेक्षा अधिक लागत नाही. मग गरीब मुलांनी उर्दूचा अट्टाहास कशासाठी करायचा? उर्दू भाषा मुसलमानांची मातृभाषा कशी नाही, हे अगोदर सांगितलेच आहे. ती राज्यभाषाही नाही आणि धर्मभाषाही नाही. म्हणून आम्हाला असे निश्चितपणे वाटते की, सर्वसामान्य मुसलमानांनी नेत्यांची मानसिक गुलामगिरी झुगारून द्यावी व आपली मुले मराठी शाळेत पाठवावीत. त्यामुळे दोन्ही समाजांच्या निदान अशा दुटप्पीपणामुळे पुढच्या पिढ्यांत तरी सामंजस्य निर्माण होईल काय?

जातीयवाद्यांचे दुटप्पी धोरण

प्रश्न - अशा परिस्थितीत शिकलेल्या तरुण मुस्लिम मुलांचा दृष्टिकोन तुम्हाला कसा दिसतो? नव्या शिक्षणामुळे त्याच्या मनात काही नवे विचार आलेले दिसतात काय?

उत्तर - फाळणीच्या वेळी भारतात असलेली मुसलमानांची पिढी आता अस्तंगत होत आलेली आहे. त्यानंतरची पिढी आता प्रौढ वयाची झालेली आहे. ती पिढी अधिक प्रमाणात शिक्षितही झालेली आहे. त्यानंतरची तिसरी पिढी पंचविशी-तिशीत आहे. तिला तर नव्या शास्त्रांचे शिक्षण मिळालेले आहे. पुढच्या पिढ्यांत तर फार मोठे बदलही दिसतील; पण अशा पद्धतीने त्यांचा दृष्टिकोन बदलत असेल. नव्या सुधारणा स्वीकारून समाजाचे परिवर्तन घडविण्याची या पिढीची बौद्धिक तयारी वाढत असेल. निदान वाढावी अशी आमची अपेक्षा, पण अशा भ्रमात राहण्यातही आम्हाला अर्थ वाटत नाही. आमची अशी अपेक्षा असते, की नव्या पिढीला तरी सुधारणावादी करणे सोपे जाईल; पण अनुभव वेगळा येतो.

तरुण पिढीविषयी अनुभव

तरुण सुशिक्षित मुसलमानांपैकी बहुतेक तरुणांवर जातीयवादी विचारांचाच पगडा अधिक आहे; असा आमचा अनुभव आहे. अनेकांना भारतापेक्षा पाकिस्तानाविषयी आत्मीयता वाटते. आणि त्याचे प्रदर्शन क्रिकेट सामना किंवा धार्मिक मिरवणुका अशा प्रसंगी त्यांच्याकडून होताना दिसते. पाकिस्तानच्या संघाने सामना जिंकला की अगदी तरुण सुशिक्षित मुसलमानही आनंदाने फटाके उडवितात. हे अनेकदा घडलेले आहे. ही दुर्दैवाची परिस्थिती आहे; पण ती सुधारण्याची मन:स्थिती अद्याप तरी दिसत नाही. त्यासाठी फार मोठे प्रयत्न करावे लागतील. धर्मनिरपेक्षतेचे स्वप्न अद्याप किती दूरचे आहे, हे लक्षात आल्यावर मन अनेकदा हताश होऊन जाते.

'तलाक'ची अमानुष पद्धती

प्रश्न - तुम्ही धर्मनिरपेक्षतेचा उल्लेख केला हे बरे झाले. धर्मनिरपेक्षतेच्या आग्रहामागची तुमची नेमकी भूमिका कोणती?

उत्तर - धर्माच्या नावाखाली चालणाऱ्या अन्याय्य चालीरीती व परंपरा, रूढी यांच्याविरुद्ध लढण्याचा मुस्लिम सत्यशोधकांचा निर्धार आहे. अशा अनेक प्रश्नांपैकी सर्वात अन्याय्य गोष्ट म्हणजे स्त्रियांना तलाक देण्याची पद्धत होय. तलाकसंबंधी मंडळाची भूमिका स्पष्ट आहे. पती व पत्नी यांना एकत्र राहणे कठीण होत असले तरी त्यांनी आपल्या स्वभावांना कोठेतरी मुरड घालून तडजोड करावी आणि भावी आयुष्य सुखी करण्याचा प्रयत्न करावा. यात केवळ पती-पत्नी यांच्याच सुखाचा प्रश्न गुंतलेला नसून त्यांच्या अपत्यांचे, आई-वडिलांचे प्रश्नही गुंतलेले असतात. म्हणून शक्यतो पती-पत्नींनी तलाक घेण्याचे टाळावे हा उत्तम मार्ग.

अस्तित्वात असलेल्या मुस्लिम व्यक्तिगत कायद्याप्रमाणे पतीने पत्नीला 'तलाक-तलाक-तलाक' असे तीन वेळा म्हटले किंवा तशी नोटीस पाठविली किंवा तलाक दिल्याबद्दल नुसता निरोप पाठविला तरी तलाक अमलात येतो आणि तीन वेळा 'तलाक' या शब्दाचा उच्चार केल्याबरोबर तो शब्द मुस्लिम स्त्रीला रस्त्यावर फेकतो. अशा वेळी स्त्रीला मेहेरची रक्कम दिली जाते, म्हणून तलाकचे समर्थन केले जाते; पण अशी रक्कम मुळातच जास्त नसते आणि तेवढीही नवरा सुखासुखी देत नाही. त्यासाठी स्त्रीला कोर्टात जावे लागते, हे सर्व घडत असताना मुलाबाळांची दुर्दशा होते ती वेगळीच. पतीने केलेले आरोप अगदी क्षुल्लक कारणांसाठी असतात; पण ते तरी खरे असतात काय? त्याची शहानिशा करण्याचे काहीही साधन नाही. तीन शब्द एका कुटुंबाची वाताहात करू शकतात. कोर्टात गेल्यावर तरी पत्नीला आपली कैफियत मांडता आली पाहिजे; पण सध्या तरी तसे काहीच बंधन पुरुषावर नाही. तो

घरबसल्या आपल्या पत्नीस सहजासहजी 'तलाक' देऊ शकतो. पत्नीला मात्र पतीपासून 'तलाक' मिळवायचा असेल तर कोर्टात जाऊनच तो मिळवावा लागतो. असा हा विचित्र न्याय आहे. शरीयतच्या नावाखाली पतीवर बंधन घालण्याची गरज नसते. पत्नीला मात्र त्याच शरीयतने एका शब्दाच्या उच्चाराबरोबर हलाखीच्या अवस्थेत असहाय होऊन पडावे लागते.

हा असा अन्याय्य कायदा बदलून घेण्याचा आणि मुस्लिम स्त्रीला न्याय मिळवून देण्याचा मुस्लिम सत्यशोधक प्रयत्न करीत आहेत.

असाच शरीयतच्या नावाखाली होणारा आणखी एक अन्याय म्हणजे मुस्लिम पुरुषाला एका वेळी चार बायका करण्याचा अधिकार प्रचलित कायद्याने दिलेला आहे. तो बदलण्यास सरकारला भाग पाडणे हे मंडळाचे आद्य कर्तव्य मानले जाते. पण मुसलमान समाज म्हणतो, शरीयतच्या आदेशानुसार ठरविलेले नीतिनियम बदलता येत नाहीत. तसे करणे म्हणजे इस्लाम धर्मात ढवळाढवळ करणे असे मानले जाते. पैगंबरांच्या वचनाचा इतका विपर्यास पैगंबराच्या अनुयायांनी करावा यापेक्षा दुर्दैव ते कोणते?

कम्युनिस्ट व मुस्लिम समाज

प्रश्न - तुम्ही मुस्लिम समाजाच्या सामाजिक व धार्मिक सुधारणेसंबंधी प्रचार करता; पण त्यांच्या आर्थिक सुधारणेचा विचार प्रामुख्याने झाला पाहिजे, असे कम्युनिस्टांचे मत आहे. आर्थिक क्रांती झाली की समाजातील सर्व प्रश्न मिटतील व समानता निर्माण होईल असे त्यांचे मत असते. तुम्ही या प्रश्नासंबंधी कसा विचार करता?

उत्तर - खरे म्हणजे आर्थिक प्रश्न महत्त्वाचा आहे हे आम्हाला समजत नाही की काय? पण आर्थिक क्रांतीने धार्मिक व जातीय प्रश्न सुटतील, हा केवळ भ्रम आहे. कम्युनिस्ट सोईस्करपणे सामाजिक प्रश्नाला बगल देतात. धार्मिक समस्येकडे दुर्लक्ष करतात. आणि आर्थिक सिद्धान्ताचा ठोकळेबाजपणे अंगीकार करतात. अशा विचारसरणीने भारतातील धार्मिक प्रश्न सुटू शकणार नाहीत आणि जातीय प्रश्नही मिटणार नाहीत. त्याचे एक उदाहरण देतो. आपल्या देशात जातीय दंगली आर्थिक प्रश्नांवरून होतात काय? अशा जातीय दंगलीचे नीट निरीक्षण केले तर असे दिसून येते, की त्यामागे धार्मिक वेड आणि जातीय कर्मठपणा प्रामुख्याने दिसतो. औद्योगिक क्षेत्रातील कामगारांनी भिन्न जमातींच्या कामगारांचे गळे कापले आहेत. कामगार हितसंबंधाने आणि वर्गीय जाणिवेने हा वर्ग एकत्र येतो असे गृहीत धरले जाते; पण मग धर्मभावनेने पेटून ते एकमेकांचे मुडदे कसे पाडतात? हे सर्व दिसत असतानाही कामगारांच्या आर्थिक

ऐक्याची घोषणा कम्युनिस्ट करीत असतात. खरे तर, चिकित्सकपणे पाहिले तर असे दिसून येते की, कामगार हा फक्त बोनस व पगारवाढीसाठी एकत्र येत असतो. एरवी फक्त तो जात आणि धर्मगट यात विभागलेला स्पष्ट दिसतो. त्यामुळे जे सामाजिक तणाव इतरत्र अस्तित्वात असतात त्याचे प्रतिबिंब कामगारांतही उमटलेले दिसते. ही वस्तुस्थिती लक्षात न घेता सोईस्करपणे त्याकडे डोळेझाक करून ठोकळेबाज वर्गीय सिद्धान्ताच्या दृष्टीने याकडे पाहून चालणार नाही. आणखी एक विचार, दलितांच्या प्रश्नांवर कम्युनिस्ट फारसे विचार करताना दिसत नाहीत. आणि मुस्लिम जातियतेच्या प्रश्नावर कोणी बोलू लागला तर त्याला इ.आ.ए.चा किंवा जनसंघाचा हस्तक ठरवितात. त्यांचा आणखी एक ठोकळेबाज विचार वारंवार ते सांगत असतात. त्यांच्या मते, कम्युनिस्ट क्रांती झाल्यावर सारे काही ठीक होईल. या सर्वांचा अर्थ एवढाच की कम्युनिस्टांना धार्मिक आणि जातीय प्रश्नांची खोली समजलेली नसते. त्यामुळे क्रांती झाली की सर्व प्रश्न आपोआप संपून जातील, असे त्यांचे म्हणणे असते.

धार्मिक समता व आर्थिक समता

प्रश्न - मुस्लिम समाजात समतेची भावना धर्मभावनेबरोबर आपोआपच निर्माण झालेली असते, त्यांच्या धर्मभावनेशी समानतेचे गुणधर्म संलग्न झालेले असतात. त्यामुळे मुसलमानात उच्चनीचतेची जाणीव तीव्र नसते, असे सामान्य मुसलमान म्हणतो ते कितपत बरोबर आहे?

उत्तर - सामाजिकदृष्ट्या एकत्र आणणाऱ्या आणि बंधुत्वाची घोषणा करणाऱ्या इस्लामच्या सिद्धान्तपर विचारसरणीने सामान्य मुसलमान भारावून गेलेला असतो. त्यामुळे त्याला ईश्वरासमोरची समानता आणि ऐहिक जीवनातील समानता यातील फरक समजू शकत नाही. इस्लामने त्याला बादशहाच्या खांद्याला खांदा लावून नमाज पडण्याचा हक्क दिला आहे. अशा बंधुत्वाच्या भावनेने तो दरिद्री मुसलमान आणि सरदार मुसलमान हे सर्व एकच आहेत, असा समज करून घेतो. वस्तुत: मशिदीतील समानता व व्यवहारातील समानता या अगदी भिन्न आहेत. उमर खलीफाने म्हटले आहे, की मुसलमानाला तो मशिदीत काय करतो, कसा वागतो यावरून ओळखू नका. तो व्यवहारी जीवनात आणि बाजारात कसा वागतो यावरून ओळखा. व्यवहारातील आर्थिक विषमता मुसलमानांच्या धार्मिक विषमतेतही दिसते. अशी जातीयता कोसळून पडेल हे म्हणणे कितपत योग्य आहे. क्रांतीची कल्पना केवळ रम्य स्वप्नाळू आहे. हिंदूंमधील जातीय बुजबुजाट मोडून काढल्याशिवाय आणि मुस्लिम मनावरील कट्टर धर्मभावनेचा जबरदस्त प्रभाव नष्ट केल्याशिवाय भारतात क्रांतीमुळे समानतेचे युग निर्माण होईल असे मानणे वेडेपणाचे वाटते. स्वातंत्र्यानंतरही गेली पन्नास वर्षे असाच

प्रचार चालू आहे. तरी डावी मंडळी वस्तुस्थिती मानायला तयार नाहीत. याचा अर्थ आर्थिक प्रश्न महत्त्वाचा नाही किंवा त्यासाठी लढे करू नयेत असाही अर्थ नाही. नव्या समाजव्यवस्थेसाठी अर्थसुधारणा महत्त्वाची आहे आणि त्यासाठी लढ्यांचीही आवश्यकता नाकारता येत नाही; पण त्याच वेळी जातीच्या आणि धर्मभावनेच्या विरोधी लढा देणारे सुधारक आर्थिक प्रश्नाकडे दुर्लक्ष करतात, असा आरोप करणे मूर्खपणाचे वाटते.

प्रश्न - कम्युनिझम आणि इस्लाम यात तुम्हाला काही साम्य जाणवते काय? माझ्या मते या दोन विचार करण्याच्या पद्धतीतील साम्य-विरोधाचे स्वरूप समजून घेणे आवश्यक वाटते. मुस्लिम समाजाविषयी कम्युनिस्ट फार आपलेपणाने बोलतात.

उत्तर - कम्युनिस्टांना मुस्लिम समाजाविषयी आकर्षण वाटावे, त्यामागे कम्युनिझमच्या काही परंपरा आहेत. कम्युनिझम म्हणजे विसाव्या शतकातील इस्लाम, असे एका थोर पाश्चिमात्य विचारवंताने म्हटले आहे. यामागील मर्म समजून घेतले पाहिजे. ईश्वरविषयक कल्पना वगळली, तर या दोन समाजव्यवस्थांमध्ये आपल्याला बरेच साम्य आढळून येईल. पहिली गोष्ट अशी, की कम्युनिस्टांना मतभेद अमान्य असतो. मुसलमान समाजही मतस्वातंत्र्य मानायला तयार नसतो. वैचारिक स्वातंत्र्याचा अभाव ही कम्युनिस्ट व इस्लामी समाजव्यवस्थांची खास वैशिष्ट्ये आहेत. याबाबत त्यांची दृढ श्रद्धा असते. अशा श्रद्धा अंधश्रद्धा बनतात. त्यामुळे दोन्ही समाजव्यवस्थेत कुराण व कम्युनिस्ट मॅनिफेस्टो या आपल्या धर्मग्रंथविरोधी ते यत्किंचितही मतभेद सहन करू शकत नाहीत. त्यामुळे ती मन:स्थिती आणि वैचारिक दुराग्रह यांना लोकशाहीत स्थानच मिळू शकत नाही. अल्पसंख्य असताना कोणत्याही मार्गाने का होईना सत्ता बळकावण्याचे त्यांचे धोरण सारखेच असते. एकदा सत्ता हाती आल्यानंतर ती कायमची मुठीत ठेवण्यासाठी कोणताही मार्ग त्यांना निषिद्ध वाटत नाही. अशा सर्व इच्छा-आकांक्षा कम्युनिस्ट आणि मुसलमान दोन्ही समाजांत सारख्याच असतात. कम्युनिस्ट त्याला 'क्रांती' म्हणतात आणि मुसलमान त्याला 'जिहाद' नाव देतात. दोन्हींचा हेतू एकच आणि तो म्हणजे आपल्या विचारांपेक्षा भिन्न मत व्यक्त करणाऱ्यांना कायमचे संपविणे. अशा वेळी कम्युनिस्टांना सुधारणावादी व्यक्ती फुटीर वाटते आणि मुसलमानही विरोधकांसाठी काफीर असा शब्द वापरतात. मार्क्सच्या ग्रंथातील आज्ञा असोत की कुराणातील प्रेषिताचे आदेश असोत, त्यांच्याविषयी वेगळा विचार करणारा कम्युनिस्टांच्या मते कम्युनिझमद्रोही आणि मुसलमानांच्या मते धर्मद्रोही समजला जातो. महंमदाने घोषित केल्यामुळे मुसलमान आर्थिक समतेचा विचार करायला तयार नसतो आणि धार्मिक क्षेत्रात मानलेली समता व आर्थिक विकासासाठी असलेली समता या दोन्हीतील फरक कम्युनिस्टांना समजू शकत नाही किंवा समजू

शकला तरी तथाकथित क्रांतीसाठी त्यातील फरक स्पष्ट करू इच्छित नाहीत. कम्युनिस्टांना मुस्लिम समाजाविषयी आकर्षण वाटते ते त्यांच्या सहकार्याने सत्तेत बहुमत मिळावे यासाठी. म्हणूनच कम्युनिझम म्हणजे विसाव्या शतकातील इस्लाम आहे, असे एका विचारवंताने म्हटले आहे. रशियात प्रारंभी मुस्लिम जनतेला साम्यवादी समाजात सामावून घेण्याच्या प्रयत्नाचा एक भाग म्हणून त्यासाठी कम्युनिस्टांनी प्रेषित महंमदाची स्तुती करण्यास आरंभ केला. एवढेच नव्हे, तर प्रेषित महंमद हा पहिला समाजवादी असे त्याचे वर्णनही करण्यात आले; पण अशा प्रचाराला यश आले नाही. कदाचित त्यांच्या हे ध्यानात आले असावे, की महंमदाने घोषित केलेल्या समतेमुळे मुसलमान आर्थिक समतेचा विचार करायलाच अपात्र ठरले. एक प्रकारे इस्लामी समता ही आर्थिक समता निर्माण होण्यातील अडथळा बनली असेही त्यांना जाणवू लागले. खरी परिस्थिती अशी दिसते, की दोन दुराग्रही विचारांचे एकत्र येणे कठीणच असते. ते दोन्ही विचारांचेही आदानप्रदान करू शकत नाहीत. म्हणून एकत्रही येऊ शकत नाहीत.

इबादत वेगळी, आदत वेगळी

मुस्लिम सत्यशोधक मंडळ मुस्लिमांना नास्तिक बनवत आहे, इस्लामला नष्ट करू पाहत आहे, असा दुष्ट प्रचार मंडळाविरुद्ध केला जातो. आम्ही एवढेच सांगतो की धर्माचे 'इबादत' म्हणजे उपासनेचे अंग वैयक्तिक स्वरूपाचे असते. ते तुम्ही आपल्या इच्छेप्रमाणे चालवा; पण त्याचे 'आदत' म्हणजे इहलोकाविषयीचे जे अंग आहे त्याचा संबंध इतर माणसांशी, समाजाशी, देशाशी असतो. म्हणून त्याचे आचरण इतर समाजाच्या संदर्भातच केले पाहिजे. थोडक्यात, इबादत आणि आदत यांची गल्लत करू नका. सामाजिक आचरणाचा भाग कालानुरूप बदलला पाहिजे. प्रगतीला अडथळा आणतात अशा रूढी कालबाह्य झाल्या आहेत, असे समजून त्या सोडल्या पाहिजेत; पण मुस्लिम मनाची घडणच अशी बनली आहे की ते सर्व रोगांवर धर्माचे एकच रामबाण औषध घट्ट धरून बसले आहेत. सर्व प्रश्नांची उत्तरे ते एकाच ग्रंथात शोधीत असतात. खरे म्हणजे ज्याला भोवतालच्या समाजात वावरायचे तर त्या समाजाशी आपली काही कर्तव्ये असतात, हे समजून घ्यायचे तर, धर्माची झापड लावून काहीही दिसणार नाही. सुमारे दीड हजार वर्षांपूर्वी असलेली समाजस्थिती, धर्मकल्पना यांचा आजच्या आधुनिक जगात काहीही बोध होणार नाही. या संदर्भात धर्ममार्ग सांगणारे मुल्ला मौलवी केवळ अज्ञानी नसतात, ते ढोंगीही असतात. त्यांच्या मनावर आणि वर्तनावर आजच्या जगातील सुधारणा, नवे विचार समजले तरी ते ढोंगीपणाने किंवा अज्ञानाने जुन्याच मंत्रांची घोकंपट्टी करीत बसतात. आधुनिक

जगातील सर्व सुखसोईंचा उपयोग घेऊन ते त्याच वेळी जुन्या रूढींनाच घट्ट धरून बसलेले असतात. उदाहरणार्थ, ते भारतातून मक्केला जाण्यासाठी बोटींचा आणि विमानांचा उपयोग करतात; पण धर्माची स्तुती करताना अरबस्तानातील उंटांची अगदी आंधळेपणाने महती गात असतात.

'शरियत' कायदा शिल्लक आहे कोठे?

मला वाटते अशा ढोंगातूनच ते समान नागरी कायद्याला विरोध करत असतात. एका न्यायाधीशाने काही वर्षांपूर्वी म्हटल्याप्रमाणे शरियतचा कितीसा भाग आता शिल्लक राहिला आहे. त्यांनी असेही म्हटले आहे की, या कायद्याचा एक भाग शासनव्यवस्थेचा असतो. आज या देशात ती धार्मिक व्यवस्था अस्तित्वात नाही. दुसरा भाग आर्थिक संबंधाविषयी आहे. तोही अस्तित्वात नाही. सर्व व्यापार, व्यवहार आजच्या जागतिक अर्थव्यवस्थेच्या संदर्भात केले जातात. त्यासाठी 'शरियत'मध्ये काय सांगितले आहे याचा कोणीही विचार करीत नाही. त्याचा आजच्या संदर्भात काहीही उपयोग नाही. तिसरा भाग परदेशासंबंधीचा आहे. तोही आता अस्तित्वात नाही. आम्हाला हजला जाण्यासाठी पासपोर्ट घ्यावा लागतो. आणि त्याच्याशी संबंधित असलेला व्यवहारही पूर्ण करावा लागतो. चवथा भाग गुन्ह्याबद्दलच्या शिक्षेचा; पण फौजदारी कायद्यामुळे तोही अस्तित्वात नाही. फौजदारी कायद्यामुळे भारतीय नागरिकाला एक शिक्षा आणि तथाकथित काफीराला दुसरी शिक्षा केली जाते काय? या कायद्यापुढे सर्व नागरिक समान आहेत. म्हणजे इस्लामी कायद्यांपैकी चार पंचमांश भाग निकालात निघाला. शासनव्यवस्था, अर्थव्यवस्था, परदेशसंबंध, गुन्हेगारी या सर्वांचा व धर्माचा संबंध येतोच कोठे? शिल्लक राहिला तो फक्त लग्न, घटस्फोट, वारसाहक्क इत्यादी संबंधीचा म्हणजे सामाजिक व्यवहाराचा.

लग्न, घटस्फोट, वारसा यासंबंधी कायदे

प्रश्न - मला असे वाटते, एवढाच भाग वादाचा मुद्दा मानला जातो. त्यासाठी तुम्ही कोणता उपाय सुचविता?

उत्तर - या समाजाच्या व्यावहारिक भागासाठी देशात समान नागरी कायदा अस्तित्वात आला पाहिजे, असे आम्ही आग्रहाने सांगत असतो. लग्न, घटस्फोट वारसा या तीनही बाबी मुस्लिम स्त्रियांवर अन्याय करणाऱ्या आहेत आणि त्या शरियतच्या नियमाप्रमाणेच झाल्या पाहिजेत, असे सनातनी मुस्लिम सांगतात आणि समान नागरी कायद्याला विरोध करतात. सध्या अस्तित्वात असलेल्या मुस्लिम कायद्याप्रमाणे पत्नीला तीन वेळा 'तलाक' असे म्हटले की त्याचा घटस्फोट होतो आणि मग त्या स्त्रीवर असहाय जीवन जगण्याची पाळी येते. विवाहाच्या बाबतीतही

असाच अन्याय केवळ चुकीच्या धर्मसमजुतीमुळे केला जातो. धर्माने असे म्हटले आहे, की पुरुषाला एकाच वेळी चार स्त्रिया करण्याचा अधिकार आहे. यावरही समान नागरी कायद्याचा तोडगा आम्ही सुचवितो आणि स्त्री व पुरुष यांना समान हक्क मिळावेत असे म्हणतो; पण माणुसकीच्या दृष्टिकोनातून केलेली अशी सूचना म्हणजे इस्लाम धर्मात हस्तक्षेप करणे आहे असा कांगावा केला जातो. विवाह व घटस्फोट यासंबंधी जगातील अनेक मुस्लिम राष्ट्रांनी नव्या काळाशी सुसंगत असे कायदे बनविले आहेत. न्यायालयाच्या परवानगीविना पुरुषांना दुसरा विवाह करता येत नाही. यासंबंधी इन्डोनेशिया, सोमालिया, मलेशिया, येमेन, बांगलादेश, अल्बेनिया, पाकिस्तान या देशांनी कायदा केला आहे. तुर्कस्तान आणि ट्युनिशियामध्ये तर द्विभार्या प्रतिबंधक कायदा केला आहे.

भारतातही इंग्रजांनी मुस्लिम व्यक्तिगत कायद्यात बदल करून प्रचलित कायदा बनविला. उदा. फौजदारी गुन्ह्यासाठी 'शरियत'चा कायदा इंग्रजांनी एका तडाख्यात बाजूला सारला आणि धर्म-जात न लक्षात घेता सर्वांसाठी नवा फौजदारी कायदा बनविला; पण अशा गोष्टींकडे मुद्दाम दुर्लक्ष करून मतलबी मौलवी मंडळी अरबस्तानच्या जुनाट चालीरीती, लोकशाही भारतात विसाव्या शतकात चालू ठेवण्याचा दुराग्रह करतात. आमचे राज्यकर्तेही मतांच्या स्वार्थासाठी त्यांचे लाड खपवून घेतात. आमचे म्हणणे असे की, मुस्लिम स्त्रीला न्याय मिळाला पाहिजे. त्याच्याही पुढे जाऊन आम्ही असेही सुचवितो, की लोकसंख्येच्या वाढीवर नियंत्रण घालण्यासाठी कुटुंबनियोजनाचा कार्यक्रम जरूर तर कायद्याची सक्ती करून अमलात आणला पाहिजे आणि याला मुसलमानांचा अपवाद असता कामा नये.

सत्यशोधक प्रचारकाचे प्रयत्न

प्रश्न - मुस्लिम सत्यशोधक समाजाच्या विचारप्रचारासाठी तुम्ही सभा-संमेलनाशिवाय आणखी काय प्रयत्न करता?

उत्तर - मंडळाचे मुखपत्र म्हणून 'सत्यशोधक पत्रिका' आम्ही लवकरच सुरू करणार आहोत. त्यात अशा सर्व प्रश्नांची चिकित्सा निर्भयपणे केली जाईल. तरुण पिढीवर त्याचा चांगला परिणाम व्हावा, अशी आमची अपेक्षा.

विचारप्रसाराच्या कामाबरोबर मंडळ महिलांचे पोटगीचे दावे न्यायालयात दाखल करणे, अडचणीच्या वेळी त्यांना मदत करणे, निर्भयपणे त्यांचे वैयक्तिक दुःख समाजासमोर मांडणे, विद्यार्थ्यांना पुस्तक-वह्यांचे साह्य करणे, कुटुंब नियोजन, रक्तदान, बालक मंदिरे यांसारखे उपक्रमही मंडळाचे कार्यकर्ते निष्ठेने हाती घेत आहेत. अर्थात हे सर्व काम इतक्या सहजपणे आणि अडचणीशिवाय होते असे समजण्याचे कारण

नाही. जुन्या धर्ममार्तंडांची भीती, बहिष्कार घालण्याचा धाक, व्यक्ती पातळीवर बुद्धिभेद करण्याचे प्रयत्न अशा अनेक अडचणींना तोंड देत देतच हे कार्य चालते; पण आमचे काही कार्यकर्ते अविचल निष्ठेने कार्य करतात. अशा कार्यकर्त्यांना एकीकडे मुस्लिम समाजाला भूतकाळातून बाहेर काढायचे आहे आणि दुसरीकडे त्या समाजाला राष्ट्रीय प्रवाहाशी त्यांना निगडित करायचे आहे.

समाजपरिवर्तनाचे हे कार्य धिटाईने अनेक कार्यकर्त्यांच्या हातून होत राहो, अशी हमीद दलवाई यांची इच्छा होती; पण दुर्दैवाने ते ३ मे १९७७ रोजी निधन पावले.

∎

हमीद दलवाई यांचे ललित व वैचारिक साहित्य

● प्रा. शमसुद्दिन तांबोळी ●

हमीद दलवाई हे मूलत: प्रतिभावंत साहित्यिकांच्या रांगेत बसणारे, सृजनशील, संवेदनशील ललितलेखन करणारे साहित्यिक होते. त्यांच्या कार्याची सुरुवातच ही मुळात वास्तववादी तसेच सृजनक्षम साहित्यनिर्मितीतून झाली आहे. वाचन, लेखन, चित्रपट, संगीत यांसारख्या कलाविश्वात रमणारे आणि किर्लोस्कर, वसुधा, मनोहर या नियतकालिकांमधून कथालेखन करणाऱ्या हमीद दलवाई यांचे साहित्यिक व्यक्तिमत्त्व नंतरच्या कार्यबाहुल्यामुळे टिकू शकले नाही. साहित्यापेक्षा प्रत्यक्ष समाजसुधारणेकडे त्यांनी पूर्णत: झोकून दिल्यामुळे, नंतरचे आजारपण व अल्पायुष्य यामुळे ही प्रतिभा फारशी व्यक्त झालीच नाही. हा त्यांच्यातील कलावंतावर अन्यायच झाला आहे.

हमीदभाईंचा पहिला आणि एकमेव कथासंग्रह 'लाट' १९५८ मध्ये प्रसिद्ध झाला. त्यातील अनेक कथा, विशेषत: 'कफनचोर' वादळी ठरली. हमीदभाई मराठी साहित्यलेखन करीत असताना मराठी मुसलमानांनी त्यांची फारशी दखल घेतली नाही. इतरांप्रमाणेच त्यांचेही लेखन असणार, या समजुतीतून त्यांच्याकडे दुर्लक्ष करण्यात आले; परंतु जेव्हा पाहिलेल्या अनुभवलेल्या मुस्लिम समाजातील वास्तव साहित्यातून प्रकट होण्यास सुरुवात झाली तेव्हा धार्मिक व राजकीय, 'अश्रफ' गटातून अस्वस्थता, बैचेनी आणि नाराजी व्यक्त होण्यास सुरुवात झाली.

हमीद दलवाई यांच्या वैचारिक साहित्याचे वेगळेपण त्यांच्या वास्तवाच्या सम्यक आकलनात व निर्भय मांडणीत दिसून येते. तीच शैली त्यांच्या ललित साहित्यामध्येही जाणवते. मानवी भावजीवनाचे त्यांचे आकलन सम्यक वास्तवावर आधारित आहे. स्वत: मुस्लिम समाजात वावरल्यामुळे मुस्लिम जीवनातील विविध रसधारा त्यांनी अनुभवल्या, चाखल्या. इतर मुस्लिम लेखकांप्रमाणे आपला समाज वगळून त्यांनी लिखाण केलेले नाही. दलवाई यांच्या काव्यात्म सत्याच्या मुळाशी वास्तव सत्य ठाम

उभे असते. त्यामुळे साहित्य वाचत असताना वाचकांची मने बैचेन, प्रक्षुब्ध झाली तरी ते वास्तव सत्य नाकारणे कोणालाच शक्य नाही.

'लाट' या कथासंग्रहात त्यांच्या गाजलेल्या कथांचा समावेश आहे. 'छप्पर' या कथेमध्ये मुस्लिम समाजातील अज्ञान, पारंपरिक दृष्टिकोन, दारिद्र्य स्वत:च निर्माण केलेल्या छप्परबंद कोशातून बाहेर पडण्याची असमर्थता आणि परिणामी त्याची द्यावी लागणारी जीवघेणी किंमत यांचे चित्रण आहे. हे समाजात असणाऱ्या आधुनिकतेचा अभाव दर्शवते, तसेच प्रतीकात्मक रूपाने बदलास प्रतिकूल मनोवृत्तीही व्यक्त होते. शेवटी परिवर्तन करू इच्छिणारा नायक स्वत:च बळी ठरतो. ही चौकट दाखवतानाच छप्पर बदलण्याचे कार्य किती अवघड आहे, हे जिवंत पात्राच्या माध्यमातून व्यक्त होते. दलवाईंची वादग्रस्त ठरलेली 'कफनचोर' ही कथा समाजातील दारिद्र्य व्यक्त करते. कथेतील पात्राची हतबल परिस्थिती, त्यातून आलेला नीडरपणा व प्रेतांवर अवलंबून असणारे जीवन- वाचत असताना जीव मुठीत धरून वाचावे लागते.

कथेतील थिजलेल्या प्रेतांप्रमाणेच वाचकही स्वत: थिजलेली अवस्था अनुभवतो. सुंदर स्त्रीचे कबरीतील प्रेत हाताळताना त्या प्रेताशी संभोग करण्याची इच्छा- ती भावनिक आंदोलने व्यक्त करताना लेखकाने वाचकाच्या मनावर कब्जा घेतलेला आढळतो. अण्णाभाऊ साठे यांच्या 'स्मशानातील सोनं' या कथेशी साम्य दाखवणारी ही कथा आहे. 'कळ' या कथेमध्ये एका बाजूला इज्जत, अब्रू, खानदान सांभाळत असताना होणारी दमछाक, तडजोडी चित्रित केले आहे. हे सर्व करताना होणारी 'मुस्कटदाबी' आणि त्यातून होणारे बंड, सर्व मूल्ये बाजूला ठेवून 'देहविक्रय' करतानाचा अंतर्गत संघर्ष आणि बाह्य आवरणे यातील द्वंद्व, लपवाछपवी अतिशय समर्थपणे कथेत व्यक्त होतात. कथासंग्रहाची शीर्षककथा 'लाट'मध्ये तारुण्यसुलभ प्रेम व्यक्त करताना होणारा कोंडमारा दाखवला आहे. सुमित्रा गोखलेला चित्रपट, संगीत, साहित्य याची जाण आहे. इतरांपेक्षा वेगळी असणारी शिक्षित तरुणी, तिचे आकर्षण, प्रेम, संवेदना व्यक्त करावी लागणारी कसरत ही फक्त स्वत: वाचूनच अनुभवावी अशी आहे.

हमीद दलवाई यांची बहुचर्चित 'इंधन' ही कादंबरी १९६५ मध्ये प्रकाशित झाली. यांच्या चार आवृत्त्या निघाल्या. याच कादंबरीला राज्य शासनाने १९६६ साली प्रथम पुरस्कारही दिला आहे. तसेच 'इंधन'चा इंग्रजीत अनुवाद ज्येष्ठ साहित्यिक दिलीप चित्रे यांनी केला आहे. याचाच हिन्दीतही अनुवाद झाला आहे. सुमारे चाळीस वर्षांपूर्वी महाराष्ट्रातल्या हिन्दू-मुस्लिम संबंधांसंदर्भात मर्मभेदक आणि वास्तव चित्रण करून मराठी साहित्यविश्वात खळबळ माजवणारी 'इंधन' ही कादंबरी जागतिक साहित्यात आपले स्थान निर्माण करणारी ठरली.

पुरोगामी परंपरा असलेल्या महाराष्ट्रात हिन्दू-मुस्लिमांचे संबंध नेहमीच गुंतागुंतीचे राहिले आहेत. मुस्लिम समाजात सुधारणेचे वारे वाहावेत यासाठी दलवाई यांनी केलेल्या संघर्षाचे प्रतिबिंब या कादंबरीत पडले आहे. 'इंधन'मधील माणसांचे सत्य व निर्भय चित्रण आजही वाचकाला अस्वस्थ करते.

'इंधन'ला राज्य पुरस्कार मिळाल्यानंतर दलवाई यांच्या जन्मगावी म्हणजेच चिपळूनजवळच्या मिरजोळीत गावकऱ्यांनी हमीदभाईंना वाळीत टाकले. कादंबरीवरून मोठा वाद झाला. दोन महिने त्यांच्या कुटुंबीयांवर बहिष्कार टाकण्यात आला. दाढी करण्यासाठी किंवा केस कापण्यासाठी न्हावीसुद्धा येत नसे. डोंगरावर घर असल्यामुळे खालून पाणी न्यावे लागत असे. घरावर दगडफेक झाली. जीवे मारण्याच्या धमक्याही मिळाल्या. मुंबईतील घरावरही दगडफेक झाली. या पार्श्वभूमीवर दोनशे पोलिसांचे संरक्षण घेऊन दलवाईंना गावाकडे जावे लागले. तेथे काही लोकांनी मिळून त्यांचा सत्कारही केला व कालांतराने हा वाद इतिहासजमा झाला.

हमीद दलवाईंचे वैचारिक साहित्याचे आखात ललित साहित्यातही शिरले आहे. आणि त्यांच्या ललित साहित्याचे भूशीर त्यांच्या वैचारिक साहित्यातही घुसले आहे. वैचारिक साहित्यात जशी त्यांची निर्भय सत्यनिष्ठा जाणवते, तशी त्यांच्या ललित साहित्यातही आढळते. त्यामुळेच त्यांच्या साहित्यात अभिसरणक्षमता आलेली आहे, असे ज्येष्ठ साहित्यिक यदुनाथ थत्ते यांनी 'लाट'च्या प्रस्तावनेत म्हटले आहे व ते वास्तव आहे.

जमातवादी मुस्लिमांच्या तीव्र प्रतिक्रिया त्यांच्या दोन्ही प्रकारच्या साहित्याबद्दल झाल्याचे दिसते. ही त्यांच्या साहित्यक्षेत्रातील कर्तृत्वाला मिळालेली अप्रत्यक्ष मान्यताच आहे. तथापि, दलित किंवा स्त्रीवादी साहित्यिकांना समाजाने स्वीकारले, अण्णाभाऊ साठेंसारख्या साहित्यिकांनी 'फकिरा' व अन्य कथा-कादंबऱ्या-कवितांमधून व्यक्त केलेल्या व्यथा, वेदना, दुःख समाज स्वतः अनुभवत होता. या आपल्याच वेदना आहेत म्हणून त्यांनी हे साहित्य स्वीकारले. त्याबद्दल आस्था, आदरही व्यक्त केला. या साहित्याला समाजात वेगळे स्थान, आयाम मिळाला. दलवाईंच्या बाबतीत मात्र नेमक उलट झाले. समाजातील 'अश्रफ' गटाने त्यांना अव्हेरलं, उपेक्षा केली. हा त्यांचा खुजेपणा आहे. अस्मिता, प्रौढी, प्रतिष्ठा चव्हाट्यावर येते व समाज बदनाम होतो. मुस्लिमांचे वस्त्रहरण होते. मुस्लिमांचे मुखवटे गळून पडतात. म्हणून दलवाईंना आरोपींच्या पिंजऱ्यात उभे केले आणि 'काफर' ठरवले. तळागाळातील अरझल समाज व दलवाईंच्यात गैरसमज पसरवून भिंत निर्माण केली व सर्वसामान्य मुस्लिमांमध्ये दलवाईंची इस्लामविरोधी प्रतिमा निर्माण करणारी लाट निर्माण केली. आजही जवळपास ९०% सर्वसामान्य मुस्लिमांना दलवाई कोण आहेत, त्यांचे मूलभूत विचार व

साहित्य काय आहे. त्यांनी कोणत्या वेदना व्यक्त केल्या आहेत याबद्दल माहिती नाही.

'लाट', 'इंधन' हे ललित साहित्य व वैचारिक लेखन समाजाला दिशादर्शक आहे. जाती-धर्माच्या बेड्या तोडण्यासाठी हमीदभाईंनी नवी वाट निर्माण केली म्हणून त्यांच्या साहित्याचे महत्त्व आहे.

दलवाई यांच्या वैचारिक साहित्यामध्ये 'मुस्लिम जातीयतेचे स्वरूप - कारणे व उपाय, ज्यात भर घालून त्यांनी नंतर इंग्रजीमध्ये Muslim Politics in Secular India हे ग्रंथ प्रसिद्ध झाले. या पुस्तकाची आवृत्ती उपलब्ध नाही. 'Muslim Politics in India' या नावाने हे पुस्तक Indian Secular Society ने पूर्ण प्रकाशित केले आहे.

हमीद दलवाई यांच्या ललित साहित्यातून मुस्लिम समाजाच्या शैक्षणिक, आर्थिक व सामाजिक स्थितीचे दर्शन होते. या समाजातील एकूणच मागासलेपण - मानसिकता, दाहकता अंतर्मुख करणारी आहे. न्या. राजेंद्र सच्चर यांनी अलीकडे सादर केलेला मुस्लिम समाजासंदर्भातील अहवाल दलवाई यांच्या साहित्यरूपाने सुमारे पस्तीस वर्षांपूर्वीच चव्हाट्यावर आला आहे. फरक एवढाच दलवाई यांना समाजाने अव्हेरले, तर न्या. सच्चर यांना स्वीकारले आहे. हासुद्धा दलवाई विचाराचा अप्रत्यक्ष स्वीकारच म्हणावा लागेल.

लोकशाही, व्यक्तिस्वातंत्र्य, धर्मनिरपेक्ष राष्ट्रवाद आणि आधुनिकता इ. मूल्यांवर विश्वास ठेवून इस्लाम धर्माची चिकित्सा करणाऱ्या हमीद दलवाईंना 'मुस्लिमविरोधक, हिंदूचा एजंट इ. विशेषणे लावून त्यांच्या पुरोगामी विचारांना मुस्लिम समाजापासून दूर ठेवण्याचा जाणीवपूर्वक प्रयत्न करण्यात आला. 'दलवाईंचे विचार एकांगी आहेत, त्यांनी फक्त मुस्लिम जातिवादावरच प्रखर हल्ला चढवला,' असा गैरप्रसार करणाऱ्यांनी 'राष्ट्रीय एकात्मता आणि भारतीय मुसलमान' या ग्रंथातील 'हिंदुत्ववाद' हे प्रकरण मुद्दाम वाचावे. म्हणजे हमीदभाईच्या व्यक्तिमत्त्वातील धर्मनिरपेक्ष मानवतावाद समजणे सोपे होईल.

फार मोठा काळ अप्रकाशित राहिलेले हे पुस्तक लेखकाच्या निधनानंतर पंचवीस वर्षांनी प्रकाशित झाले आहे. या पुस्तकातील विश्लेषण जवळपास तीस वर्षांपूर्वीचे असले, तरी जमातवादाची प्रेरणा आणि या प्रेरणेतून निर्माण झालेले भारतीय धर्मनिरपेक्षवादासमोरील पेच समजून घेण्यासाठी या पुस्तकाचे अध्ययन निश्चितच उपयोगी पडेल.

'भारतीय इस्लाम' या प्रकरणात भारतात इस्लामचे आगमन, राज्यविस्तारातून घडवून आणलेला धर्मविस्तार आणि सत्ताधाऱ्यांनी इतर धर्मीयांशी केलेले व्यवहार

तपशिलाने मांडण्यात आले आहेत. बिगर मुसलमानांकडून वसूल करण्यात येणारा जिझिया कर, त्यांना दिलेला झिम्मीचा दर्जा आणि अनेक मानहानिकारक अटी इस्लामी धर्मशास्त्राचा आधार घेऊन कशा लादण्यात आल्या, याचे सविस्तर वर्णन करून अकबर आणि औरंगजेबाच्या कालखंडातील धर्मविस्ताराचे बारकावे टिपण्यात आले आहेत. या संदर्भात लेखक असे मत मांडतात, की 'बहुसंख्याक हिंदूंनी अत्याचार सहजासहजी सहन केलेले नाहीत. अकबराच्या सहिष्णू धोरणाशी त्यांनी जुळते घेतले, तर औरंगजेबाच्या धार्मिक असहिष्णुतेला आव्हान दिले व त्यामुळेच धर्मविस्तार अधिक प्रमाणात झाला नाही. यानंतरच्या काळात धार्मिक प्रेरणेतून मुसलमानांनी धार्मिक चळवळीस जन्म घातला आणि स्पेनप्रमाणे इस्लामची लाट आपण परतवू शकलो नाही, ही खंत हिंदुत्ववादी चळवळींना जन्म देणारी ठरली.'

अकबराच्या मृत्यूनंतर 'बरे झाले, इस्लामच्या दिव्यावरील झाकण दूर झाले,' अशी मुस्लिम धार्मिक नेत्यांनी प्रतिक्रिया व्यक्त करून इस्लामच्या प्रसारासाठी सत्तेचा वापर करण्याची हाक दिली आणि धार्मिक चळवळींना खतपाणी मिळू लागले. बहुसंख्याक हिंदूंपासून मुस्लिम समाजाचे वेगळे स्वरूप ठेवण्याचा अट्टहास करण्यात आला. वेगळेपण टिकविण्यासाठी ब्रिटिशांच्या धोरणांना व सुधारणांना प्रखर विरोध सुरू झाला. पुढे पाश्चात्त्य शिक्षणाचा पुरस्कार करणाऱ्या अलिगढ विद्यापीठास देवबंदच्या परंपरागत उलेमांनी विरोध केला. परिणामी, मुस्लिम समाज सर्व क्षेत्रांतच मागासलेला राहिला. या वेळी खिलाफतसारख्या चळवळींचा जोर वाढला.

आजच्या काळात चिंतेचा आणि चिंतनाचा विषय ठरलेल्या भारत-पाकिस्तान संबंधासंदर्भात दलवाईंचे विचार समजून घेतले पाहिजेत. फाळणी झाल्यानंतरही भारताला पाकिस्तानच्या डोकेदुखीपासून मुक्तता मिळाली नाही. लीगवाद्यांनी सातत्याने हिंदू वर्चस्वाची भीती आणि धर्मवादाचे आवाहन ही दोन हत्यारे वापरून मुस्लिम समाजात आपले स्थान बळकट केले. मुस्लिम पुढाऱ्यांनी हिंदू वर्चस्वाचा बागुलबुवा उभा करत असतानाच 'मुसलमानाचे कायदे मुसलमानच करू शकतात, मुसलमानांवर सत्ता मुसलमानच गाजवू शकतो. राज्य व धर्म यांची मुसलमानच फारकत करू शकत नाहीत, म्हणून त्यांचे वेगळे राष्ट्र होणे आवश्यक आहे. आम्हाला आमच्या कल्पनेतील सामाजिक जीवन घडवण्यासाठी वेगळे राष्ट्र हवे आहे,' अशी भूमिका घेऊन पाकिस्तानची मागणी केली. ब्रिटिशांनीही या मागणीस खतपाणी घातले. भेदनीतीचे राजकारण खेळले आणि ''भारतातील हिंदू-मुस्लिम समाजाने आपसात तडजोड केल्याशिवाय आम्ही स्वातंत्र्य देणार नाही,' अशी भूमिका घेतली. ब्रिटिशांनी केवळ मुसलमानांनाच नाही, तर शीख व हरिजनांनासुद्धा हिंदू समाजापासून वेगळे करण्याचा प्रयत्न केला.

बॅ. जिना यांच्या व्यक्तिमत्त्वातील उर्मटपणा, अहंकार आणि विचारातील

विसंगती दलवाईंनी दाखवण्याचा प्रयत्न केला आहे. जिना नमाज पढत नव्हते, पाश्चात्त्य कपडे, काट्याचमच्याने खाणे आणि इस्लामला निषिद्ध असणाऱ्या अनेक गोष्टी त्यांना प्रिय होत्या. रूढ अर्थाने जिना हे धर्मवादी नव्हते; परंतु ते धर्मसमुदायवादी होते. धर्मनिरपेक्षतेचा डांगोरा पिटण्यासाठी 'पाकिस्तान हे धर्मनिरपेक्ष राज्य होईल' असे जाहीर केले. व्यवहारात मात्र त्यांनी मुस्लिम धर्मसमुदायवादी भूमिका सोडली नाही. धर्माचा राजकारणासाठी सातत्याने वापर केला. जिनांनी स्वत: पारशी स्त्रीशी लग्न केले; परंतु आपल्या मुलीने पारशी मुलाशी लग्न केले म्हणून मरेपर्यंत तिचे तोंडदेखील पाहिले नाही.

''पाकिस्तानातील अल्पसंख्याक ही आमच्यावर सोपवण्यात आलेली पवित्र जबाबदारी आहे,'' अशी वक्तव्ये करणाऱ्या पाकिस्तानात एकही हिंदू सणाला राष्ट्रीय पातळीवर सुटी देण्यात येत नाही. सैन्यदलात हिंदूंची भरती होत नाही. त्यांना मंत्रिपदे देण्यात येत नाहीत. पाकिस्तानात हिंदू अल्पसंख्याकांना न्यायाने वागवतो, असे सांगणाऱ्या या देशात हिंदूच्या धार्मिक संघटना अस्तित्वात नाहीत. राज्यघटनेत काही प्रमाणांत समानता देण्यात आली; परंतु मुस्लिम समाज व्यवहारात हिंदूविरोधी कसा राहिला, हे दलवाईंनी दाखवले आहे. अफगणिस्तानात कडवा सनातनीपणा आढळतो आणि हिंदूविरोध दिसत नाही, पाकिस्तानात मात्र तुलनेने सनातनीपणा कमी असून हिंदूविरोध सतत उफाळून येतो.

स्वातंत्र्योत्तर काळातील मुस्लिम राजकारण, वाढता जमातवाद आणि पुरोगामी धर्मनिरपेक्ष शक्तींचा क्षीण प्रभाव दाखवणाऱ्या घटना विशद करून, मुस्लिम समाजात मूळ धरू पाहत असलेल्या पुरोगामी चळवळी व त्या अनुषंगाने झालेल्या लिखाणाची माहिती आजच्या परिस्थितीत अधिक उपयुक्त आहे. सुधारणावाद्यांसमोरील आव्हाने कोणती आहेत व त्यांच्यासमोर काय वाढून ठेवले आहे, त्यांच्या डोक्यावर टांगत ठेवलेल्या हिंसेचे स्वरूप व जमातवादी उपद्रव, प्रवृत्ती अभ्यासण्यासाठी हे पुस्तक उपयोगी ठरेल.

हमीदभाईंनी केवळ मुस्लिम जमातवादाचे कडवे स्वरूप व्यक्त करून त्यावर हल्ला चढवला नसून, भारतातील हिंदुत्ववादी विचारसरणीमुळे 'भारतीय एकात्मतेस' कसा धोका निर्माण झाला आहे. या संदर्भातील दलवाईंचे विचार वाचल्यास त्यांच्या संदर्भातील अनेक गैरसमजुती दूर होतील व दलवाईंना अपेक्षित असणाऱ्या मानवतावादाचे स्वरूप अधिक स्पष्ट होईल. दलवाई म्हणतात, 'भारतात मुस्लिम समाज अस्तित्वात नसता तरी धर्मनिरपेक्ष समाजव्यवस्थेचे ध्येय राहिले असते आणि या ध्येयाला विरोध करणारे हिंदुत्ववादीही अस्तित्वात असतेच.' राष्ट्रीय स्वयंसेवक संघ, हिंदू महासभा इ. धर्मसमुदायवादी शक्तीसंदर्भातील दलवाईंचे विचार समजून घेण्यासाठी हे पुस्तक

हमीद दलवाई यांचे ललित व वैचारिक साहित्य ▮ ७१

आवर्जून वाचले पाहिजे. स्वातंत्र्यवीर सावरकर आणि बॅ. जिना दोघेही विज्ञानिष्ठ, आधुनिकवादी म्हणवणाऱ्या व्यक्तिमत्त्वातील साम्य स्पष्ट करून, त्यांनीच धर्मनिरपेक्ष समाजव्यवस्थेत निर्माण केलेल्या अडचणींची मीमांसा दलवाईंनी केली आहे. सुमारे तीस वर्षांपूर्वी व्यक्त केलेल्या विचारांचे आजचे संदर्भ थोड्याफार फरकाने बदलले असले, तरी हमीद दलवाईंचे मित्र श्री. भाई वैद्य यांनी सतरा पानांची प्रस्तावना लिहून या पुस्तकास वर्तमानकाळाशी जोडले आहे. प्रा. ग. प्र. प्रधान यांनी, 'दलवाईंचे आहेत, तसेच विचार वाचकांच्या हाती देण्याचे ठरवले व दलवाई विचारांचा आत्मा कोठेही हरवू नये, याची काळजी घेतली आहे.'

मुस्लिम जातीयवादाची हमीद दलवाईकृत मीमांसा

● वसंत पळशीकर ●

श्री. हमीद दलवाई यांच्या 'मुस्लिम पॉलिटिक्स इन इंडिया' या छोटेखानी पुस्तकाने पंचवीस वर्षांपूर्वी संपूर्ण भारतात मोठी खळबळ उडाली. काँग्रेस समाजवादी व अन्य पुरोगामी पक्षांमधील 'राष्ट्रीय' म्हणून लौकिक असलेले नामवंत ज्येष्ठ पुढारी यांच्या भूमिका जातीयवादी लीगीच आहेत, असे त्यांनी मोठे धाडस करून मांडले. या सर्वांच्या मुलाखतींच्या आधारेच त्यांनी हे विधान केले होते. मराठी ही त्यांची मातृभाषा व महाराष्ट्र ही त्यांची कर्मभूमी. त्यांनी महाराष्ट्रात व्याख्यानांची झोड उठवली. त्यांची खोचक, विनोदगर्भ आक्रमक शैली तरुणांना आकृष्ट व प्रभावित करणारी ठरली. मुस्लिम जातीयवादाच्या सार्वत्रिक अस्तित्वाकडे त्यांनी प्रथमच लक्ष वेधले.

त्यांच्या भोवती तरुण परिवर्तनवादी मुस्लिमांचा गट संघटित झाला. यातून 'मुस्लिम सत्यशोधक मंडळा'चे कार्य उभे राहिले. प्रा. अ. भि. शहा यांच्याबरोबर खंबीरपणे उभे राहिले. 'मुस्लिम पॉलिटिक्स इन इंडिया' हे इंग्रजी पुस्तक प्रसिद्ध होण्याचे श्रेय बरेचसे शहांना आहे.

दलवाईंचे निधन अकाली झाले. आरंभीचा अभिनिवेश, आक्रमकता यांची जागा परिपक्व समज व भूमिका यांनी घेण्यास आरंभ होत असल्याची चिन्हे प्रकट होत आहेत, तोच त्यांचा अंत झाला. मुस्लिम सत्यशोधक चळवळीची व मुस्लिम समाजाची फार मोठी हानी झाली. ते होते तोपर्यंत जातीयवादी मुस्लिमांची स्वस्थ झोप त्यांनी अवघड करून टाकली होती.

दलवाई कोणत्याच कुळीच्या जातीयवादाचे मित्र नव्हते. मुस्लिम जातीयवाद गाडण्यासाठी आक्रमक हिंदुत्ववादी संघटन कसे आवश्यक आहे, हे प्रतिपादन त्यांचा हवाला देऊन केले जाताना पाहून त्यांना आश्चर्याचा धक्का बसला असता.

मग कदाचित् त्यांनी आपल्या तोफा हिंदू जातीयवाद्यांवर डागल्या असत्या.

मुस्लिम जातीयवादाची त्यांची मीमांसा व जातीयवादाचे निर्मूलन करण्यासाठी त्यांनी पुढे ठेवलेला मार्ग व आग्रहपूर्वक सुचविलेले उपाय यांची दखल त्या वेळी घेतली गेली; पण खोलवर चिकित्सा झाली नाही असे म्हटले तर वावगे होणार नाही. पुरोगामी चळवळीचे त्यामुळे नुकसान झाले आहे. बौद्धिक संभ्रमावस्था ही किंमत दिली गेली आहे. दुहेरी जातीयवादाचे अधिक तीव्र व उग्र असे आज जे आव्हान उपस्थित झाले आहे, ते पेलण्यासाठी ही संभ्रमावस्था दूर होणे निकडीचे आहे.

दलवाईंच्या मांडणीच्या तपशीलवार चिकित्सेचा हा प्रपंच तेवढ्यासाठी केला आहे. ही संभ्रमावस्था दूर करायला स्वत: दलवाई हयात नाहीत याची खंत आहे.

- १ -

'भारतीय धर्मनिरपेक्ष समाजव्यवस्थेतील मुस्लिम समाजाच्या एकात्मतेचा प्रश्न' अशा स्वरूपात दलवाई 'मुस्लिम प्रश्ना'कडे पाहत होते. 'मुस्लिम जातीयतेचे स्वरूप' या प्रबंधात आरंभालाच ते म्हणतात की, धर्माच्या पायावर आमचे वेगळे राष्ट्र तोडून द्या, ही बहुतेक सर्व मुसलमानांनी केलेली मागणी मान्य करून फाळणीपूर्व हिंदुस्थानातील हिंदू-मुस्लिम समस्येची सोडवणूक करण्याचा निर्णय आपण एका बाजूला केला आणि त्याच वेळी उर्वरित हिंदुस्थानात (म्हणजे आजच्या भारतात) भिन्न धर्मीय, धर्म निरपेक्ष असा एकसंध भारतीय समाज निर्माण करण्याचा एक महान निर्णय घेतला. भारत हे राष्ट्र-राज्य धार्मिक पायावर उभारलेले नाही; धर्मनिरपेक्षता (सेक्युलॅरिझम) हा त्याचा पाया आहे. अशा या राष्ट्र-राज्याशी समरस व एकात्म होऊन येथील मुसलमान समाजाला राहावयाचे आहे. फाळणीनंतर भारतीय समाजाचा एक घटक म्हणून राहिलेल्या मुस्लिम समाजाला या भूमिकेवर कसे आणावयाचे व स्थिर करावयाचे ही आजची समस्या आहे; असे दलवाईंचे प्रतिपादन आहे.

मुसलमान समरस व एकात्म होण्यात अडसर कोणते आहेत व त्यांचे स्वरूप काय आहे? दलवाईंना कोणते अडसर दिसतात?

१) उदारमतवादी चिकित्सक बुद्धिवादी वर्गाचा मुस्लिम समाजातील अभाव.

२) मुस्लिम समाजाचे नेतृत्व : आत्मनिरीक्षणाची, समतोलपणाची आणि मनाची कवाडे बंद झालेल्या एका समाजाचे प्रतिनिधित्व करीत असलेल्या व्यक्तींची संख्याच त्यांचे पुढारी म्हणविणाऱ्यांत मोठी आहे. (ते) दोष नेहमी इतरांना देत असतात, कारण आपले दोष आकळण्याची पात्रताच त्यांच्यात आलेली नाही.

३) स्वातंत्र्यपूर्व काळातील भूमिका व मानसिकता आजही तशीच प्रभावी आहे.

४) इस्लामाधिष्ठित अहंगंड व महत्त्वाकांक्षा.

५) धर्मसंस्था आणि राज्यसंस्था यांची इस्लामच्या इतिहासातील पैगंबर महंमद यांच्या वेळेपासून असलेली सांगड.

हे असडर एकत्रित स्वरूपात कोणते रूप धारण करतात? दलवाई म्हणतात, "मुस्लिम मन हे स्वभावत: विस्तारवादी आहे. कारण ते धर्मविस्तारवादी आहे. या परंपरावादी मुस्लिम मानसाच्या लेखी 'स्वतंत्र असणे म्हणजे मुस्लिम समाजाच्या हाती सत्ता असणे होय. दलवाई निष्कर्ष काढतात, "मुस्लिम जातीयवादाचे मूलभूत स्वरूप आक्रमक, विस्तारवादी आहे.''

यातल्या एकेका मुद्द्याचा थोड्या तपशिलात विचार आता करावयाचा आहे.

(१) मुस्लिम समाजात उच्चशिक्षित पांढरपेशा बुद्धिजीवी वर्गाचे अस्तित्व नाही असे तर नाही. अलीगढ येथे सर सय्यद अहमद यांनी याच उद्देशाने शिक्षणसंस्था उभारली. पांढरपेशा व्यवसायांमधील शहरी मध्यम व उच्च मध्यमवर्गीय मुस्लिम कुटुंबांमध्ये आधुनिक जीवनशैलीचा अंगीकार दिसून येत नाही का? येतो व वाढत्या प्रमाणात येतो, असेच उत्तर द्यावे लागेल. खुद्द हमीद दलवाईंनी पण या अटळ असलेल्या वाटचालीकडे निर्देश केलेला होता. तरीही त्यांच्या मुद्द्यात तथ्य आहे. ते कोणते? धर्मचिकित्सा, धार्मिक-सामाजिक सुधारणेच्या चळवळी, अलगतावादी मुस्लिम राजकारणाची टीकाटिप्पणी, नागरिक स्वातंत्र्याच्या बाजूने ठाम भूमिका यांसारख्या गोष्टींचा मुद्दा जेथे येतो तेथे जाहीरपणे तत्त्वनिष्ठ, चिकित्सक मते मांडण्याचे बहुतेकजण टाळतात. गप्प राहणे वा सावधपणे सोईची भूमिका घेणे, वा प्रस्थापित धार्मिक-राजकारणी नेतृत्वाचे समर्थन करणे पसंत करतात. या संदर्भात 'भारतीय प्रबोधन' या ग्रंथातील 'मुस्लिम समाज' या त्यांच्या लेखात दलवाई काय म्हणतात ते पाहण्यासारखे आहे. ते म्हणतात, "...बाह्यत: सामाजिक आणि धार्मिकदृष्ट्या प्रगत मुसलमानदेखील मुस्लिम वेगळेपणाची (Separatist) कास धरताना दिसतो. कारण समाज हाच एक शत्रू आहे, ही कल्पना सुशिक्षित प्रगत मुसलमानांनी सोडलेली नाही.'' (दलवाईंनी हा लेख ७२-७३ साली लिहिलेला, त्यांच्या मुस्लिम जातीयतेवरील पुस्तिकेच्या नंतरचा आहे, हे ध्यानी घ्यावे.) महाराष्ट्राच्या संदर्भात आपणास मराठा बहुजन समाज, दलित/नवबौद्ध समाज यांच्या बाबतीत हाच अनुभव येत नाही काय? महात्मा फुले, राजर्षी शाहूमहाराज, डॉ. बाबासाहेब आंबेडकर यांचे दैवतीकरण झालेले, त्यांच्या ग्रंथांतील मांडणीस पवित्र धर्मग्रंथांमधील वचनाचे प्रामाण्य प्राप्त झालेले आपण पाहत आहोत. मुस्लिम समाजातील बुद्धिवंतांवर ज्या प्रकारचे दडपण आहे त्याच प्रकारचे दडपण या समाजांमधील बुद्धिवंतांवरही आहे.

तेव्हा, दलवाईंच्या म्हणण्यात तथ्य आहेच; पण मामला अधिक गुंतागुंतीचा आहे आणि जास्त सहृदयतेने व समंजसपणे विचार करण्याची गरज आहे. आपल्या

समाजाच्या धार्मिक-राजकारणी नेतृत्वाच्या विरोधात जाणे शहाणपणाचे नाही. वेळच आली तर त्यांची कड घेतली पाहिजे, असा निवाडा का येत असेल व त्यांची ही कोंडी कशी व केव्हा फुटू शकेल, हे प्रश्न उपस्थित करून त्यांची उत्तरे दलवाईंनी शोधली असे त्यांच्या लेखनावरून तरी दिसत नाही.

(२) १८७० पासून पुढच्या काळात धार्मिक सुधारणा, सामाजिक सुधारणा, राजकारण या विषयांत ज्या भूमिका घेतल्या त्यांचे परिणाम काय झाले, आज भारतातील मुस्लिम समाजाच्या दुरावस्थेला - जर तशी अवस्था असेल हे मान्य असले तर - या भूमिका कशा जबाबदार आहेत, आपण कोठे सुधारून घ्यावयास हवे याचा अंतर्मुख होऊन विचार करण्याची गरज प्रस्थापित नेतृत्वातील बहुसंख्यांना जाणवलेली नाही, ही दलवाईंची टीका रास्त आहे.

पण असे आत्मपरीक्षण करण्यास प्रेरक व साहाय्यभूत होईल असे विश्लेषण समोर ठेवण्याची जबादारी त्यांनी 'मुस्लिम जातीयतेचे स्वरूप' या त्यांच्या प्रबंधात पार पाडलेली नाही.

(३) स्वातंत्र्यपूर्व काळातील भूमिका व मानसिकता आजही प्रभावी आहे, ही वस्तुस्थिती आहे. ती चिंता उत्पन्न करणारी आहे. कारण राष्ट्राला त्यापासून धोका आहे.

उरलेल्या दोन अडसरांचे स्वरूप (दलवाईंच्या मतानुसार) इस्लाम धर्मामुळे घडणारे मानस या प्रकारचे आहे. दलवाईंनी त्यांचे काय विवेचन केले आहे, हे पाहण्यापूर्वी प्रथम मुस्लिम जातीयवादाची त्यांची मांडणी पाहू या. नंतर त्यांनी ज्या ऐतिहासिक घडामोडींची फारशी मीमांसा केलेली नाही तिची मांडणी करू. मग परत त्यांच्या या दोन अडसरांसंबंधी केलेल्या मांडणीची चिकित्सा करण्याकडे वळू.

- २ -

स्वातंत्र्यपूर्व काळात मुस्लिम नेते जी स्वप्ने पाहत होते, त्यांच्या ज्या आकांक्षा होत्या, त्यांचे जे आग्रह होते, त्यांच्या ज्या मागण्या होत्या त्यांच्यात आजही काही फरक पडलेला नाही, असे देशभराच्या मुस्लिम नेत्यांच्या (त्यातील अनेक 'राष्ट्रीय मुसलमान' नेते होते) गाठीभेटी घेतल्यावर दलवाईंच्या अनुभवाला आले. त्यांचा अनुभव २५-२७ वर्षांपूर्वीचा असला तरी तो अनुभव कालबाह्य झालेला नाही, असा प्रत्यय आपणास आजही येतो.

जातीयवादी आशय ज्यांमधून व्यक्त होतो त्या गोष्टींची एक जंत्री त्यांच्या 'मुस्लिम जातीयतेचे स्वरूप' या प्रबंधाच्या आधारे केली तर पुढील बाबी ठळकपणे समोर येतात :

(१) पाकिस्तान हे भारतातील मुसलमानांना त्यांचे राष्ट्र वाटते. ते पाकिस्तानची कड घेतात. पाकिस्तानला त्यांचे समर्थन प्राप्त होते.

(२) आता भारतात आपण अल्पसंख्य जमात आहोत. हिंदूंच्या सदिच्छेवर, त्यांचा विश्वास संपादन करण्यावर आपल्याला न्याय मिळणे, आपले कल्याण होणे अवलंबून आहे हे स्वीकारायला मुसलमान तयार नाहीत. बाह्य त्रयस्थ परक्या शक्ती आपणास न्याय मिळवून देतील; हिंदूंशी वा भारताच्या राज्यसत्तेशी समरस होण्याची गरज नाही असेच त्यांना वाटते. त्यांच्या निष्ठा पॅन-इस्लामिक आहेत.

(३) मुसलमानांना सोईचे असेल तेथे सामान्य सेक्युलर कायदा लागू व्हावा, पण ते म्हणतील तेथे शरियतचा कायदाच तेवढा त्यांना लागू व्हावा, हा आग्रह. समान नागरी कायद्याला विरोध.

(४) काश्मीर पाकिस्तानलाच द्यायला हवे ही भूमिका. तेथे हिंदूंवर अन्याय, अत्याचार होत असेल तर त्याकडे काणाडोळा किंवा तसे घडत नसणारच, कारण 'इस्लाममध्ये अन्याय होणार नाही' हे पालुपद.

(५) घुसखोर हे घुसखोर मानायला नकार. तर पाकिस्तानातून हिंदूंना हुसकले तरी हिंदूच स्वेच्छेने निघून आले असे समर्थन.

(६) हिंदूंना काफिर मानणे. अगदी पं. नेहरूंना पण. दुसरीकडे झाकिर हुसेन हिंदीतून शपथ वाचतात वा शंकराचार्यांचे आशीर्वाद घेतात तर त्यांनाही सच्चे मुसलमान मानण्यास नकार.

(७) भारताचेही रूपांतर एक दिवस इस्लामिक राज्यात करण्याची आकांक्षा/स्वप्न. हिंदूंविरुद्ध कायमची 'जेहादा'ची भाषा. अल्पसंख्याक म्हणून एखाद्या देशाच्या राष्ट्रवादाशी जुळवून घेण्यास विरोध.

(८) मुसलमानांच्या बाबतीत या देशातील शासनाला आणि लोकसभेला कसलाच अधिकार असता कामा नये, ही मागणी. म्हणजे एका सार्वभौम राज्यांतर्गत दुसरे एक सार्वभौम राज्य आणि एका सार्वभौम समाजांतर्गत दुसरा एक सार्वभौम समाज प्रस्थापित करणे, हे उद्दिष्ट.

(९) कुटुंबनियोजनाला विरोध. मुसलमान लोकसंख्येत जास्त वेगाने वाढ करून संख्येचा तोल आपल्या बाजूस झुकवण्याचे स्वप्न.

(१०) भारताला इस्लाममय करण्याचे ध्येय.

(११) मुस्लिमांच्या स्वातंत्र्याच्या आणि पारतंत्र्याच्या व्याख्या आधुनिक राष्ट्रवादाच्या संदर्भात ठरत नाहीत. बिगर-इस्लामी राज्यसत्तेखाली राहावे लागणे म्हणजे पारतंत्र्य अशी धारणा. स्वतंत्र असणे म्हणजे मुस्लिम समाजाच्या हाती सत्ता असणे.

(१२) पैगंबर महंमद, कुराण व इतर धर्मग्रंथ यांची टीका कोणी करता कामा

नये. तशी टीका करणाऱ्या ग्रंथांवर/लेखनावर/भाषणांवर बंदी घातली पाहिजे. अशा व्यक्तींना परस्पर शासन करण्याचा अधिकार मुसलमानांना आहे. धर्माच्या कायद्याविरुद्ध मुस्लिमांना कोणतीही कृती करावी लागता कामा नये. ('वंदेमातरम्' म्हणण्यास नकार वगैरे). मुस्लिम संस्थांवर, धर्मादाय निधींवर शासनाचे नियंत्रण वा तपासणी असता कामा नये.

वरील सर्व बाबींचा समुच्चयाने विचार केला तर मुसलमानांच्या राजकारणाचे फुटीर जातीयवादी (सेपरेटिस्ट कम्यूनल) स्वरूप स्पष्ट होते.

या आकांक्षा, ही स्वप्ने, हे आग्रह, या मागण्या, ही उद्दिष्टे भारताचे एकराष्ट्रीयत्व सिद्ध करण्याच्या मुळावरच येणारी आहेत आणि त्यांचा बीमोड करावयास हवा याबद्दल दुमत होण्याचे कारण नाही.

या कार्यात मुसलमानांमधील उच्चशिक्षित, पांढरपेशा बुद्धिजीवी वर्ग, मुस्लिम विचारवंत, लेखक, पत्रकार, साहित्यिक आपला वाटा आजही फार कमीच उचलतात, ही दलवाईंची टीका रास्तच आहे. त्यांनी नमूद केलेले पहिले तीन अडसर खरोखरीच अडसर आहेत.

- ३ -

मुस्लिम राजकारणाला हे वळण कसे व का प्राप्त झाले, फुटीर जातीयवादी मानस कसे घडले याची ऐतिहासिक मीमांसा (ब्रिटिश राजवट प्रस्थापित झाल्यापासूनच्या काळाची) दलवाईंनी (निदान त्यांच्या वरील लेखनात) केलेली नाही. ब्रिटिश राजवटीचा विशिष्ट दृष्टिकोन, तिचा हस्तक्षेप, तिची साम्राज्यसत्तावादी धोरणे, दुफळी उत्पन्न करून राज्य चालविण्याची (डिव्हाइड अँड रुल) नीती या सगळ्यांमधून आणि चुकीच्या ऐतिहासिक व समाजशास्त्रीय मीमांसेमधून फुटीर जातीयवादी द्विराष्ट्रवादाचा झालेला परिपोष यांची दखल त्यांनी घेतली नाही. आजच्या स्वरूपात ही समस्या उत्पन्न होण्याची पाळेमुळे, पाश्चात्त्य राष्ट्रवादी सिद्धान्तप्रणालीचा प्रभाव व बाहेरून आरोपण केलेल्या औपचारिक लोकशाहीचा आघात यांच्यातही महत्त्वपूर्ण अर्थाने आहेत याकडे त्यांचे दुर्लक्ष झाले. नाही म्हटले तर, मुस्लिम लीगी जातीयवादी राजकारण व फाळणी यांचे काही विवेचन त्यांनी केले आहे. पण तेही साधार युक्तिवादांच्या आधारे केलेले नाही.

'भारतीय प्रबोधन' या ग्रंथातील 'मुस्लिम समाज' या लेखात अठराव्या शतकात होऊन गेलेल्या शाह वलिउल्ला या धार्मिक-राजकीय नेत्याबद्दल दलवाईंनी लिहिले की, या वलिउल्लाने भारतीय मुसलमानांना प्रथमच राजकीयदृष्ट्या संघटित होण्याचे आवाहन केले. सत्ता मुसलमानांच्या हातून निसटत आहे असे त्याने प्रथम म्हटले.

'वहाबी' चळवळीने ब्रिटिश राज्यकर्त्यांची एकोणिसाव्या शतकाच्या आरंभी काही काळ झोप उडवली होती. तिने मुसलमानांचे राज्य नष्ट होण्याची मीमांसा पुढीलप्रमाणे केली : मुसलमान हे 'पाक' (शुद्ध, कडवे) मुसलमान राहिले नाहीत, ते मार्गच्युत व भ्रष्ट झाले. धर्माच्या नावाने अकर्म आचरू लागले म्हणून त्यांचा पराभव झाला. या चळवळीची एक शिकवण अशीही होती की, बिगर-इस्लामी (दारूल हर्ब) राजवटीतून मुसलमानांनी इस्लामी राज्यात देशांतर करणे हे त्यांचे कर्तव्य असून, हिंदुस्थानातील मुसलमानांनी देशांतर करून अफगाणिस्तानमध्ये जावे व तेथील राज्यसत्तेचे साहाय्य घेऊन हिंदुस्थानवर स्वारी करावी व परत एकवार येथे इस्लामी सत्ता प्रस्थापित करावी. अशा देशांतराला 'हिज्रत' म्हणतात. या चळवळीच्या प्रभावाखाली दखल घेण्याइतक्या प्रमाणात देशांतर झालेही, ही गोष्ट ध्यानात घ्यायला हवी. अर्वाचीन काळात म्हणजे मुघल साम्राज्याच्या ऱ्हासानंतर हिंदी मुसलमानांनी पॅन-इस्लामिक भूमिकेचा अंगीकार करण्याची ही सुरुवात होती, असे म्हणता येईल. 'वहाबी' चळवळीचा प्रभाव मुख्यत: उत्तर भारतीय मुस्लिम जनसामान्यांवर (पूर्व उत्तर प्रदेश, बिहार, बंगालमधील) पडला.

उत्तर भारतात एकोणिसाव्या शतकाच्या प्रारंभी मराठ्यांच्या हातून इंग्रजांच्या हाती राज्य आले. आपण नामधारी राज्यकर्ते ठरलो आहोत; आपली सत्ता व वैभव तर कमी होतच आहे, पण नवे इंग्रज राज्यकर्ते मानहानिकारक वागणूकही देतात हा अनुभव खानदानी सरंजामदारी व उच्चभ्रू वर्गाला आला. १८५७ च्या उठावाला उत्तर भारतातील वरिष्ठ मुस्लिम समाजाचा सुप्तासुप्त पाठिंबा होता. सापेक्षत: बुद्धिजीवी व्यवसायांतील व व्यापारउदीमाशी संबंधित हिंदू समाज उठावापासून अलिप्त राहिला. यामुळे उठाव निर्घृणपणे मोडून काढल्यावर काही काळ मुसलमान समाजाबद्दल, विशेषत: खानदानी सरंजामदार वर्गाबद्दल खोल अविश्वास व अढी इंग्रज राज्यकर्त्यांच्या मनात होती.

ऐन उठावाच्या काळातही जे काही मुसलमान नव्या इंग्रजी राज्याशी एकनिष्ठ राहिले, त्यांच्यामध्ये सर सय्यद अहमदखान यांचा समावेश होता. इंग्रजी सत्ता ही इस्लामी सत्ता नसली तरी, इस्लाम धर्माच्या अविरोधी राज्यसत्ता म्हणून डोळस व्यवहारी भूमिकेमधून तिचा स्वीकार करावा, इंग्रजी राज्याला एकनिष्ठ राहून, नव्या राज्यकर्त्यांचा विश्वास संपादन करून स्वत:च्या अभ्युदयाचा मार्ग मोकळा करून घ्यावा; मुस्लिम समाजाचे हित इंग्रजांचे बोट धरून आधुनिक काळात प्रवेश करण्यात आहे, हे त्यांचे मुख्य प्रतिपादन होते. दलवाईंनी याची नोंद अशी घेतल्याचे आढळते. : "सर सय्यद अहमदखान हा पुरोगामीपणाचा पहिला टप्पा. त्यांना मुसलमानांची आधुनिकता अभिप्रेत होती.'' सर सय्यद अहमद यांनी आरंभीच्या काळात उदारमतवादी

भूमिकेतून धर्मचिकित्सा करून धार्मिक सुधारणेचाही प्रयत्न केला, लेखन केले, पाखंडी म्हणून धर्मनिष्ठ मुसलमानांकडून त्यांनी पुष्कळ त्रास धैर्याने सहनही केला, ही वस्तुस्थिती आहे. इंग्रजी शिक्षणाचा प्रसार करून मुसलमानांमध्ये एक उच्चशिक्षित आधुनिकांचा वर्ग उत्पन्न करण्याचे कार्य त्यांनी अत्यंत परिश्रमपूर्वक, नेटाने केले. त्यासाठी स्वत:च्या सुधारकी धार्मिक मतांविरुद्ध जाऊन अलीगढच्या संस्थेत सनातनी (ऑर्थोडॉक्स) धर्मशिक्षण दिले जाईल ही तडजोड मान्य केली.

याच सर सय्यद अहमदखान यांनी भारतीय राष्ट्रसभेपासून मुस्लिम समाजाने फटकून राहावे असे आग्रहपूर्वक म्हटले. सर सय्यद अहमद यांची ती कोलांटी उडी होती का? सर सय्यद यांच्या भूमिकेचे दलवाईंनी विस्ताराने विवेचन करण्याची गरज होती. तसेच राष्ट्रसभेत सहभागी मुस्लिम पुढारी व सर सय्यद यांच्या भूमिकांमध्ये समान बाबी कोणत्या होत्या व मतभेदाचे मुद्दे कोणते होते, याचेही विवेचन करावयास हवे होते. 'मुस्लिम पॉलिटिक्स इन इंडिया' या पुस्तकात दलवाईंनी लिहिले, ''कडव्या धर्मश्रद्धेच्या दुर्गुणापासून सर सय्यद मुक्त असले तरी मुघल साम्राज्याचे आपण वारसदार आहोत या घमेंडीपासून ते मुक्त नव्हते. ज्या काळात एकराष्ट्रीय अस्मिता जागृत होऊ शकली असती त्याच नेमक्या वेळी, मुस्लिम हे भारताचे जेते होत या अहंमन्य समजुतीला सर सय्यद बळी पडले.''

वहाबी पंथीयांचे राजकारण धर्म-जमातनिष्ठ होते. इस्लामी राज्याच्या पुनर्प्रस्थापनेचे होते. सर सय्यद केवळ तात्कालिक डावपेच म्हणून ब्रिटिश राज्याला एकनिष्ठ राहण्याची गोष्ट करीत नव्हते. ब्रिटिश राज्य, संस्कृती, समाजव्यवस्था त्यांना नमुनेदार वाटत होती. शिवाय, हिंदुस्थानात ब्रिटिश राज्य कायमचे राहण्यासही त्यांची हरकत नव्हती. मुघल साम्राज्यातले स्थान, मुस्लिम जमातीचा जेते-राज्यकर्ते हा इतिहास, त्यांचा लष्करी बाणा या गोष्टी हिंदू लोकांच्या बहुसंख्येवर वा त्यांच्या बौद्धिक हुशारीवर जाऊन ब्रिटिशांनी मुस्लिम समाजाला गौणत्व देण्याची चूक करू नये हा इशारा देण्यासाठी होत्या. हिंदूंसाठीही त्यात इशारा होता. बहुसंख्याक, शिक्षण, नोकऱ्या-चाकऱ्या, पांढरपेशे व्यवसाय, व्यापारउदीम इत्यादी क्षेत्रांमध्ये पुढे असलेल्या हिंदू समाजाच्या बरोबरीने ब्रिटिशांनी मुसलमान समाजास स्थान द्यावे, ती गोष्ट ब्रिटिश राज्याच्याही हिताची आहे, ते त्यांना ठसवावयाचे होते; पण त्यांना इस्लामी राज्य प्रस्थापित करण्यात रस नव्हता. पारंपरिक, सरंजामदारी मानस त्यांचे नव्हते. समाजातील श्रेष्ठी, अभिजान, खानदानी वर्गांच्या हाती समाजाचा कारभार असावा हेच योग्य अशी त्यांची 'कॉंझर्व्हेटिव्ह' विचारप्रणाली होती. राज्य करण्याची क्षमता परंपरेने व संस्काराने हिंदू बाबू/ब्राह्मण मंडळींपेक्षा खरी तर लष्करी पेशा व बाणा असलेल्या वरिष्ठ खानदानी मुस्लिम वर्गापाशी आहे, असेही त्यांचे मत होते. तरीपण

प्रातिनिधिक लोकशाही (इंग्लंडसारखी) व एकराष्ट्रीयत्व यांना सर सय्यद अहमद यांनी नकार दिला. आधुनिक व प्रागतिक असूनही त्यांनी नकार का दिला?

- ४ -

हिंदुस्थानला राष्ट्राचा दर्जा मिळाला पाहिजे, राष्ट्रीय स्वयंनिर्णयाचा अधिकार हिंदी लोकांनाही प्राप्त झाला पाहिजे आणि इंग्लंडमधील लोकशाहीच्या धर्तीवर लोकनियुक्त प्रतिनिधींचे जबाबदार राज्य येथे क्रमश: प्रस्थापित झाले पाहिजे ही मागणी १८५७ च्या उठावाआधीपासून मुंबई, कलकत्ता सारख्या शहरांतील नवशिक्षित पांढरपेशा मध्यमवर्गाकडून सभा/संघटना स्थापन करून केली जाऊ लागली होती. १८८५ साली इंडियन नॅशनल काँग्रेसची स्थापना झाली. यातले 'इंडियन' व 'नॅशनल' हे शब्द महत्त्वाचे आहेत. १८८५ च्या आसपासचे देशभराचे, विशेषत: उत्तर भारतातले चित्र काय होते? शिक्षण, व्यवसाय, सरकारी नोकरी यात हिंदू पुढे होते. (परंपरेनेही ते पूर्वापार या प्रकारच्या पांढरपेशा शिक्षित व्यवसायांमध्ये अग्रेसर होते.) चळवळींमध्ये, सभा-संघटनांमध्ये त्यांचा पुढाकार होता. त्यांचे संख्याबळ अधिक होते आणि ते कायमच अधिक राहणार होते. ते बरेच जास्त होते. एकाच सर्वसाधारण मतदारसंघातून निवडणुकांच्या आधारे प्रतिनिधी निवडून येणार व त्यांच्या हाती सत्ता जाणार, अशी व्यवस्था (इंग्लंडसारखी) असली तर जास्त संख्या कायमच हिंदू प्रतिनिधींची राहणार, ही गोष्ट अटळ होती. हा लोकशाहीअधिष्ठित राष्ट्रवाद मुस्लिम समाजाला कोणत्या भावात पडणार, असा प्रश्न सर सय्यद अहमद यांना पडला असला तर ते समजून येण्यासारखे आहे.

हिंदुस्थान हा एक देश असला तरी येथे हिंदू व मुसलमान या दोन पृथक् जमाती आहेत, असे वाटण्याइतके वेगळेपण व अंतर या दोन जमातींमध्ये होते. तो काळ लक्षात घेता या दोन जमातींमध्ये संतुलित स्वरूपात सत्तेचे वाटप व्हावे ही अपेक्षा गैर होती, असे म्हणता येत नाही. आता ही गोष्ट खरी की; हा सगळा विचार हिंदू व मुस्लिम दोन्हींकडील श्रेष्ठी वर्गांपुरताच मर्यादित होता. या दोन जमातींमध्ये संख्याबलाखेरीज अन्य बाबी लक्षात घेऊन सत्तावाटप व्हावे, या मुद्द्यावरून राष्ट्रसभेत सामील झालेले मुसलमान पुढारी आणि सर सय्यद अहमद यांच्यात एकमतच होते. इतकेच नाही तर, हिंदुस्थानातील मुस्लिम समाजाचाच नव्हे तर अन्य प्रमुख घटक समाजांचाही या पद्धतीने विचार करणे योग्यच आहे. याविषयी राष्ट्रसभेच्या आद्य संस्थापकांचे सामान्यत: एकमत होते. बद्रुद्दिन तय्यबजींनी आश्वासन देऊनही सर सय्यद यांनी आपली भूमिका बदलली नाही. याचे एक कारण असे होते की, कोणत्याही कारणाने इंग्रजी सत्तेची नाराजी ओढवून घेणे त्यांना मान्य नव्हते. राजनिष्ठाच

मुसलमान समाजाला अभय देऊ शकते, ब्रिटिशांच्या कृपाप्रसादानेच मुस्लिम समाजाला सत्ता-मत्ता-दर्जा पुनरपि प्राप्त होऊ शकतो, असे त्यांचे ठाम मत होते. या बाबतीत उत्तर भारतातील, १८५७ च्या उठावात होरपळून निघालेला मुसलमान वरिष्ठ खानदानी वर्ग आणि मुंबई, बंगाल या इलाख्यांमधील वरिष्ठ खानदानी व व्यापारउदीमी वर्ग यांची पार्श्वभूमी, स्थिती व अनुभव यातील अंतर ध्यानात ठेवणे महत्त्वाचे आहे. स्वातंत्र्याची भाषा त्यांना साफ नामंजूर होती.

उत्तर भारतात राष्ट्रसभेच्या कामात पुढारीपण करणारी मंडळी, त्याच वेळी हिंदी भाषेसाठी, गोरक्षणासाठी, हिंदू-मुस्लिम कलह व दंगली या वेळी हिंदूंचा पक्ष घेणारी, त्यासाठी सभा-संघटना स्थापन करणारी होती; आर्यसमाज, सनातन धर्मसभा, गोरक्षण सभा यांच्या कार्यामुळे हिंदूंची मुसलमानांपासून वेगळेपण ठसविणारी अस्मिता व संघटन उत्पन्न होत होते. त्यातून अनेक शहरांमध्ये व ग्रामीण क्षेत्रांमध्ये तत्कालीन प्रस्थापित मुस्लिम राजकीय, सामाजिक व सांस्कृतिक वरचष्म्यास शह बसत होता. राष्ट्रसभा ही उत्तर भारतात 'हिंदू संघटन' म्हणून मनावर जास्त ठसली होती. पुढे राष्ट्रसभेमध्ये विसाव्या शतकाच्या आरंभी जहाल विरुद्ध नेमस्त असे तट निर्माण झाले. नेमस्त गट हा विचाराने आद्य संस्थापकांच्या जास्त जवळचा, सुधारकी साहेबी वळणाचा होता, तर जहाल गट हा सुधारक-पण हिंदू वळणाचा, हिंदू असण्याविषयी अभिमान बाळगणारा होता असे दिसून येईल. 'बाल-पाल-लाल' (टिळक, बिपिनचंद्र पाल, लाला लजपतराय) हे त्रिकूट डोळ्यासमोर आणले म्हणजे फरक स्पष्ट होईल. १९०५ च्या वंगभंग चळवळीत मुसलमानांचा सहभाग होता, असे औपचारिकत: दाखवून देता येत असले तरी, 'हिंदू सांस्कृतिक राष्ट्रवादा'चा आक्रमक आविष्कार वाटावा अशी वैशिष्ट्ये तिच्याशी संलग्न होती, हे आपण विसरता कामा नये. मुस्लिम हितसंबंधांच्या विरोधातही ती चळवळ होती.

"भारतात पाश्चात्त्य शिक्षण घेऊन उदयाला आलेला हिंदू सुशिक्षित वर्ग आधुनिक राष्ट्रवादाच्या प्रेरणेने भारावला गेला... भारतीय मुसलमानांत त्याच्या विरुद्ध प्रतिक्रिया घडून आली.'' दलवाईंचा हा अभिप्राय सर सय्यद अहमद यांच्या प्रभावाच्या व मुस्लिम लीगच्या आरंभीच्या कालखंडाबाबत खरा आहे; पण अलीगढमधून शिकून बाहेर पडलेल्या विसाव्या शतकाच्या दुसऱ्या दशकातील पदवीधारकांमध्ये राष्ट्रवादाची प्रेरणा उत्पन्न झाली. इतरत्रच्या शिक्षित मुसलमानांमध्ये तर राष्ट्रवादाचा प्रभाव कदाचित आधीपासून आढळेल. जिना हे एक अत्यंत ठळक उदाहरण आहे. १९२२-२३ नंतर मुस्लिम लीग जिनांच्या प्रभावाखाली व नेतृत्वाखाली आली. जिना त्या काळात आधुनिक राष्ट्रवादानेच भारावलेले होते.

हिंदू व मुस्लिम एका राष्ट्रातील दोन मुख्य जमाती होत, या भूमिकेवर मुस्लिम

लीग फार काळ राहिली नाही. १९२३-२४ नंतर तिने अलग मुस्लिम राष्ट्रवादाचा पुरस्कार करणारी भूमिका घेतली; पण तो राष्ट्रवादच होता व त्याची जातकुळी आधुनिक होती. याच काळात 'हिंदुराष्ट्रवाद'ही उदयास आला. तोही अलगतावादी होता. या दोन्ही फुटीर (Separatist) राष्ट्रवादांच्या विरोधात काँग्रेसचा एक राष्ट्रवाद होता.

राष्ट्रसभेमध्येही नव्हते व मुस्लिम लीगबरोबरही नव्हते असे मुस्लिम पुढारी, पक्ष, संघटना पाकिस्तानची निर्मिती दृष्टिपथात येईतोवर क्रियाशील व स्थानिक पातळीवर वजनदार होत्या. सत्ताकांक्षी, संधिसाधू (ऑपर्च्युनिस्ट), व्यक्तिनिष्ठ राजकारणाचा हा खरा नमुना होता.

राष्ट्रसभेमध्ये राहून राजकारण करणारे 'राष्ट्रीय मुसलमान' आणि लीगी मुसलमान यांच्यात भेद कोणता होता? उद्या स्वतंत्र होणाऱ्या हिंदुस्थानाचा एक घटक-समाज म्हणून मुस्लिम समाजास केवळ लोकसंख्येतील अल्पसंख्य प्रमाण पाहून स्थान दिले जाऊ नये, या समाजाची ऐतिहासिक-राजकीय पार्श्वभूमी, स्थान व महत्त्व ओळखून राजसत्तेत भागीदारी दिली जावी, ही आकांक्षा व अपेक्षा दोघांचीही होती. भेद पुढीलप्रमाणे सांगता येतील.

१) त्रयस्थ परक्या तिसऱ्या (म्हणजे साम्राज्यसत्ता ब्रिटन) शक्तीच्या भरवशावर, तिच्याशी संगनमत करून नव्हे, तर हिंदू बांधवांबरोबर खांद्याला खांदा भिडवून एकजुटीने स्वातंत्र्यलढ्यात सहभागी होऊन सहमतीने भागीदारी मिळवायची.

(२) घटक-समाज म्हणून स्थान कायम राहावे, सत्तेत वाटा मिळावा ही मागणी असली तरी राष्ट्र एकच ही भूमिका. 'विविधतेत एकता' ही भूमिका.

(३) मुस्लिम बहुसंख्य असलेल्या प्रांतांमध्ये मुसलमानांच्या हाती म्हणजे मुस्लिम लीगच्या हातीच राज्यसत्ता असली पाहिजे, अशी भूमिका लीगची होती. याउलट मुसलमानांना योग्य प्रमाणात प्रतिनिधित्व असावे, त्यांच्या खास धार्मिक-सांस्कृतिक-सामाजिक हिंतसंबंधांचा बाबींमध्ये त्यांच्या इच्छेविरुद्ध दखल देता येऊ नये, असा आग्रह असला तरी, राजवटी 'हिंदी' असतील, 'हिंदू' वा 'मुस्लिम' असतील ही धारणा आणि

(४) हिंदुस्थानच्या अखंडत्वावर भावनात्मक व वैचारिक निष्ठा. या दोन भूमिकांमध्ये गुणात्मक अंतर होते.

- ५ -

स्वातंत्र्यपूर्वकाळात राष्ट्रसभेबरोबर राहिलेले राष्ट्रीय मुसलमान उत्तरोत्तर निष्प्रभ ठरत गेले, याची कारणमीमांसा दलवाईंनी नीटपणे केलेली आढळत नाही. कोणाचे

पारडे जास्त वजनदार बनवावयाचे हे ठरविणारी 'तिसरी शक्ती' ब्रिटिश राज्यकर्त्यांच्या रूपाने अस्तित्वात होती. या 'तिसऱ्या शक्ती'वरील मुस्लिम पुढाऱ्यांची भिस्त. या 'तिसऱ्या शक्तीशी' त्यांचे संगनमत याबद्दल त्यांनी जरूर लिहिले आहे; पण या 'तिसऱ्या शक्तीला' निष्प्रभ करण्यात राष्ट्रसभेला अपयश का आले? या प्रश्नाचे उत्तर देण्याचा प्रयत्न आढळत नाही.

खिलाफत-असहकार आंदोलनाद्वारे (१९२०-२३) गांधींनी जनसामान्यांना स्वातंत्र्याच्या राजकारणात ओढले, सक्रिय बनवले. राज्यसत्तेच्या वाटपावरून परस्परात स्पर्धा व डावपेच करणाऱ्या हिंदू व मुस्लिम श्रेष्ठी वर्गांच्या हातून स्वातंत्र्याचे, एक राष्ट्रनिर्मितीचे राजकारण काढून घेऊन, तराजूची दांडी हाती ठेवणाऱ्या 'तिसऱ्या शक्ती'स शह देण्याची गांधींची रणनीती होती. या रणनीतीचे महत्त्व राष्ट्रसभेतील हिंदू नेत्यांनी तरी ओळखले का? दुर्दैवाने याचे उत्तर नकारार्थी द्यावे लागते. 'घटनात्मक सुधारणा' वरूनच्या वाटाघाटींच्या राजकारणात, विधिमंडळातील राजकारण व 'प्रांतिक स्वराज्या'तील सत्तावाटप यात जास्त रस व विश्वास असल्याने मोतीलाल नेहरू, चित्तरंजन दास, न. चिं. केळकर प्रभृतींनी १९२३-२४ साली 'स्वराज्य पक्ष' स्थापन केला. या साऱ्याच राजकारणाचा पाया मोर्ले-मिंटो सुधारणांच्या वेळेपासून ठळकपणे मूलतः द्विराष्ट्रवादी होता. या राजकारणात मुस्लिम लीग व इतर राजकीय पक्ष/संघटना यांना हाताशी धरून, केवळ उच्चवर्णीय हिंदूंची प्रातिनिधिक संघटना हाच दर्जा राष्ट्रसभेला स्वीकारायला लावण्याची भूमिका ब्रिटिशांनी सतत घेतली. १९१६ साली 'लखनौ करार' करून एका अर्थी राष्ट्रसभेच्या गांधीपूर्व नेत्यांनी तिला स्वतःहून स्वीकृतीही दिली होती. सायमन कमिशनच्या पार्श्वभूमीवर जेव्हा 'संघटनात्मक सुधारणांचा' सर्वसंमत आराखडा तयार करण्यासाठी राष्ट्रसभेने मोतीलाल नेहरूंच्या अध्यक्षतेखाली समिती नेमली तेव्हा मुस्लिम सोडून इतरांचे प्रतिनिधित्व आपण करीत आहोत, यालाच राष्ट्रसभेने मान्यता दिली नाही का? हे जे 'इतर' समाजघटक होते तेही राष्ट्रसभेचा हा अधिकार मान्य करीत नव्हतेच. ब्राह्मणेतर व पूर्वास्पृश्य यांच्या वतीने पुढारीपण करणाऱ्यांच्या भूमिका आठवाव्यात. 'तिसऱ्या शक्ती'ने अशा सर्व काँग्रेसविरोधी पक्ष व संघटना यांना हेतुतः जवळ केले. त्यांना महत्त्व दिले. १९३० साली मिठाचा सत्याग्रह करून परत एकवार गांधींनी त्यांची रणनीती पुढे चालविली. गोलमेज परिषदेत गांधींनी 'तिसऱ्या शक्ती'ला डावलून सर्वसंमत मार्ग काढण्याच्या शर्थीचा प्रयत्न केला. पण तो हाणून पाडला गेला. राष्ट्रसभेत मुसलमान, ख्रिश्चन (ॲंग्लोइंडियनांसह), शीख, पूर्वास्पृश्य संख्येने कमी आहेत; पण राष्ट्रसभा ही हिंदूंचे प्रतिनिधित्व करणारी संघटना नाही, हे गांधींचे आग्रही प्रतिपादन राहिले;

पण 'सत्तांतरा'च्या वाटाघाटींमध्ये 'तिसऱ्या शक्ती'च्या शर्तीवर व तिने आखून दिलेल्या चौकटीत सहभागी होता क्षणी राष्ट्रसभेने १९४६ साली 'हिंदूंचे प्रतिनिधित्व करणारी संघटना' हा आपला दर्जा मान्य केला, असेच म्हटले पाहिजे.

मुसलमान समाजाला राष्ट्रसभेत आणण्यासाठी पुढच्या काळात खास मोहिमाही आखल्या गेल्या. गोरगरीब, जनसामान्य मुसलमानांचे आर्थिक प्रश्न हाती घेतल्याने ते राष्ट्रसभेकडे आकृष्ट होतील, अशीही मीमांसा केली गेली. वास्तवात १९१९ ते २३ या काळात जे हिंदू-मुस्लिम ऐक्य साधले गेले तेही टिकवून धरता आले नाही. याचे काय कारण होते? ब्रिटिशांच्या 'फोडा आणि झोडा' या नीतीला सारे श्रेय देता येणार नाही. ही नीती यशस्वी होण्याची कारणे वेगळीच होती.

भारतातील समाज ही जातिजमातींच्या एका विशिष्ट व्यूहात बांधणारी व्यवस्था होती. जातिजमातींना परस्परांपासून काही अंतरावर ठेवणारी, वेगळे व्यक्तित्व टिकवून ठेवण्यास बाध्य करणारी ही व्यवस्था होती. तिची एकात्मता, तिचा घट्टपणा एका विशिष्ट मान्यतेवर अवलंबून होता. ही अधिमान्यता ब्रिटिश राज्याने काढून घेतली. प्रातिनिधिक लोकशाही स्थानिक स्वराज्य संस्थांपासून हळूहळू सर्व स्तरांवर प्रविष्ट करून सत्तेचे राजकारण खुले केले. त्यात विभक्त मतदारसंघ १९०९ साली मोर्ले-मिंटो सुधारणांनी प्रदान केले. निवडणुकांवर, राखीव मतदारसंघांवर आधारित प्रातिनिधिक लोकशाहीतले सत्तेचे राजकारण समाजात असलेल्या जातिजमातींच्या ठायी अलगतावादी अस्मिता व प्रेरणा यांची पुष्टी करणारे ठरले आहे, हे आपण अनुभवीत आहोत. विभक्त मतदारसंघ नसले, फक्त काही जागा राखीव असल्या तरी, निवडून येण्याच्या लोभाने, सत्ताकांक्षेपोटी मुसलमान नेते स्वतःच्या मागे अनुयायांना घेऊन काँग्रेसमध्ये आले असते याची खात्री आंबेडकरी दलित पक्षांच्या स्वातंत्र्योत्तर अनुभवावरून देता येत नाही. विभक्त मतदारसंघ, प्रमाणापेक्षा जास्त जागा, वेगळा गट केल्यास सौदेबाजी करण्याची शक्ती जास्त, ब्रिटिशांचे सवतासुभा उभारण्यास प्रोत्साहन/आमिष या सगळ्या गोष्टी ध्यानात घेता राष्ट्रवादाच्या प्रभावाखाली आल्यावरही अलगतावादी मुस्लिम राष्ट्रवादाचीच बांधणी का झाली, याचा काही उलगडा होतो.

विभक्त मतदारसंघातून निवडून गेल्यानंतर काही वर्षांमध्येच प्रखर एकराष्ट्रवादी जिना अलगतावादी मुस्लिम राष्ट्रवादीची मांडणी करू लागतात, त्या राष्ट्रवादाचे प्रवक्ते बनतात, ही गोष्ट पण वरील विश्लेषणाची पुष्टी करणारी आहे.

यावर मात करावयाचा मार्ग होता का? ब्रिटिशांनी आखून दिलेल्या चौकटीतले सत्तेचे राजकारण वर्ज्य करावे, घटनात्मक सुधारणांच्या वाटाघाटींच्या खोड्यात सापडू नये, सत्य, न्याय, शोषणमुक्ती अशा गोष्टींच्या प्रस्थापनेसाठी ज्यात हिंदू-मुस्लिम ऐक्य व अस्पृश्यता निर्मूलन, जातपात निर्मूलन यांना निर्णायक महत्त्वाचे

स्थान होते. रचना व संघर्ष यांची सांगड घालावी हा मार्ग गांधींनी दाखवून दिला होता; पण काँग्रेसची मुळात स्थापना सत्ताकारणासाठीच झाली होती व तिच्यात वरिष्ठवर्गीय व उच्चवर्णीय त्याच उद्दिष्टाने सहभागी झाले होते. गांधी काँग्रेस संघटनेला स्वत:च्या भूमिकेवर कधीच आणू शकले नाहीत. परिणामी, व्यवहारात उत्तरोत्तर प्रत्यक्षात या राष्ट्रसभेचे हिंदू संघटना, तीही उच्चवर्गीय व उच्चवर्णीय हिंदू संघटना म्हणून संक्षेपण ('रिडक्शन') होत गेले, असा खेदजनक निष्कर्ष बहुधा काढावा लागेल.

मुस्लिम अलगतावादी भूमिकेस स्वत:च्या राजनीतीच्या पोटी इंग्रजांनी १९३९ नंतर अधिकच उचलून धरले. गांधींचा सल्ला मानून महायुद्धात ब्रिटनला बिनशर्त पाठिंबा दिला असता तर मुस्लिम लीगचे महत्त्व असे वाढले नसते. १९४० साली 'पाकिस्तान'ची मागणी पुढे ठेवल्यावर ब्रिटिशांनी तिचा ठाम प्रतिपाद केला नाही. त्यामुळे काँग्रेस पेचात आली. काँग्रेसच्या नेत्यांमध्ये मतभेद उत्पन्न झाले. हिंदुस्थान स्वतंत्र होत असताना जर मुस्लिम बहुसंख्य प्रांतांना वेगळे व्हायचे असेल तर आपण त्यांना रोखू शकत नाही व इच्छितही नाही, अशी नैतिकदृष्ट्या उचित भूमिका काँग्रेसने घेतली; पण यामुळे सूत्रे जिनांच्या हाती गेली.

मुस्लिम लीग ही जातीयवादी राजकीय संघटना आहे. तिच्याशी कोणत्याही वाटाघाटी, बोलणी तिने स्वत:ची भूमिका बदलल्याखेरीज काँग्रेस करणार नाही; काँग्रेस स्वत:च्या मार्गावर दृढपणे मार्गक्रमण करीत राहील व स्वातंत्र्य खऱ्या अर्थाने संपादन करील ही भूमिका राष्ट्रसभेने ठामपणे घ्यायला हवी होती. ब्रिटिशांनी धोरण म्हणून लीगला प्रातिनिधिक मुस्लिम संघटना म्हणून मान्यता दिली होती. स्वातंत्र्य वाटाघाटींनी पदरात पाडून घ्यावयाचे यासाठी दर वेळी लीगशी बोलणी करणे मग भाग पडले.

मुसलमान समाजावर आम्ही कोणतीच गोष्ट लादू इच्छित नसलो तरी अवास्तव मागण्यांवर वाटाघाटी करून सत्तांतरास आम्ही कधीच तयार होणार नाही, यावर जर राष्ट्रसभा ठाम राहिली असती तर काँग्रेसशी एकनिष्ठ राहिलेल्या एकराष्ट्रवादी मुस्लिमांची प्रतिष्ठा कायम राहिली असती. 'राष्ट्रसभेच्या नेत्यांनी आमचा विश्वासघात केला, हे बादशहाखानांचे म्हणणे सार्थ आहे.

- ६ -

हिंदू-मुस्लिम ऐक्य साधूनच आम्ही स्वराज्य संपादित करू, यावर दृढ न राहता राष्ट्रसभेच्या नेत्यांनी गांधींना बाजूला सारून परस्पर फाळणीचा प्रस्ताव मंजूर करून सत्तांतराचा मार्ग मोकळा करून घेतला. फाळणीच्या निर्णयाचे समर्थन कुरुंदकर-

दलवाई करतात. जातीयवादी मुस्लिम शक्ती (विशेषत: मुस्लिम लीग) लोढण्यासारख्या कायम गळ्यात वागविण्याने राष्ट्रवादी, सेक्युलर, लोकशाहीनिष्ठ, पुरोगामी भारताची उभारणी अशक्यच झाली असती. ही अप्रिय पण आवश्यक शस्त्रक्रिया करून वाट मोकळी करून घेतली हे अगदी ठीक केले, असा त्यांचा अभिप्राय आहे.

पण फाळणी स्वीकारून आपण खरोखरी काय साधले, याचा ताळेबंद मांडण्याची आज गरज आहे. अलगतावादी, द्विराष्ट्रवादी लीगी राजनीतीला आपण प्रतिष्ठा व प्रामाण्य दिल्याने, स्वातंत्र्यानंतरही भारतातील मुस्लिम राजकारणी तेच मानस व तीच रणनीती अंगीकारून राजकारण करीत राहिले. हिंदू-मुस्लिम ऐक्य साकार करण्याचे ध्येयही गांधींच्या मृत्यूनंतर काँग्रेसने सोडून दिले. मुस्लिम वेगळ्या राजकीय-धार्मिक संघटनांमध्ये एकत्र आले तरी आता त्यांच्यापासून धोका नव्हता. इतके ते अल्पसंख्य होते व त्यांचे विशेष स्थान उरले नव्हते. निवडणुकांच्या राजकारणात त्यांचा पाठिंबा मिळविणे एवढ्यावरच भर राहिला. त्यासाठी त्यावेळी लाभदायक वाटतील अशा तडजोडी करण्याचे धोरण पुरेसे होते.

हिंदू व मुस्लिम दोन स्वतंत्र राष्ट्र आहेत व म्हणून दोन स्वतंत्र राष्ट्रसत्ता (Nation-states) स्थापन करणे हेच योग्य व सत्य आहे, हा युक्तिवाद अमान्य करून काँग्रेसने फाळणीला होकार दिला. ज्यांना वेगळे व्हायचे होते ते वेगळे झाल्यावर उरलेल्या हिंदुस्थानात राष्ट्रसभेचे एकराष्ट्रीयत्व हीच नव्या राज्यघटनेची बैठक राहिली. या दोन्ही गोष्टी खऱ्या. पण फाळणीने प्रश्न सुटलेला नाही. तो जसाच्या तसा कायम आहे. कारण फाळणी ही असत्यावर उभी आहे. गांधींनी म्हटले होते. 'Partition means a perfect untruth. My whole soul rebels against the idea that Hinduism and Islam represent two antagonistic cultures and doctrines... I must rebel against the idea that millions of Indians who were Hindus the other day changed their nationality on adopting Islam as their religion.' (हरिजन, १३-४-१९४०) फाळणीने हिंदू व मुस्लिम, भारत, पाकिस्तान व बांगलादेश या तिन्ही राष्ट्र-राज्यांचा व त्यामधील लोकांचा घातच झालेला आहे. हिंदू-मुस्लिम समस्या फाळणी करून आपण जास्त जटिलच करून ठेवली आहे. हिंदूंना मोठ्या प्रमाणात हुसकावून देऊन पाकिस्तान व बांगलादेश यांनी आपल्यापुरता प्रश्न सोडविल्यासारखे भासते; पण देशांतर्गत अशांतता व अस्थिरता, भारताबरोबरचे कायम शत्रुत्वाचे संबंध, शस्त्रास्त्रस्पर्धा व बड्या सत्तांचे दास्यत्व ध्यानात घेता त्यांनीही फाळणीने आपणही जास्त गाळात गेलेलो आहोत हे सत्य जाणून घेणे त्यांच्याही हिताचे आहे.

एकाच समाजातील दोन घटकांमधील ही धार्मिक-राजकीय कारणांवरूनची

दीर्घकाळापासून चालत आलेली यादवी आहे. तिची कायमची खरी सोडवणूक भाऊबंदकीची जागा बंधुप्रेमाने घेण्यानेच होईल. हे भान गांधींना होते. फाळणी ते थांबवू शकले नाहीत. पण त्यांची हत्या झाली त्या वेळी राष्ट्रसत्ता म्हणून वेगळे झालो असलो तरी, भाऊ भाऊ म्हणून राहण्यासाठी योग्य ते वातावरण निर्माण करण्यासाठी, संवाद साधण्यासाठी पाकिस्तानात जाता येईल काय, याचा शोध ते घेत होते.

नोबेल पारितोषिकविजेते मेक्सिकन कवी, विचारवंत व राजनीतिज्ञ ऑक्टोविथो पाझ भारतात १९६२ ते ६८ मेक्सिकोचे राजदूत होते. ते लिहितात : "The rivalry was born at a time when neither the Indian state nor the Pakistani state yet existed; it was a religious and political contest between two communities within one and the same society, communities that spoke the same language, shared the same land and the same culture. It is no exaggeration to say that the conflict between India and Pakistan has been and is a civil war that began as a religious war... Doubtless it is too late now to unite what was of seperated; but is is not too late to create a sort of federation of India, Pakistan, and Bangladesh that will guarantee the peaceful coexistence of the two communities like the bitter struggle between Arabs and Jews, that between Indians and Pakistanis disproves yet again, the supposed rationality of history' (One Earth, Four of Five Worlds Indus Books, New Delhi, 1992, P. 106-7) फाळणी ही 'रॅशनल' सोडवणूक वाटली, पण तो भ्रम होता. गांधींची समज जास्त मार्मिक होती. डॉ. राममनोहर लोहियांची 'महासंघा'ची सूचना आठवावी.

- ७ -

हिंदू-मुस्लिम समस्या ही दोन्ही समाजांची समस्या असेल तर ब्रिटिश राजवटीच्या प्रदीर्घ काळात मुस्लिम जातीयवादाच्या नाण्याची दुसरी बाजूही आकारास येत गेली असणार. आधी अंडे की आधी कोंबडी, असा प्रश्न न विचारता या गोष्टीकडे पाहणे आवश्यक आहे. द्विराष्ट्रवादी भूमिकेला जन्म देणारा जमातवाद/जातीयवाद हिंदू समाजातही त्याच ऐतिहासिक प्रक्रियेचा भाग म्हणून जोपासला गेला, हे तथ्य दलवाई नजरेआड करतात. दृश्य पातळीवर हिंदू-मुस्लिम दंगलींभोवती एका अर्थाने त्याची बांधणी होत गेली, पण प्रत्येक दंगलीला पार्श्वभूमी ही असेच. दलवाईंची मीमांसा व निवाडा फार उथळ आहे. 'हिंदू जातीयवाद हा मूलत: मुस्लिम जातीयवादाला प्रत्युत्तर देण्याच्या स्वरूपात आपल्या देशात निर्माण झाला आहे... थोडक्यात मुस्लिम

जातीयवाद नष्ट करा, आपल्याला या देशात मूठभरदेखील प्रभावी हिंदू जातीयवादी आढळणार नाहीत.'

हिंदू जातीयवादाचा उगम हिंदू महासभेच्या रीतसर स्थापनेमध्ये वा राष्ट्रीय स्वयंसेवक संघाच्या स्थापनेमध्ये मानला तरच त्यांचा निवाडा वस्तुनिष्ठ ठरतो; पण राजकीय सत्तास्पर्धेच्या, परस्परांवर मात करण्याच्या स्थानिक व प्रादेशिक राजकारणाचा भाग म्हणून हिंदूंचे - हिंदू म्हणून मुस्लिमविरोधी संघटन कधीपासून होऊ लागले असा प्रश्न केला व तो उगम मानला, तर किमान १८९० पर्यंत आपण मागे जाऊन पोहोचतो. तसेच, १९११ नंतरची हकीकत पाहिली तर, हिंदू नेते व मुसलमान नेते जमातींचे पुढारीपण करीत असतानाच एका व्यासपीठावर येत होते, असे दिसते. म्हणजेच जमातीय राजकारण व अलगतावादी द्विराष्ट्रवादी राजकारण यातल्या सीमारेषा दीर्घकाळ धूसर होत्या. एरवी लीग व काँग्रेस दोन्हींमध्ये अग्रगण्य पुढारी म्हणून जिना स्वीकृत झालेच नसते व लखनौ करारही होऊ शकला नसता.

खास लीगी मनोवृत्ती (व फुटीर राजकीय भूमिका) १९२३ च्या आसपास आकारास येण्यास आरंभ झाला. अगदी त्याच सुमारास खास हिंदुत्ववादी मनोवृत्ती (व तेवढीच फुटीर राजकीय भूमिका) उदयास आलेली आहे. हे सत्तास्पर्धेत गुंतलेल्या मुसलमान व हिंदू द्विराष्ट्रवादी पुढाऱ्यांचे वळण ब्रिटिशांच्या दृष्टीने इतके सोईचे व फायद्याचे होते, की या कलहाचा परिपोषच करण्यास ते हातभार लावीत गेले. तेव्हापासून मुस्लिम जातीयवादाची प्रतिकृती 'मिरर इमेज' म्हणता येईल, असा हिंदू जातीयवादही आकारास आला. दलवाईंच्या पद्धतीने त्याचा आशय स्पष्ट करणाऱ्या बाबींची जंत्री करता येईल. सावरकर व रा. स्व. संघ यांच्या साहित्याच्या आधारे हे काम करणे अवघड नाही.

दलवाईंची दिशाभूल होण्याचे मुख्य कारण असे दिसते की, एका बाजूला मुस्लिम लीग, तर दुसऱ्या बाजूला राष्ट्रसभा अशी तुलना त्यांनी केली आहे. मुस्लिम लीग राष्ट्रसभेचाच प्रतिवाद करीत होती, या कारणाने त्यांची गफलत झाली असावी. दलवाई मुस्लिम जातीयतेवरील प्रबंधात एका ठिकाणी म्हणतात, 'बॅ. जिना हे सावरकर आणि गोळवलकर यांच्याविरुद्ध झगडत नव्हते. ते जातीयवादी असल्याचा दाखला देत नव्हते. गांधीजी आणि नेहरू आपल्या मागण्या मान्य करीत नाहीत आणि म्हणून ते हिंदू जातीयवादी आहेत, असे त्यांचे म्हणणे आहे!' लीग ही मुसलमानांची, तर काँग्रेस ही हिंदूंची एकमेव प्रातिनिधिक संघटना असे जिनांचे सतत म्हणणे राहिले. लखनौ करारात हे गृहीत नव्हते का, असे ते एका अर्थी म्हणत होते म्हणून ते सावरकर व गोळवलकर यांना ओळखायला तयार नव्हते. लीग 'जातीयवादी' असे आपण म्हणतो आणि राष्ट्रसभेशी तुलना करतो. वस्तुतः हिंदू महासभेने वेगळे

द्विराष्ट्रवादी वळण घेण्याआधीच्या दीर्घ काळात हिंदूंचे संघटन व राजकारण करणारे पुढारी काँग्रेसमध्ये होते व हिंदूंचे हितसंबंध जपण्याविषयी ते तत्कालीन लीगी नेत्यांइतकेच जागरूक होते. टिळक, मालवीय, लाला लजपतराय अशी मोठी नामावली सांगता येते. १९२३ पूर्वीच्या लीगला जर 'जातीयवादी' म्हणावयाचे असेल तर मग अनेक हिंदू जातीयवादी पुढारी काँग्रेसमध्ये होते, असे तरी म्हणावयास हवे. मुस्लिम लीग १९०६ पासून अस्तित्वात होती. त्या अर्थी मुस्लिम जातीयवाद आधी, त्यांची प्रतिक्रिया म्हणून हिंदू जातीयवाद नंतरचा असा निष्कर्ष चुकीचा आहे. जमातीय हितसंबंधांचे रास्त राजकारण काँग्रेसच्या व्यासपीठावर एकत्र येऊन करू, ही राष्ट्रसभेच्या नेत्यांची सूचना होती. दलवाईंचे याकडे दुर्लक्ष झाले आहे. मात्र, कोणी कोणाला जातीयवादी म्हणत नव्हते. आजच्या अर्थाने जातीयवादी भूमिका या १९२३-२४ नंतर आकारास आल्या.

हिंदू-मुस्लिम समस्येची सोडवणूक करावयाचा आरंभ खलनायक व्यक्ती वा संघटना यांचा शोध घेण्याचे थांबविण्यापासून करायला हवा. हिंदू-मुस्लिम समस्या सावरकर व रा. स्व. संघ यांनी जशी उत्पन्न केलेली नाही तशी ती जिना व मुस्लिम लीग यांनीही केली नाही. ती ब्रिटिश राजवट नावाच्या तिसऱ्या शक्तीनेही केली नाही. एका प्रदीर्घ ऐतिहासिक प्रक्रियेतून तिचे आजचे रूप तिला प्राप्त झाले आहे. या प्रक्रियेत सर्वांचाच काही वाटा आहे.

हिंदू-मुस्लिम संबंधांचा साराच गुंता झालाय आणि त्या गुंत्यांमध्ये अडकून पडल्याने उभय समाजांची अपरिमित हानीच होत आहे. फाळणी केल्याने गुंता उकलेल असे वाटले होते, तसे काही न होता आपण आणखी गाळात गेलो आहोत. पाकिस्तान, बांगलादेश व भारत या तीन देशांमधील हिंदू व मुसलमान यांनी प्रथम एकमेकांशी यांची कबुली देण्याची गरज आहे. दोन्ही समाजांचा 'रूट स्टॉक' (मूळ गड्डा) एकच आहे. आपले भांडण व वैर ही भाऊबंदकीच आहे. गुंता कोणी केला, हे ठरवून आरोपपत्र दाखल करावयाचे सर्व प्रयत्न गुंता जास्त वाढवितात. तर आरोपप्रत्यारोपांची गोष्ट सोडून देऊन, कशामुळे व कसकसा गुंता होत गेला व आजही वाढत आहे ते पाहू, अशी भूमिका उपकारक व आवश्यक आहे.

मी जर हिंदू असेन, तर माझ्या संवादाची सुरुवात हिंदूंचे कोठे कोठे चुकत गेले व आजही चुकतेय, ते पाहण्या-सांगण्यापासून व्हावी यात सुसंस्कृतता तर आहेच, पण व्यवहारी शहाणपणाही आहे. असे करण्यातून मुसलमानांचे कोठे काय चुकत गेले व चुकतेय हे सांगण्याचा नैतिक अधिकार व बळ मला प्राप्त होईल. निर्वैर, निर्भय व क्षमाशील हे गुणविशेष मी जोपासले पाहिजेत. हीच गोष्ट जो मुसलमान असेल त्यालाही लागू आहे.

द्विराष्ट्रवादी सिद्धान्ताचे पायाभूत विधान असे आहे की, इस्लाम व हिंदू हे धर्म, त्यांच्या परंपरा, त्यांनी जन्मास घातलेल्या व फुलविलेल्या संस्कृती, या दोन समाजांचे इतिहास इतके भिन्न व परस्परांशी मेळ न खाणारे आहेत की त्यांच्यातील संबंध हे नेहमीच अनिवार्यपणे दुसऱ्याचे, तणाव व तेढीचे, कलहाचे राहणार; नव्हे, इतिहास पाहिलात तर ते तसेच राहत आले आहेत हेच सिद्ध होईल. इतक्या भिन्न व परस्परविरुद्ध, जडणघडणीच्या, व्यक्तित्वाच्या समाजांची स्वभावत:च भिन्न 'राष्ट्रे' होतात. आजच्या राष्ट्रवादी, लोकशाही जमान्यात एका राष्ट्र-राज्यात, एकाच राज्यसत्तेखाली त्यांचे राहणे हे शक्य कोटीतले नाही; कारण जो समाज बहुसंख्याक आहे त्याचा कायमचा वरचष्मा असणार व ही गोष्ट अल्पसंख्याक राष्ट्राला खपणार नाही. किंवा अल्पसंख्याक राष्ट्र-समाज हा कदापि बहुसंख्याक राष्ट्र-समाजाधिष्ठित राज्यसत्तेला एकनिष्ठ राहणार नाही.

हिंदू व मुस्लिम दोन्ही फुटीर जातीयवाद्यांचे या दोन मुद्द्यांबाबत एकमत असल्याचे आढळून येईल.

मुस्लिम समाज एकात्म बनण्याच्या मार्गातील अडसर म्हणून दलवाई कशावर जोर देतात? इस्लामची कर्मनिष्ठा, त्यांची इतिहास परंपरा व या दोहोंनी घडलेले मानस हे (सेक्युलर) आधुनिक समाजाशी एकात्म बनूच शकत नाही, हाच त्यांच्या आक्षेपांचा मथितार्थ असल्याचे ध्यानात येईल. मुस्लिम समाजाचे अल्पसंख्यत्वही ते ठसवितात. याची थोडी तपासणी करू.

भारतीय प्रबोधनमधील 'मुस्लिम समाज' हा लेख व मुस्लिम सत्यशोधक पत्रिकामधील त्यांच्या अप्रकाशित लेखनातून निवडलेला, 'इस्लामच्या इतिहासातील एक अध्याय' हा लेख मुस्लिम राज्यसत्तांच्या हिंदुस्थानातील आगमन/प्रस्थापनेनंतरच्या सुमारे हजार-बाराशे वर्षांच्या इतिहासाची व अनुभवाची मीमांसा दलवाई करीत नाहीत, ही गोष्ट लक्षणीय आहे. इतरत्र काय घडले ते सांगण्यावर भर देतात; पण त्यांच्या लेखनातच नमूद केल्या गेलेल्या पुढील तथ्यांची नोंद घेण्यासारखी आहे.

(१) '...मुसलमान प्रामुख्याने (भारतीय) उपखंडात अल्पसंख्याक राहिलेले आहेत. इस्लामच्या इतिहासातील ही एकमेव वैशिष्ट्यपूर्ण अवस्था म्हटली पाहिजे; कारण मुसलमान जेथे विजेते म्हणून गेले तेथील बहुसंख्य किंवा सगळीच्या सगळी प्रजा कालांतराने मुसलमान बनली.' (मु. स. पत्रिका)

(२) 'सूफी पंथावर त्याने (शाह वलिउल्लाने) हल्ला चढविला आणि दर्गे व पीर उकरून काढले पाहिजेत असे प्रतिपादन केले. (भा. प्र.)

(३) (पैगंबरांच्या घराण्यातील खलिफांची परंपरा खंडित झाल्यामुळे) शिया...

जेहादची भाषा करीत नाहीत. कारण जेहादचा आदेश द्यायला इमाम अस्तित्वात नाही, अशी त्यांची कल्पना आहे. त्यामुळे शियांचे बिगर-मुसलमानांबरोबरील संबंध सुन्नी मुसलमानांपेक्षा अधिक राहू शकले.' (भा. प्र.)

(४) 'त्यांच्या (शियांच्या) स्त्रिया अधिक शिकलेल्या, उद्योगधंदे व व्यापार यात ही जमात अधिक दिसते.' आणि भारतातील उदारमतवादी मुस्लिम नेत्यांत शियांची संख्या अधिक दिसते.' (भा. प्र.)

(५) 'इस्लामिक जगताकडे या दोन प्रवाहांच्या (समाजांतर्गत बदल आणि मुसलमान आणि बिगर-मुसलमान यांच्या संदर्भातील बदल) संदर्भात दृष्टी टाकली की, भारतीय उपखंडातील मुसलमान समाजात समाजान्तर्गत स्वरूपात अधिक आधुनिक विचार रुजल्याचे आपल्या लक्षात येईल. ...भारतीय उपखंडातील मुसलमान तुलनेने मागासलेले नसून पुढारलेले आहेत...' (भा. प्र.)

इस्लामच्या हिंदुस्थानातील झालेल्या दारुण पराभवाचा पुरावा म्हणून कट्टरपंथी या मूलतत्त्ववादी मुस्लिम या तथ्यांकडे निर्देश करतील; पण वरील सारख्या अनेक तथ्यांच्या आधारे आपण असे म्हणू शकतो की, इस्लाम एका अधिक उन्नत, प्रगल्भ व उदार स्वरूपात येथे विकसित होत चालला होता, लोकजीवनात तो मुरला होता. एक हिंदू-मुस्लिम सहजीवन येथे विकसित होते.

'इस्लाम धर्माचा स्वीकार तरी करा किंवा मृत्यूला सामोरे जा', याखेरीज तिसरा पर्याय नाही, ही भूमिका इतरत्र घेतली गेली असताना येथेच ती का सातत्याने का रेटली गेली नाही? मुसलमानांची बहुसंख्या चांगलीच वरचढ प्रमाणात कायमची होईल येथपर्यंत तरी धर्मांतराचा कार्यक्रम का राबविला गेला नाही?

हिंदूंची संख्या फारच जास्त होती, हे काही समाधानकारक स्पष्टीकरण नाही. येथे धर्मांतरे जी झाली तीही वेचक पद्धतीने झालेली दिसतात. समाजातला वरिष्ठ ते तळच्या, सर्व स्तरांतील कुटुंबे, समूह यांनी धर्मांतर केल्याचे आढळते. सक्तीच्या धर्मांतराचा भाग थोडाच असावा. थेट औरंगजेबाच्या कारकिर्दीतही मंदिरे पाडून त्या जागांवर मशिदी उभारल्या गेल्या; त्याचे काय असे विचारले जाईल. पण औरंगजेबाची कृतीदेखील प्रतीकात्मक असावी असेच म्हणावे लागते. त्याची कारकीर्द दीर्घ होती. त्याने हा कार्यक्रम संपूर्ण कारकीर्दीत सर्वत्र राबविला नाही. माझा तर्क असा होतो की, राज्य हाती घेतल्यावर नव्या राजाला वा सम्राटाला स्वतःसाठी अधिमान्यता मिळवून घ्यावी लागते.

राज्यकर्त्या मुस्लिम वर्गाकडून अधिमान्यता व निष्ठा मिळविण्यासाठी आपण कडवे धर्मनिष्ठ आहोत आणि आपल्या कारकिर्दीत राज्य इस्लामीच असणार आहे याचे प्रदर्शन करणे सोईचे, आवश्यक व फायद्याचे असावे. उदाहरणार्थ, तख्तासाठीच्या

लढाईत भाऊ दारा शिकोच्या विरुद्ध आपली फळी मजबूत करण्यासाठी औरंगजेबाला आपली एक प्रतिमा प्रक्षेपित करणे उपयोगी पडलेच असणार; पण येथे राज्य उपभोगावयाचे असेल तर सर्वांना मुसलमान करण्याचे धर्मकर्तव्य पार पाडण्याच्या फंदात पडायचे नाही, हा निर्णय इस्लामी आक्रमणाच्या आरंभालाच घेतला गेला होता. मुसलमानी राजवटींचे प्रभुत्व मान्य करायला हिंदूंना काही अडचण नव्हती. जोवर त्यांना त्यांचा धर्म पाळण्याची मुभा होती. प्रभुत्व दाखवून देण्यापलीकडे धर्माचा मुद्दा ताणायचा नाही. हे शहाणपण इस्लामी राज्यकर्त्यांनी आत्मसात केले होते. औरंगजेब व्यक्तिशः अत्यंत धर्मनिष्ठ होता, पण त्यानेही हेच धोरण थोडा मूलतत्त्वादी वळसा घेऊन राबविले; पण जो थोडा कडवेपणा त्याने आपल्या राजवटीत आणला त्याने हिंदुस्थानातील हिंदू समाज बिथरायला सुरुवात झाली. दलवाईंनी मुसलमानांच्या अल्पसंख्य राहण्याचे (व राहण्यावर संतुष्ट राहण्याचे) 'एकमेव वैशिष्ट्यपूर्ण' या शब्दांनी वर्णन केले व ते योग्य आहे.

इस्लामी राज्यसत्तेच्या 'धर्मविस्तारवादी' चरित्रातच केवळ यामुळे बदल झाला असे नाही. सहअस्तित्वातून येथील हिंदू व मुसलमान यांच्यात जे सहजीवन आकारास आले त्याचे दूरगामी क्रांतिकारक परिणाम झाले. पुस्तकातला सैद्धान्तिक इस्लाम व व्यवहारातला इस्लाम यात अंतर पडले. जनसामान्यांमधून जी धर्मांतरे झाली त्या धर्मांतरानंतरही सामान्य मुसलमानांचे अनेक धार्मिक व्यवहार हिंदू वळणाचे व आशयाचेच राहिले. जनसामान्यांच्या पातळीवर धार्मिक जीवन सरमिसळ झाले. येथे केवळ संस्कृतिसंगम घडून आला असे नाही, तर धर्म-संगमही घडून येत गेला. 'दीने इलाही' नावाचा एक नवा धर्म प्रसृत करण्याचा अकबराचा प्रयत्न ही याचीच खूण मानता येईल. शाह वलिउल्लाने सूफी पंथावर हल्ला चढवावा, पीर व दर्गे उकरून काढले पाहिजेत असे म्हणावे ही गोष्ट फार अर्थपूर्ण व महत्त्वाची आहे. कबीर हिंदू की मुसलमान सांगणे कठीण! तो प्रयत्नही एका अर्थी निरर्थक, इस्लामचे एक रूप असे हिंदू विकसित झाले की, विभिन्न 'हिंदू' धर्मविचार-परंपरांपैकीच तो एक असे म्हणता यावे. भारतीय उपखंडातले मुसलमान तुलनेने पुढारलेले आहेत, हे दलवाईंचे विधान वेगळ्याच परिप्रेक्ष्यात अर्थपूर्ण ठरते.

या पार्श्वभूमीवर इतर देशांतील इस्लामचे दाखले देऊन जेव्हा दलवाईच ठासून असे सांगतात, की धर्मग्रंथातला, धर्मशास्त्रातला इस्लाम असा आहे की धर्मनिष्ठ आहे तोवर मुसलमान भारताशी एकात्म बनूच शकणार नाही, तेव्हा ते मूलतत्त्ववादी कट्टर सनातनी पक्षाचीच पुष्टी करतात. त्याच वेळी ते हिंदू जातीयवाद्यांचीही पुष्टी करतात. मुस्लिम हे कधी येथे समरस व एकात्म होणारच नाहीत, हे मग पुरोगामी, सेक्युलर दलवाईंच्याच लेखनाचे आधार देऊन ठसविले जाते!

- ९ -

मुघल साम्राज्याच्या ऱ्हासकाळात व नंतर ब्रिटिश राजवटीच्या प्रस्थापनेनंतर हिंदू व इस्लाम या दोन्ही धार्मिक समाजांमध्ये / धर्मांमध्ये शुद्धीकरणाची चळवळ उत्पन्न झाली. तिच्यातला 'उच्च व मूळ धर्मा'वरील भर दोन समाजांमधील समरसता व एकात्मता नष्ट करून त्यांना तटबंद्यांआड बंदिस्त करणारा, त्यांच्यात अलगतावादी जातीयवृत्ती जोपासणारा ठरला. या शुद्धीकरणाच्या चळवळींना प्रथमपासूनच एक राजकारणी अंग होते हेही दिसून येते. एकोणिसाव्या शतकात एकीकडे 'वहाबी' चळवळ आहे तर दुसरीकडे आर्य समाज, सनातन धर्म सभा व त्यांनी चालविलेल्या चळवळी आहेत. धार्मिक-सांस्कृतिक सामाजिक जीवनाच्या क्षेत्रात सार्वजनिक व वैयक्तिक पातळीवर सहजीवनाच्या आधारे पुढे पाऊल पडले होते ते उलटवून दोन्ही समाजांमध्ये वेगळेपण, भेद व अंतर ठसविणाऱ्या अस्मिता जोपासणारी ही प्रक्रिया उघड करण्यावर दलवाईंनी भर द्यावयास हवा होता. तुम्ही धर्मनिष्ठच आहात, तुमची धार्मिकता ही अधिक प्रगल्भ आहे आणि तुम्हाला प्रगल्भ, उदार व उन्नत बनविणाऱ्या अमुक परंपरा व शिकवणुकी आहेत, असे सांगून त्यांनी जनसामान्यांत (मुसलमान व हिंदूंना) सावधान करावयास हवे होते.

धर्मचिकित्सा व सुधारणा दोन प्रकारची असते. एका प्रकारच्या धर्मचिकित्सेने माणसे कट्टरपंथी, मूलतत्त्ववादी बनतात, तर दुसऱ्या प्रकारची धर्मचिकित्सा सारासार विवेक करून बंधुभावाच्या, सहानुभावाच्या कक्षा रुंदावण्यास माणसांना प्रवृत्त करते. दोन्हींचा उद्देश धर्मानुयायांना निधर्मी वा नास्तिक बनविण्याचा नसतो. पण परिणाम परस्परविरुद्ध टोकाचे होतात. दुर्दैवाने, प्रत्येक धर्म कसा अन्याय्य, अनुदार, आंधळा, असहिष्णु इत्यादी इत्यादी आहे हे रंगवून सांगणे, त्याचे तपशील भरणे म्हणजे धर्मचिकित्सा करणे, हा पुरोगामीपणाचा, सेक्युलर असण्याचा गौरवाचा भाग मानला गेला आहे. या प्रकारची धर्मचिकित्सा काही थोड्या लोकांना निधर्मी वा नास्तिक बनविण्यात यशस्वी होते, नाही असे नाही. पण त्याची प्रतिक्रिया म्हणून अगतिक माणसे जास्त अभिमानी व कट्टर होतात. एकोणिसाव्या शतकात ख्रिस्ती मिशनऱ्यांच्या टीकेचा परिणाम म्हणून महाराष्ट्रात फुले-रानडेंचा पक्ष बळकट झाला की विष्णुशास्त्री चिपळूणकर-टिळक यांचा? धर्मनिष्ठा टिकून राहून लोक शब्दप्रामाण्य, ग्रंथप्रामाण्य, कर्मकांड, संकुचित आग्रह, घातक प्रथा यांच्यापासून मुक्त व्हावेत असे वाटत असेल तर कोणता मार्ग जास्त परिणामकारक व प्रभावी ठरतो, हे गौतम बुद्धांनी दाखवून दिले, साधुसंतांनी दाखवून दिले. त्यापासून बोध घ्यायला हवा.

- १० -

राजकारण व धार्मिक अस्मिता यांची ज्या प्रकारची सांगड ब्रिटिश राजवटीत घातली गेली, राष्ट्र व राष्ट्रवाद या संकल्पना जशा डोक्यात शिरल्या आणि इतिहासकारांनी स्वत:कडे बघायला जसे शिकविले त्यातून हिंदू व मुस्लिम जातीयवादाची जोपासना कशी झाली, व हिंदू-मुस्लिम समस्या कशी जास्त जटिल बनत गेली, याची मांडणी डोळस आत्मपरीक्षणाच्या दृष्टीनेही महत्त्वाची आहे. हा दुसरा मुद्दा आहे.

याचाच एक भाग म्हणून हिंदू व मुसलमान दोन्ही समाजांतील लोकांना इस्लामी राज्यसत्तांच्या प्रभुत्वाचा काळ, ब्रिटिश साम्राज्याच्या वसाहतवादी प्रभुत्वाचा काळ आणि आजचा काळ यातले अंतर स्पष्ट करून सांगायला हवे. ज्याला त्याला धर्म पाळता येत असला तरी, धर्मानुसार स्थान मुख्य की गौण ते ठरत असे. मुसलमानी राज्यात जर हिंदूंवर काही निर्बंध असले, काही विशेष कर भरावे लागत असले तर ती गोष्ट स्वाभाविक मानली जाई. प्रोटेस्टंट इंग्लंडमध्ये दीर्घकाळ रोमन कॅथॉलिक लोकांना असे गौण स्थान पत्करून जगावे लागले. नंतरची ब्रिटिश राजवट ही ना हिंदू ना मुस्लिम, तिने कायम जाती-जमातींच्या चौकटीत लोकांना बसवूनच विचार केला, धोरणे ठरविली, भूमिका घेतली. तसे करताना जातिजमातींमधील संबंध, विशेषत: हिंदू-मुसलमान संबंध हे नेहमीच कलह व दंगलीचे राहिले असे सतत म्हटले. त्या चष्म्यातून स्वत: पाहिले व इतरांना पाहावयास शिकवले. भेदभेदांवर भर दिला. राज्यावरील पकड पक्की ठेवण्यासाठी त्यांचा उपयोग केला. तसेच, लोकशाही राज्यकारभाराचा येथे प्रवेश व विस्तार करताना बहुसंख्य-अल्पसंख्य, लोकसंख्येतील प्रमाण, दर्जा व वजन, राखीव कोटा/जागा हे मुद्दे पुढे करून लोकशाहीची एक विपर्यस्त समज रुजविली.

ब्रिटिशपूर्व व ब्रिटिश, दोन्ही कालखंडांचा हा सारा वारसा टाकून देणारी राज्यघटना आपण मुद्दाम बनविली आहे. भारतात केवळ आपापला धर्म पाळण्याची मुभा नाही, धर्मप्रचार करण्याचेही स्वातंत्र्य घटना देते, धार्मिक संस्था स्थापन करता येतात. कौटुंबिक जीवनाच्या क्षेत्रात वेगळ्या 'पर्सनल लॉ'ला पण जागा ठेवलेली आहे. अशी राज्यघटना आहे. राज्याला धर्म नसेल, पण व्यक्ती म्हणून पंतप्रधान वा राष्ट्रपती धार्मिक असू शकतील. मात्र इथे इत:पर हिंदू, मुस्लिम, बौद्ध, ख्रिस्ती राजवटी असा प्रकार नसेल. साहजिकच अल्पसंख्य असले तरी राज्यकर्ते या नात्याने इस्लामचे प्रभुत्व किंवा बहुसंख्यांचा धर्म म्हणून हिंदू धर्माचे प्रभुत्व असा काही प्रकारही नसेल. 'राज्यकर्ती धार्मिक जमात' अशी काही गोष्टच नसेल. भारतीय समाजाची हे बहुसंख्य, ते अल्पसंख्य, या जमातीचा, तो त्या जातींचा अशी विभागणी शासन करणार नाही. आजही भारतात लोक जाती-जमातींचे सभासद म्हणून पुष्कळ व्यवहार करतात, जीवनाचे वळण समुदायनिष्ठ आहे.

मुस्लिम जातीयवादाची हमीद दलवाईकृत मीमांसा ▮ ९५

याला राज्यसंस्थेची हरकत नाही; पण राज्यसंस्था स्वत: या विभागणीला स्थान व मान्यता देत नाही. याचा अर्थ असा की, राज्यकारभार व राजकारण या क्षेत्रात हिंदू बहुसंख्य, मुसलमान अल्पसंख्याक असा विचार करणे सोडून दिले पाहिजे. अल्पसंख्य जमात म्हणून मुसलमानांनी स्वत:कडे पाहू नये, तसेच इतर कोणीही आम्ही एक जमात आहोत आणि अल्पसंख्याक आहोत म्हणून कोणी काहीच नव्या राजवटीत मागू शकत नाहीत. हीच गोष्ट हिंदूंनाही लागू आहे. ते बहुसंख्य आहेत म्हणून त्यांना कोणतेच विशेषाधिकार वा स्थान हिंदू म्हणून नाही. 'बहुमताचे राज्य' याचा विशिष्ट अर्थ आहे. विधिमंडळे-संसद यावर निवडून गेलेल्या लोकनियुक्त प्रतिनिधींमध्ये बहुमत ज्या बाजूचे होईल त्यांच्या हातात राज्याची सूत्रे असतील; पण तो पक्षही मनमानी राज्य करू शकत नाही.

वास्तविक, दलवाईंनी यावर खूप जोर द्यावयास हवा होता; पण स्वातंत्र्यापूर्वी तुम्ही अल्पसंख्य होता, आता तर अधिकच अल्पसंख्याक बनला आहात, असे उलट ते मुसलमानांना बजावतात. आता कोणी बहुसंख्याक नाही, कोणी अल्पसंख्याक नाही; बहुसंख्याक समाज म्हणून हिंदूंना विशेष अधिकार नाही नि अल्पसंख्य म्हणून व्हेटोचे अडवणुकीचे हत्यार तुमच्या हातात नाही, कारण राज्यघटना ही दृष्टीच अवैध ठरविते, असे त्यांनी म्हणावयास हवे होते. यात अभय आहे, समान संधी आहे; अर्थात नागरिकत्वाची पूर्ण जबाबदारीपण आहे.

दुर्दैव असे आहे की, राज्यघटना जरी नवी बनविली तरी सर्वच राजकीय पक्ष व पुढारी मानसिक चाकोऱ्यांमध्ये व्यवहार करीत आहेत. या चाकोऱ्या म्हणजे सापळे आहेत. पूर्वी ब्रिटिशांनी आपणास त्यांच्यात अडकवले होत, आता आपणच आपल्याला जास्त जास्त अडकवीत चाललो आहोत.

- ११ -

मुस्लिम समाजाबद्दल एक विशेष गोष्ट ध्यानात घेतली पाहिजे. मुसलमानांनी विशेषच. आपण अल्पसंख्याक समाज आहोत या तथ्यातून स्वत:च निर्माण केलेल्या बागुलबुव्याच्या दबावाखाली हा समाज गेली दीडशे वर्षे राहतो आहे. राज्यसत्ता हाती असेपर्यंत अल्पसंख्य असण्याने बिघडत नव्हते. पण आता? सर सय्यद अहमद यांचे सर्व राजकारण या बागुलबुवाने निर्धारित झाले; अगदी त्यांची राजनिष्ठादेखील. आम्ही राज्यकर्ते होतो यावरील भर, परत एकवार इस्लामी सत्ता प्रस्थापित करण्याची आजची भाषा, लोकसंख्या वेगाने वाढविण्याची आकांक्षा/स्वप्न या सगळ्या आक्रमक पवित्र्यांच्या मुळाशी हा बागुलबुवा आहे, ही गोष्ट मुसलमानांशी बोलायला हवी आहे. पाकिस्तान, बांगलादेश येथे तर ते आज निर्विवाद बहुसंख्याक आहेत ना? तेथे तरी

शांतता व स्वास्थ्य आहे का? हिंदूंना हुसकावून त्यांनी बहुसंख्याकता आणखी वाढवून घेतली. तरी ही राष्ट्रे खरोखर सुरक्षित व निश्चिन्त बनली का? तसे असते तर शत्रू म्हणून भारत नावाचा बागुलबुवा सतत का उभा करून ठेवावा लागतोय? स्वत:कडे अल्पसंख्य जमात म्हणून पाहून, त्याप्रकारे संघटित होऊन राजकारण करण्याने जे पदरात पडते ते आहे तरी काय व कोणते? आणि ते कोणाच्या पदरात पडते, आणि त्यासाठी किंमत काय मोजावी लागत आहे? तटबंदीआड वाढती बंदिस्तता ('घेट्टो'ची निर्मिती), स्त्रियांचे वाढते दास्य, वाढता भयगंड, इतरांचा दु:स्वास, अविश्वास व संशय, मोल घेणे, मनोराज्य रचण्यापायी वास्तवाशी फारकत, दंगलीमध्ये वाढती जीवित व मालमत्ता यांची हानी, सर्वसाधारण मुसलमान समाजाच्या नोकऱ्या-चाकऱ्या, व्यवसाय यांच्यात होणारी कोंडी हेच ना? या प्रकारची किंमत मोजायला लावणाऱ्या पुढाऱ्यांचे तेवढे फावते आहे. हा बागुलबुवा मानगुटीवरून उतरवून, या देशाचे समान नागरिक म्हणून पूर्णत्वाने सहभागी होण्याने नक्कीच जास्त, निश्चिंतता, शांती व समाधान मिळेल, हे पटवून द्यायला हवे.

पाकिस्तानची निर्मिती हे मुस्लिम लीगच्या आक्रमक राजकारणाचे यश मानून राज्यकर्ते मुसलमानांना खूप झुकते माप देत आहेत, असे म्हणून जातीयवादी राजकारण हेच जास्त लाभ देणारे आहे ही मुसलमानांची समजूत आम्ही जास्त दृढ करतो. जातीयवादी राजकारण करावे, त्यातच आपला फायदा आहे, हाच संदेश त्यांच्यापर्यंत पोहोचतो. मग दलवाईंना अपेक्षित पुनर्विचार कोण कशासाठी करील? पाकिस्तान निर्मितीने ना हिंदूंचे भले झाले ना मुसलमानांचे ना जगाचे पाऊल पुढे पडले. तो आपणा सर्वांचा शोकात्म पराभव कसा आहे, हे जर दलवाई सांगतील तर पुनर्विचाराला चालना मिळाली असती.

हमीद दलवाईंच्या मुस्लिम जातीयतेच्या मीमांसेत, खरे तर मला गंभीर मीमांसेचा अभावच आढळतो. मुस्लिम नेते सरसकट कसे जातीयवादी आहेत आणि हिंदू उदारमतवादी, पुरोगामी, डावी मंडळी कशी या जातीयवादाला खतपाणी घालतात हे सांगण्यावरच त्यांचा 'मुस्लिम जातीयतेचे स्वरूप : कारणे व उपाय' यात भर व जोर आहे. जवळपास एकच उपाय ते सांगतात : हिंदू उदारमतवाद्यांनी, पुरोगाम्यांनी, डाव्यांनी-मुस्लिम जातीयवाद्यांवर कडाडून हल्ले चढवून त्यांना उघडे पाडले पाहिजे, ही गोष्ट ते आवेशाने सांगतात.

- १२ -

एके काळी युरोपात ख्रिश्चन समाजांमध्ये अल्पसंख्य जमात म्हणून यहुदी (ज्यू) राहावयाचे. त्यांच्या वस्त्या वेगळ्या असत. अत्यंत कडव्या कट्टरपंथी धर्मगुरूंचे

प्रभुत्व व नियंत्रण समाजावर असे. धार्मिक-सांस्कृतिक सामाजिकदृष्ट्या ख्रिश्चन समाजापासून तुटलेले, स्वायत्त, बंदिस्त व आतल्या आत कुढणारे असे जीवन हा समाज शहरांमधील वस्त्यांमधून जगे. या वस्त्यांना 'घेट्टो' असे नाव आहे. भारतातील मुसलमान समाजाला त्या दिशेने नेण्याचा प्रयत्न होत आहे असे दिसते. त्यात यशही येत असल्याचे दिसते.

दलवाईंनी लेखन केले त्या काळापेक्षा आज म्हणून परिस्थिती अधिक गंभीर आहे. शाहबानोप्रकरणी मुस्लिम स्त्रियाही रस्त्यावर आल्या, ही गोष्ट वाटचाल कोणत्या दिशेने होत आहे याची निदर्शक आहे. धर्म, संस्कृती व समाज यांच्या रक्षणासाठी स्वतःवरील अन्याय, शोषण, अत्याचार पचवून, पोटात घालून या स्त्रिया रस्त्यावर आल्या होत्या, हे ध्यानात घेतले पाहिजे.

या समाजघटकाला घेट्टोंमध्ये स्वतःस बंद करू देता कामा नये. ज्या समाजात अशा वस्त्या असतात तोच समाज कलंकित समाज असतो. पूर्वास्पृश्यांच्या वस्त्यांचा कलंक आजही शिल्लक आहे. तेव्हा आम्ही कोणालाच ते घेट्टोजीवन जगू देणार नाही, हा आपला निर्धार असायला हवा.

पण मग ही प्रक्रिया उलथवायची कशी? सुमारे पंचवीस वर्षांपूर्वी 'नवभारत' मासिकात दलवाईंच्या 'मुस्लिम पॉलिटिक्स इन इंडिया' या पुस्तकाच्या परीक्षणात मी म्हटले होते :

"श्री. दलवाईंची उपाययोजना सर्वसामान्य मुसलमान समाजाचा प्रश्न सोडविण्याच्या दृष्टीने फारशी उपयोगाची ठरणार नाही. सर्वसामान्य मुसलमानांवरील जुनाट सनातनी मुल्ला-मौलवींचा धर्मविचार व राजकारण या क्षेत्रांतील प्रभाव दूर करावयाचे कार्य आपल्या समाजाशी भावनात्मकदृष्ट्या अधिक घनिष्ठ व जिवंत दुवा असलेला वर्गच करू शकेल. धर्मपरायण व्यक्तींचाच सर्वसामान्य मुसलमानांशी असा संबंध येऊ शकतो, अशा अवस्थेत मुसलमान समाज अद्यापही आहे, असे खुद्द दलवाईंच्या प्रतिपादनावरून दिसते. ही जर वस्तुस्थिती असेल तर मग आज मुसलमानांची तातडीची गरज, एका टोकाला गाडगेमहाराज-तुकडोजीमहाराज अशांसारख्या सुधारकी प्रवृत्तीच्या जनसामान्यांवर प्रभाव पाडू शकणाऱ्या संतांची आहे. दुसऱ्या टोकाला इस्लामच्या धर्मग्रंथांवर अधिकारवाणीने बोलू शकणाऱ्या सुधारकी धर्मशास्त्र्यांची आहे.''

- १३ -

मुस्लिम जातीयवादी राजकारणी मंडळींचा व मूलतत्त्ववादी सनातनी मुल्ला-मौलवींचा एवढा प्रभाव का? त्यांची एवढी पकड का? मुसलमान धर्मनिष्ठ आहेत व इस्लामचे वळणच कट्टर आहे, हे उत्तर पूर्ण समाधान देणारे नाही. ज्या मार्गाने जाऊन

आपण पाकिस्तान पदरात पाडून घेतले त्याच आडमुठ्या, आक्रमक राजकारणाची कास धरून 'इस्लाम खतरेमें है' अशी हवा निर्माण करून आपण भारतांतर्गत 'स्वायत्त मुस्लिम घटक प्रदेश' निर्माण करू शकू वा काही प्रदेशांची पाकिस्तानात भर घालू शकू किंवा भारतावरच इस्लामी सत्ता प्रस्थापित करू शकू. एक ना एक दिवस भारतात बहुसंख्य बनू शकू वा सर्व हिंदूंचे धर्मांतर घडवून आणून भारत इस्लाममय करू शकू. या पोकळ वल्गना आहेत, ही गोष्ट देशभरच्या शहरी व ग्रामीण सामान्य मुसलमानांच्या लक्षात कशी येत नाही? त्यांची वास्तव स्थिती, हिंदू समाजातील विभिन्न जातींमध्ये आलेली जागृती, त्यांची वाढती ताकद व आत्मविश्वास, त्यांच्या आकांक्षांचे राजकारण यांचा अनुभव तर हरघडीला त्यांना येत असणार. वारंवार उद्भवणाऱ्या व उत्तरोत्तर जास्त सार्वत्रिक होत जाणाऱ्या दंगलींचा अनुभव पारडे त्यांच्या किती विरोधात व वजनदार आहे, हे त्यांना अनुभवाला आणून देत असेलच ना?

इस्लामच्या जागतिक दिग्विजयाचा इतिहास, भारत सरकारने चुचकारून घेण्याचे, तडजोड करण्याचे धोरण व त्यात प्रकट होणारे दुबळेपण, जातीपातींनी चिरफळत पडलेला हिंदू समाज कधी एक होऊन प्रतिवाद करू शकणार नाही ही ठाम खात्री, यातून त्यांना बळ मिळते. हे दलवाईंचे म्हणणे स्वीकारायला हवे. तसेच लिबरल, पुरोगामी व डाव्या विचारांच्या मंडळींचा भाबडा भोंगळपणा व त्यांचे मिळणारे समर्थन या गोष्टींनीही त्यांना आणखी बळ मिळते, हा दलवाईंचा आरोपही यथार्थ म्हणून स्वीकारूया. राजकीय पक्ष सत्तासंपादनाच्या स्वार्थापोटी आपल्या पुढाऱ्यांच्या जातीयवादी राजकारणाकडे काणाडोळा करून हातमिळवणी करतात, या अनुभवाने हिंमत वाढते ही दलवाईंची टीकाही योग्य आहे; पण हे पूर्ण व पर्याप्त स्पष्टीकरण म्हणता येईल का?

कट्टर मूलतत्त्ववादी युक्तिवादाची, मनोराज्यात्मक मुक्तीच्या स्वप्नांची माणसांवर पकड कधी बसते? उघड उघड अव्यवहार्य असणाऱ्या उपायांवर माणसे दृढ निर्धाराने झपाटल्यासारखी असंघटित केव्हा होतात? माणसे विवेक केव्हा हरवून बसतात?

पाकिस्तानच्या स्थापनेत देशभरच्या मुसलमानांनी आपली मुक्ती, स्वप्नांची पूर्तता पाहिली होती. हिंदूंचे प्रभुत्व असलेल्या कोणत्याही राज्यसत्तेकडून हा असत्य युक्तिवाद कमालीचा आत्मसात झालेला होता म्हणूनच लीगला सार्वत्रिक पाठिंबा मिळाला. याचा परिणाम असा झाला की, स्वतंत्र भारतातील विशेषतः शिक्षित नोकरदार पांढरपेशाचे मानस पराभूत, भयग्रस्त, असुरक्षित उभारी हरवलेले बनले. जातीयवादी राजकारण करणाऱ्या पुढाऱ्यांना समाजाची ही अवस्था फायद्याचीच असते. ब्रिटिश राजवटीच्या काळात १८९० नंतर प्रत्येक दंगल द्विराष्ट्रवाद ठसविण्यासाठी

उपयोगी पडली व यासाठी वापरलीही गेली. स्वतंत्र भारततही दंगलींचा असा उपयोग पद्धतशीरपणे वाढत्या प्रमाणावर दोन्ही बाजूंचे जातीयवादी करून घेत आहेत. मुसलमानांनी स्वतःच्या समाजाचा बुद्धिभेद करता कामा नये, सांघिकता वाढविण्यासाठी असत्य सांगितले पाहिजे. तटबंदी भक्कम करून एकमुखी (मोनोलिथिक) बनले पाहिजे. एरवी आपला निभाव लागणार नाही, हा युक्तिवाद केला जातो. आपला समाज वेढ्यात सापडलेला आहे, अशी धारणा बनते तेव्हा असा युक्तिवाद चटकन पटतोही.

यावरचा उतारा म्हणून आक्रमक पवित्रे घेतले जातात. मुक्तीची मनोराज्ये पाहिली जातात. इतिहासाचे गौरवीकरण केले जाते. आत्मघातकी कृती हौतात्म्याच्या भूमिकेतून केल्या जातात. भ्याडाच्या हिंसेला ही मनोवृत्ती जन्म देते. कट्टरपंथी धर्मनिष्ठेला कवटाळले जाते. देशाबाहेरच्या शक्ती आपल्या मदतीला धावून येणार आहेत, त्या आपणास मुक्त करणार आहेत अशी स्वप्ने रंगविली जातात. पॅन-इस्लामिक प्रभाव वाढतो आहे. याचे हे स्पष्टीकरण आहे.

तलाकची बाब घ्या. ज्या बेपर्वाईने व बेजबाबदार वृत्तीने तलाक दिला जातो त्याने स्त्रियांवर अन्याय होतो, त्यांचे क्लेश, दुःख व परवड वाढते हे तिच्या नवऱ्याला नाही पण आई-वडिलांना, भावा-बहिणींना, मुला-मुलींना तर अनुभवाला येत असेल की नाही? कुटुंबाचे स्वास्थ्य बिघडतेय हे तर अनुभवाला येत असेल? 'काय करणार, हा भोगच आहे', 'या पिढ्यान् पिढ्या चालत आलेल्या गोष्टी आहेत.' या प्रकारच्या प्रतिक्रिया समजू शकतात; पण आपण असे पाहिले की, तलाक हा सांघिकता वाढविण्याचा, ती प्रदर्शित करण्याचा राजकारणी मुद्दा बनविला जातोय. शरियतच्या कायद्यात बोटभर बदल होऊ शकत नाही. हा युक्तिवाद करणाऱ्या पुढाऱ्यांना हे तर ठाऊक आहेच की, मुसलमानांचे जीवन ९०-९५ टक्के शरियतच्या कायद्यानुसार चालत नाही.

मुसलमान समाजाचे हे वास्तवापासूनचे पलायन, हे दुभंगलेपण, समोर आत्मनाश दिसत असून हट्टाने त्याच दिशेने जात राहण्याचा आग्रह यातून या समाजाची नागरिक बांधवांची मुक्तता कशी करावयाची? ज्यांना ते या देशात नकोच आहेत वा राहिले तर दुय्यम नागरिक म्हणून हवे आहेत, ज्यांना त्यांच्या दडपणुकीसाठी निमित्तेच हवी आहेत, त्यांना घडतेय त्यात आनंदच असणार. पण आपण येथे एक राष्ट्रीयत्वावर निष्ठा असणाऱ्यांची गोष्ट करीत आहोत.

दलवाईंचे प्रतिपादन काय होते?

धर्मनिष्ठ मुसलमान हा जेथे मुस्लिम समाजाच्या हाती राज्यसत्ता नाही तेथे त्या राज्यसत्तेला/राष्ट्रराज्याला एकनिष्ठ राहू शकत नाही; मुस्लिमांची मनोधारणा ऐतिहासिक

कारणांनी तशी बनली आहे, असे दलवाईंचे प्रतिपादन आहे. जगातल्या सर्व मुसलमानांचा मिळून एक समुदाय ('उम्मा') आहे. आणि धर्मनिष्ठ मुसलमानांची निष्ठा ही प्रादेशिक ('टेरिटोरियल') राज्याला असू शकत नाही, ती फक्त 'उम्मा'लाच असू शकते, असेही ते म्हणतात. 'भारतीय प्रबोधन' मधील लेखात ते म्हणतात, ''आता आधुनिक राष्ट्रे घडली तेव्हा जेथे मुसलमान अल्पसंख्याक आहेत, तेथे सत्ता आपल्या हाती नाही याचे त्यांना वैषम्य वाटत राहिले आहे.''

राष्ट्रवादाच्या प्रेरणा वैचारिकदृष्ट्या मुसलमान समाज संपूर्णपणे मान्य करताना दिसत नाही. आता, भारतात मुसलमान इतके अल्पसंख्य असेतोवर त्यांच्या हाती राज्यसत्ता लोकशाही मार्गाने येणे शक्य नाही. तेव्हा युरोपातल्याप्रमाणे प्रोटेस्टंट रेफर्मेशन व रेनेसाँच्या प्रक्रिया इस्लाममध्ये घडून येत नाहीत तोवर त्यांची भारताला निर्विवाद निष्ठा मिळणे शक्य नाही. इस्लामी सत्तेखाली भारत यावा हेच त्यांचे स्वप्न राहणार; म्हणजेच व्यवहारात ते पंचमस्तंभी वर्तन करण्याचा धोका नेहमी उपस्थित राहणार. दलवाईंचे विश्लेषण प्रत्यक्षाप्रत्यक्षपणे हा निष्कर्ष सुचविते.

दलवाईंचे हे म्हणणे जर यथार्थ असेल तर तुर्कस्तानमध्ये केमालपाशाने जसे जबरदस्तीने इस्लामचे आधुनिकीकरण केले तसे करण्याशिवाय पर्याय नाही. पण खरे तर हा पर्यायही उपलब्ध नाही. कारण बव्हंशी मुस्लिम लोकसंख्या असलेल्या तुर्कस्तानात एका विशेष अपवादभूत परिस्थितीत या आधुनिकीकरणाचे स्वागत झाले व तो सामान्यांवर लादता आले. सक्ती करणारे शासनही मुस्लिमच होते, हे ध्यानात ठेवावयास हवे. येथे सक्ती हिंदूंनी केली असे अटळपणे ठरणार. लोकशाहीच्या व्यवस्थेत हे शक्य नाही, ही गोष्ट वेगळीच. संपूर्ण मुसलमान समाजाला पंचमस्तंभी बनविण्याचा तो क्रियाशील कार्यक्रमच ठरेल. दहा-बारा कोटी लोक पंचमस्तंभी बनल्यास कोणती अशांत स्थिती निर्माण होईल, याची कल्पना करून पाहा.

पण दलवाईंचे हे म्हणणे यथार्थ नाही. हिंदुस्थानच्या इतिहासाचे वेगळेपण– ज्याचा दलवाईंनी निर्देश केला आहे, इथे महत्त्वाचे आहे. इथल्या मुसलमानी सत्ता एका हातात तलवार व दुसऱ्या हातात कुराण घेऊन सतत उभ्या नव्हत्या. इथला इस्लाम कट्टरपंथी उरला नाही ही तर तक्रार होती. तेव्हा इथले सामान्य मुसलमान आधुनिक व सेक्युलर वळणाचे नसले तरी ते शरियतचे काटेकोर पालन करणारेही नाहीत. त्यांची धर्मपरायणता हिंदूंबरोबरील सहजीवनाने व मुसलमान बव्हंशी मुळात हिंदूच होते या कारणाने वेगळ्याच जातकुळीची आहे. पीर, फकीर व सूफी अवलिया यांनी त्यांची धर्मपरायणता संस्कारित झाली आहे.

आज जो प्रश्न निर्माण झालाय व उत्तरोत्तर तीव्र होतोय, तो धर्म हे राजकीय संघटनेचे सूत्र म्हणून वापरण्यामधून निर्माण झालेला आहे. तो धर्माचे स्वरूप व

आशय यामधून निर्माण झालेला नाही. धर्माच्या या राजकारणी वापरातून हिंदू समाजातही कट्टरपंथी 'सनातनी'पणा कसा फोफावत आहे, ते अयोध्येतील बाबरी मशीद-रामजन्मभूमी प्रकरणातून दिसून येत आहेत.

भारतातील मुसलमानांची राष्ट्रनिष्ठा सबल आहे, आपणास हवी तेवढी भक्कम नाही याचे कारण पाकिस्तानच्या अस्तित्वाचा ताण तिच्यावर आहे. फाळणीनंतर पाकिस्तानात राहिलेला हिंदू समाज सारा आज तेथे असता तर त्यांच्याही राष्ट्रनिष्ठेवर असाच ताण आला असता. याचेही कारण भाऊबंदकी चालू राहिली आहे. म्हणूनच भारत-पाकिस्तान व बांगलादेश यांच्यात सलोखा होणेही तिन्ही राष्ट्र-राज्यांची निकडीची गरज आहे. दलवाईंचा पुढील युक्तिवाद वरकरणी रोखठोक पण खरे तर असमंजस आहे. 'या उपखंडातील हिंदू-मुस्लिम प्रश्न हा भारत-पाकिस्तान यांच्यामधील परस्परसंबंधाचा प्रश्न बनला आहे; तो हिंदू-मुस्लिम प्रश्न राहिलेला नाही- त्याला दोन वेगळ्या राष्ट्रवादांच्या आणि त्या राष्ट्रवादांतील प्रेरणाशक्तींच्या संघर्षाचे स्वरूप आलेले आहे. दलवाईंच्या या चौकटीत प्रश्न सोडविण्याचा प्रयत्न असमंजसच नाही तर असफल ठरेल.

भारतातील मुसलमान पॅन-इस्लामिक प्रभावाखाली असेल, त्याला पाकिस्तान-बांगलादेश यांच्याविषयी आत्मीयता असेल, वेगळेपण राखून जमातींचे राजकारण करीत असेल, तो धार्मिक बाबींवरून विवाद्य स्वरूपाचे अविवेकी वर्तन करीत असेल, पण त्याअर्थी तो राष्ट्रनिष्ठ नाही असा निष्कर्ष काढू नये, ही समंजस प्रौढ जाण येथील प्रमुख राजकीय पक्षांनी आजपर्यंत दाखवली आहे. १९६८ साली मी लिहिले होते की, 'किंबहुना, भारतातील मुसलमान राष्ट्रनिष्ठेचा प्रश्न नीट हाताळला गेला तर पाकिस्तानने (आजच्या बांगलादेशासह) भारताचे अकारण वैर करण्याचे सोडावे यासाठी या (पाकिस्तान-बांगलादेशविषयीचा) जवळिकीतून एक प्रचंड दडपण निर्माण होणार आहे.' काश्मीरच्या समस्येची सोडवणूक होण्याच्या दृष्टीनेही याच जवळिकीचा उपयोग होऊ शकेल, (स. प्र. पत्रिका ऑक्टोबर-नोव्हेंबर १९६८)

अर्थात यासाठी हिंदू-मुस्लिम ऐक्य भारतात वाढवावे लागेल. ऐक्य निर्माण करण्याची तातडी सर्वांनी ओळखली पाहिजे. अगदी हिंदुत्ववाद्यांनीदेखील आचार्य विनोबा भावे यांच्या भाषेत, यासाठी आक्रमक पवित्रा घ्यायचाच असेल तर तो प्रेमाक्रमणाचा घेण्याची जरुरी आहे. अनुनय व प्रेम यातील, तडजोडी व सत्याग्रह यातील फरक स्पष्ट असावा लागेल.

राष्ट्रनिष्ठेसाठी समरसता, एकात्मता वाढायला हवी. ती वाढवण्यासाठी सार्वजनिक आर्थिक, औद्योगिक, राजकीय-प्रशासकीय, व्यापार, बौद्धिक-सांस्कृतिक क्षेत्र यात मुसलमानांचा क्रियाशील सहभाग वाढेल असे पाहिले पाहिजे. पारंपरिक जातिव्यवस्थेवर

आधारलेल्या समाजात एकात्मता (इंटिग्रेशन) जाती-जमातींना वेगवेगळ्या कप्प्यांमध्ये बंदिस्त ठेवून साधलेली होती. ती आधुनिकीकरणाच्या प्रक्रियेत उखडली जात आहे. मग समरसता, एकात्मता वाढविण्याचे उपाय कोणते? १९६८ साली मी लिहिले,

'येथील राज्यव्यवस्थेत, प्रशासनात, तसेच आर्थिक जीवनात मुसलमानांचा सहभाग आजच्यापेक्षा खूप वाढला पाहिजे. तो वाढविता यावा यासाठी ऐहिक शिक्षणाचा प्रसार त्या समाजात होईल, अधिक झपाट्याने होईल यासाठी विशेष प्रयत्न करायला हवा. लोकसंख्येतील प्रमाणानुसार जागावाटप हा मार्ग जातनिष्ठ राजकारणास पोषक आहे हे निःसंशय. म्हणून त्याला विरोध करीत असतानाच दुसरीकडे एखाद्या जमातीवर याबाबतीत न्याय होत आहे की नाही, ते पाहण्याचे एक प्रमुख मोजमाप लोकसंख्येच्या टक्केवारीशी वेगवेगळ्या क्षेत्रांतील टक्केवारी पडताळून पाहणे हेच आहे, हे विसरता कामा नये. या बाबतीत आज मुस्लिम समाजाला सगळीकडे विशेषतः सार्वजनिक-सरकारी क्षेत्रात अन्याय केला जात आहे, अशी भावना मुसलमानांत आढळते. एका अलिखित लक्ष्मणरेषेच्या आत आपणास या देशात बंदिस्त राखण्याचा प्रयत्न चालू आहे, असे त्यांना वाटते. ही वस्तुस्थिती आहे की भ्रम आहे, ते लवकरात लवकर स्पष्ट झाले पाहिजे. आणि जे काही सत्य बाहेर येईल ते उजेडात, सर्वांसमोर आले पाहिजे. भ्रम असेल तर त्याचा निरास होईल. वस्तुस्थिती असेल तर त्यात सुधारणा करण्याची जबाबदार शासनाची व समाजाची राहील. जर असे निष्पन्न झाले की मुसलमानांचे दारिद्र्य, त्यांची आर्थिक-राजकीय कोंडी ही त्यांच्यातील शिक्षणाच्या अभावामुळे आहे, तर तीही गोष्ट त्या समाजासमोर ठामपणे आली पाहिजे, व त्यासाठी हरिजन, आदिवासी यांच्यासाठी विशेष सोई-सवलती निर्माण केल्या आहेत तशा त्यांच्यासाठीही निर्माण केल्या पाहिजेत. राजकीय, प्रशासकीय व आर्थिक जीवनात महत्त्वाच्या सत्तेच्या व प्रतिष्ठेच्या जागांवरील मुसलमानांची संख्या ज्या वेळी पुरेशा प्रमाणात निर्माण होईल, त्यांना आपल्या बुद्धी-कर्तृत्वाची धर्मनिरपेक्षवृत्तीने कदर केली जाते, असा अनुभव व आत्मविश्वास येईल, त्या वेळी शिकणाऱ्या नव्या पिढीचे नेतृत्व त्यांच्या हाती येऊ लागेल. मग आजच्या संकुचित व अंध धर्मश्रद्धेवर आधारलेल्या नेतृत्वाला उखडून टाकण्याचे कार्य सामाजिक विकासनियमांनुसार सुकर होईल.

- १४ -

अखेरीस, मुस्लिम समाजाला बदलण्यासाठी जो आधुनिक वृत्तीचा, सुधारकी गट उत्पन्न झाला आहे त्या गटाची आपण पुष्टी करणार की नाही, असा प्रश्न दलवाई करतात. हा पाठिंबा शासनाने काही ठोस पावले खंबीरपणे उचलून द्यावा अशी

दलवाईंची अपेक्षा होती. दलवाई लिहितात, "हा कायदा समान नागरी कायद्याच्या रूपाने मिळाला पाहिजे. सर्व लग्ने रजिस्टर झाली पाहिजेत. धर्मांतर होता कामा नये; २१ वर्षांच्या नंतरच न्यायाधीशाच्या समोर फार तर व्हावे. आंतरधर्मीय विवाहितांच्या मुलांना वयात आल्यानंतर हवा तर, त्यांना तो हवा असेल तो धर्म लावण्याची मुभा द्यावी, आधी नाही. रस्ते रुंद करताना नागरिकत्वाच्या जबाबदाऱ्यांचा संबंध असेल तेथे सर्वांना सारखा न्याय लावावा. दर्गे आणि मारुती दोन्ही हटवले पाहिजेत. देशाच्या नागरिकांच्या हिताच्या दृष्टीने निर्णय घेतला जावा. सर्व धार्मिक मालमत्तेवर, वक्फ, देवळे, चर्च यांच्या उत्पन्नावर सरकारचे नियंत्रण असावे. हा पैसा समाजकल्याणासाठीच खर्च करण्यात यावा. धर्माचा आणि जातींचा उल्लेख करण्याचे बंधन नसावे. अलीगढ, बनारस ही विद्यापीठे राष्ट्रीय विद्यापीठे म्हणून मानली जावीत आणि त्यांच्या स्वरूपात आवश्यक तो बदल करावा. काश्मीरचा खास दर्जा नष्ट करावा. उर्दूच्या विकासाला संपूर्ण संधी मिळावी; उर्दू माध्यमाच्या शाळांना संरक्षण असावे. मात्र, उर्दूला दुय्यम भाषेचा दर्जा देण्याची मागणी कठोरपणे मोडून काढण्यात यावी. देशातील सर्व स्त्रियांना कालमानानुसार एकच समान सामाजिक कायदे लावण्यात यावेत. गोषापद्धती कायद्याने बंद करावी. गोहत्याबंदीचा प्रश्न देशाच्या शेती आणि आर्थिक विकासाच्या संदर्भात सोडवला जावा. कुटुंब नियोजन सर्वांना सक्तीचे व्हावे. ज्या मुसलमानांना हे नको असेल त्यांना दुय्यम नागरिकत्व देण्यात यावे. त्यांचा मतदानाचा अधिकार काढून टाकावा. शरियत हवी आहे त्यांना संपूर्ण शरियत कायदा लावावा. म्हणजे अशा मुसलमानांनी चोरी केल्यास त्यांचा भर रस्त्यात हात कापला जावा! खोटे बोलल्यास फटके मारावेत! व्यभिचार करणाऱ्या मुस्लिम स्त्रीला रस्त्यात दगडांनी ठेचून मारावे! वगैरे..." (मुस्लिम जातीयतेचे स्वरूप)

जे शासन या प्रकारे सक्तीने समाजाला सुधारू पाहील ते शासन आधुनिक हुकूमशाही शासन म्हणून लोकांशी व्यवहार करील. ती ठोकशाही असेल. एका सबंध समाजावर अशी ठोकशाही चालवली तर ती हिटलरच्या नाझी राजवटीच्या वळणावर जाईल. तिला कदाचित बहुमताचा पाठिंबा मिळेल. पण म्हणून ती जास्तच क्रूर व माणुसकीला काळिमा फासणारी ठरेल. लोकशाही राज्यात शासन लोकांच्या दोन पावलेच पुढे राहू शकते. तेही समाजधुरीणांची सामान्य सहमती असते तेव्हा मुसलमान समाजासाठी कायदे दोन पावले पुढे जाऊन करावयाचे असले तर त्या समाजाचा नेतृत्वापैकी एक प्रबळ गटाचा नैतिक पाठिंबा, तोही जाहीर प्रथम मिळवला पाहिजे. लोकशाहीची ही शर्त आहे. भारताच्या विशिष्ट सामाजिक बांधणीमुळे संसदेच्या सार्वभौमत्वालाही मर्यादा पडते व ती योग्य आहे. याला अपवाद जो करावयाचा तो सर्व व्यक्तींच्या समान मूलभूत हक्क-कर्तव्यांचा, नागरिक स्वातंत्र्याचा आणि सार्वजनिक

हिताचा असा अपवाद करता घेण्यासाठीदेखील, लोकमत अनुकूल बनविण्याचे काम करण्याची जबाबदारी ज्यांना बदल हवेत त्यांच्यावर आहे.

सुदैवाने गांधींच्या नेतृत्वाच्या कालखंडात विशेषत: भारतीय जनता जागृत व सक्रिय व आत्मविश्वाससंपन्न बनली आहे. तिच्या कृती योग्यच असतात असा याचा अर्थ नाही. पण निद्रिस्त, मुकी, लाचार ती नाही. येथे केमाल अतातुर्कच्या पद्धतीने समाज बदलता येणार नाही हे आपणा सर्वांचे मोठे भाग्य आहे. समाजातील आंतरिक शक्ती क्रियाशील बनवून चळवळी उत्पन्न करूनच मुसलमान काय, हिंदू काय, कोणत्याही समाजाची सुधारणा करण्याचे आव्हान पेलले पाहिजे.

- १५ -

'मुस्लिम जातीयवादाविरुद्ध प्रहार सुरू करायचे टाळून हिंदू जातीयवादी शक्ती निष्प्रभ करता येतील, या भ्रमात सेक्युलरवाद्यांनी दीर्घकाळ राहू नये... मुस्लिम जातीयवादाविरुद्धचा लढा सुरू करून मुस्लिम समाजातील परिवर्तनाची प्रकिया सुरू करणे हाच हिंदू जातीयवादावर प्रहार करण्याचा प्रभावी मार्ग आहे.' हिंदूंमधील उदारमतवाद्यांना उद्देशून आपण मांडणी करीत आहोत, असे दलवाईंचे म्हणणे होते. दलवाईंचे पत्र (स. प्र. पत्रिका मार्च-एप्रिल १९८९). याच पत्रात ते म्हणतात, 'जेव्हा उदारमतवादी हिंदू-मुस्लिम जातीयवादाचा अपवाद न करता सर्वच प्रकारच्या जातीयवादाविरुद्ध स्पष्ट भूमिका घेतील तेव्हा माझी भूमिका बदलावी लागेल.'

दलवाईंच्या वरील म्हणण्याशी दुमत होऊ शकत नाही; पण जातीयवादी प्रवृत्ती व राजकारण यांच्यावर प्रहार करण्यासाठी प्रथम जमातीय लौकिक हितसंबंधांचे रास्त राजकारण कोणते आणि वेगळे राष्ट्र या भूमिकेतून केले जाणारे राजकारण कोणते यांच्यातील भेद स्पष्ट असण्याची जरुरी आहे. मुस्लिम हे वेगळेच असल्याने त्यांना फक्त शरियतचा कायदाच लागू असला पाहिजे व तोही मुस्लिम उलेमा, काझी यांनाच लागू केला पाहिजे ही जातीयवादी मागणी आहे. भारतीय संविधान ज्या व्यक्तीच्या मूलभूत हक्कांवर, नागरिक स्वातंत्र्यांवर अधिष्ठित आहे व संविधानाने जी सामाजिक, आर्थिक ध्येये स्वीकारली आहेत, त्यांना सरळ सरळ विघातक अशा बाबी 'धर्माचा कायदा' या सबबीखाली चालूच ठेवण्याची मागणी ही जातीयवादी मागणी आहे. लौकिक व्यवहारांचे जे क्षेत्र संविधानाने आरेखित केले आहे, राष्ट्राचा मान व राष्ट्रनिष्ठा दर्शविणाऱ्या ज्या कृती नागरिकांनी केल्या पाहिजेत असे संविधान/संसद यांनी ठरविले असेल त्यांच्या बाबतीत संविधान संसद व शासन यांचे सार्वभौमत्व मान्य करण्यातून सूट मागणे ही जातीयवादी भूमिका आहे. या प्रकारची स्पष्टता करून दरवेळी नीरक्षीरविवेक करणे अगत्याचे आहे.

इस्लाम हा सर्वश्रेष्ठ धर्म आहे, कुराण परिपूर्ण ग्रंथ आहे, सर्व जग इस्लाममय करण्यानेच जगाचे भले होईल, ही प्रामाणिक श्रद्धा बाळगून धर्माचरण व धर्मप्रसार करण्याचे स्वातंत्र्य भारतीय संविधानाने दिले आहे; पण भारत या राष्ट्राच्या नागरिकत्वाचा पूर्ण स्वीकार करून सर्व कर्तव्ये व जबाबदाऱ्या पार पाडणाऱ्या राष्ट्रनिष्ठ व्यक्तीच या स्वातंत्र्यावर अधिकार सांगू शकतात. इस्लामधर्मीय मुसलमान जमात हेच आमचे राष्ट्र आहे, अन्य कोणत्या राष्ट्रास आम्ही निष्ठा वाहू शकत नाही, त्याला हे स्वातंत्र्य उपभोगता येणार नाही. कारण तो नागरिकत्व नाकारतो, हेही स्पष्ट आहे.

अशा कसोट्यांवर जे अराष्ट्रीय भूमिका घेऊन राजकारण करीत असतील त्यांच्यावर राजकीय बहिष्कार टाकणे, त्यांच्याशी मतांसाठी पण जुळवून न घेणे ही पहिली गोष्ट करावयास हवी. त्यांच्यावर प्रशासकीय कारवाईही वेचक पद्धतीने वेळीच करण्याला महत्त्व आहे.

पण अखेरीस हे नकारात्मक, दंडात्मक, राजकीय-प्रशासकीय कारवाई लोकशाहीच्या चौकटीत प्रभावी करावयाची असेल तर जातीयवादावरील प्रहार हा इस्लामधर्म/धर्मग्रंथ, इस्लामी संस्कृती/परंपरा, मुस्लिम इतिहास व मुसलमान यांच्यावरील हल्ला नाही, हेही उक्ती व कृती यांनी सतत दाखवून पटवून देण्याची जबाबदारी येते. दलवाईंचे प्रतिपादन असे होते की ज्यामुळे साऱ्या मुसलमान समाजाबद्दलच अविश्वास, संशय, दुरावा व शत्रुत्व उत्पन्न व्हावे. त्यांच्या मांडणीने 'उदारमतवादी' हिंदूंमधील अनेकांमध्ये अपराधी भावना उत्पन्न होऊन त्यांनी दलवाईंच्या प्रतिपादनाची चिकित्सा फारशी केली नाही. लोकशाही राजकारणात क्रियाशील असणाऱ्यांना त्यांच्या प्रतिपादनामधून विशेष मार्गदर्शन झाले नाही. हिंदुत्ववादी मांडणीची पुष्टी करण्यासाठी मात्र त्याचा आधार घेतला जाऊ लागला.

लोकशाहीतले एक वास्तव असेही असते, की त्या काळात अस्तित्वात असलेल्या शक्तिप्रवाहांमध्ये उणाअधिक तोल साधून राजकारण करण्याचे पथ्य सांभाळावे लागते. सर्वच मुस्लिम राजकारणी, लीगी, 'राष्ट्रीय', 'वहाबीपंथीय' इत्यादी यांना सरसकट एकाच मापाने मोजून त्यांना 'जातीयवादी' ठरवून बहिष्कृत केले तर एक समान राजकीय प्रक्रियेमधून वगळल्यासारखे होते. तसे केल्याने लोकशाहीचे 'आरोग्य' धोक्यात येते. वाळीत टाकल्याने शक्तिप्रवाह बेबंद होण्याचा धोका वाढतो. लोकशाही राजकारणाच्या मंचावर चाललेल्या घडामोडींमधे जातीयवादी प्रवृत्तींचा/शक्तींचा मुकाबला करावयाचा असेल तर लहानसहान भेदही महत्त्वाचे ठरतात. तरतम करणे गरजेचे असते. दलवाईंच्या प्रतिपादनामुळे जवळपास 'राष्ट्रीय' म्हटला जाणारा प्रत्येक मुस्लिम राजकारणी संशयास्पद ठरला. त्यांच्या शैलीचे हे मोठे वैगुण्य आहे.

- १६ -

हमीद दलवाईंचे ठळक व मौलिक योगदान मग कोणते, असा प्रश्न पडेल.

स्वातंत्र्य मिळून वीस वर्षांनंतरही मुस्लिम राजकारणाचे वळण जातीयवादीच आहे आणि बव्हंशी राजकारण्यांचे मानस जातीयवादी आहे, हे तथ्य त्यांनी निर्भयपणे प्रकट केले. या जातीयवादी मानस व वळण यांची योग्य दखल घेतली नाही, प्रतिवाद केला नाही तर हिंदू जातीयवाद परिपुष्ट होत जाईल आणि दोन्ही जातीयवाद्यांचा सामना करण्याचे संकट ओढवेल, याचा इशारा त्यांनी दिला.

मुस्लिम सत्यशोधक मंडळाचे कार्य सुरू करून आंतरिक प्रेरणेने मुस्लिम समाजाच्या सुधारणेच्या प्रक्रियेचा आरंभ केला व अनेक तरुणांना प्रेरित करून बळ दिले.

दुर्दैवाने त्याच्या विश्लेषणात जोश, खोचकता, टोकदारपणा, आक्रमकता जरी भरपूर असली तरी खोली व परिपक्वता नव्हती. एका वाचकाची प्रतिक्रिया (स. प्र. पत्रिकेत १९६९-७० च्या सुमारास प्रसिद्ध झालेली) बोलकी आहे : ‘मला स्वत:ला मुस्लिम समाजाबद्दल अविश्वास आहे; पण सरसकट सर्वांनाच वाईट मानावे हे बुद्धीला पटत नाही. दलवाईंचे लिखाण वाचून एक मानसिक समाधान मिळते. ते हे की, ज्यांच्याबाबत आपण अविश्वास बाळगतो ते लोक तसेच आहेत. म्हणजे मग सदसद्विवेकबुद्धीची टोचणी नाहीशी होते.’

लेखनासाठी श्री. दलवाई यांच्या खालील लेखनाचा उपयोग केला आहे.

१) मुस्लिम जातीयतेचे स्वरूप-कारणे व उपाय.

२) ‘भारतीय प्रबोधन’ या ग्रंथातील दलवाईंचा ‘मुस्लिम समाज’ हा लेख.

३) मुस्लिम सत्यशोधक पत्रिका दलवाई स्मृतिअंक वर्ष ५ वे अंक १५ ते १९ (जुलै ७६ ते सप्टेंबर ७७) यातील ‘इस्लामाच्या इतिहासातील एक अध्याय’ व ‘मी मुसलमान आहे’ हे लेख व या अंकातील इतरांचे लेखन.

■

हमीद दलवाई - राष्ट्रीय एकात्मता

● भाई वैद्य ●

कोणतीही विचारधारा असो त्यात सुरुवातीला जो प्रवाहीपणा असतो तो नंतर राहत नाही. त्यात साचलेपण येऊन साचेबंदपणा वाढत जातो; सुरुवातीचा ताजेपणा नष्ट होऊन त्याला एक तऱ्हेचे घनरूप प्राप्त होते व त्याचे तेज लुप्त होऊ लागते. कम्युनिझमबद्दल ही गोष्ट आपल्या सहज ध्यानी येऊ शकते. मार्क्सच्या विचाराचा ताजेपणा, आवेश व जोश जसा १८४८ साली प्रसिद्ध झालेल्या कम्युनिस्ट मॅनोफॅस्टोमध्ये प्रत्ययास येतो तसा तो लेनिनच्याही लिखाणात पुरेसा येत नाही. स्टॅलिनची राजवट ही तर मार्क्सवादाचे एक साचलेले डबके बनले व तिची दुर्गंधी जगभर पसरली! विसाव्या काँग्रेसमध्ये क्रुश्चेवने आणि नंतर गोर्बाचेव्हने स्टॅलिनची सर्व दुष्कृत्ये मांडून मार्क्सवादाला कसे विकृत वळण लागले त्याचे स्पष्टीकरण सर्व जगापुढे सादर केले. जी गोष्ट कम्युनिझमबद्दल तीच व्यक्तिवाद या विचारधारेबद्दल म्हणता येईल. एकछत्री अंमल असलेला राजा, दैवी अधिकार प्राप्त झाला असा दावा करून, अनियंत्रित अशी सत्ता सबंध युरोप व त्यामार्फत जगावर वर्चस्व गाजवू लागली. याप्रमाणे राजा व धर्माधिकारी सर्वंकष सत्ता उपभोगीत असताना त्यांच्या सत्तेला व्यक्तिवादाने जबरदस्त टक्कर दिली. निरंकुश सत्तेपुढे उभी टाकलेली समर्थ व्यक्ती असा त्याचा उल्लेख केला गेला; परंतु हाच सुरुवातीचा प्रमाथी व्यक्तिवाद भांडवलशाहीचा आधार बनला आणि त्या व्यक्तिवादाचे रूपांतर स्पर्धायुक्त समाजातील निखळ व्यक्तिकेंद्री व स्वार्थी माणसाच्या समाजात झाले आणि व्यक्तिवादी विचारसरणी घातक बनली.

जी गोष्ट विचारधारेची तीच विविध धर्मांची. आर्य प्रथम भारतात आले असताना वेदकाळात दिसणारे त्यांचे विजिगीषु व प्रवाही रूप स्मृतीच्या कालखंडात पार भ्रष्ट बनले आणि हिंदू समाज चातुर्वर्ण्य पद्धतीचा गुलाम बनला. ब्राह्मणवर्णाने ज्ञानाची

मक्तेदारी प्राप्त करून 'वेदोऽखिलं जगत् सर्वम्' असा नारा देऊन हिंदू समाज साचलेल्या डबक्याप्रमाणे बनवला आणि स्त्रीशूद्रादीशूद्र यांच्या बहुजन समाजाला गुलाम बनविले. येशूच्या काळातील ख्रिश्चन धर्माचे तजेलदार तेजस्वी व अखिल मानवतेला व्यापणारे रूप राजेशाहीसारख्या बनलेल्या पोपशाहीमध्ये उरले नाही. म्हणूनच शॉने म्हटले की "Nearer the Church, further from the God." पोपशाहीने ख्रिश्चानिटीचे रूपांतर चर्च्यानिटीमध्ये केले. महावीरांचा जैन धर्म अपरिग्रहवादी होता, तर आता जैन धर्म परिग्रहवादी बनला. चातुर्वर्ण्यविरोधी असलेल्या जैन व बौद्ध धर्मात जातीयता शिरली व साधूंचे महत्त्व प्रस्थापित झाले. तीच गोष्ट इस्लामबाबतही घडली. म्हणून मुस्लिम समाजात धर्मसुधारणा व प्रबोधन या चळवळींची नितांत गरज आहे व त्यातील साचेबंदपणा नष्ट करायला हवा, असे मत हमीद दलवाईंनी केवळ निर्भीडपणेच नव्हे तर जिवावर उदार होऊन मांडले आहे.

- २ -

हमीद दलवाई हे माझे फार घनिष्ठ मित्र होते. लेखक, कार्यकर्ता, पट्टीचा वक्ता, इतकेच नव्हे तर मित्र म्हणून ते फार मोठे होते. केवळ सत्तेचाळीस वर्षांच्या आपल्या आयुष्यामध्ये त्यांनी जे महान कार्य केले ते मुस्लिम समाज व एकूण भारतीय समाज यांच्या दृष्टीने चिरंतन मूल्य असलेले होते, याबद्दल मला तिळमात्र शंका नाही. कार्यकर्ता म्हणून त्यांचा कार्यकाल १९६० ते १९७७ असा केवळ सतरा वर्षांचा होता. या काळात 'मुस्लिम पॉलिटिक्स इन इंडिया.' आणि 'मुस्लिम जातीयतेचे स्वरूप : कारणे व उपाय' हे दोन ग्रंथ लिहून आणि भारताभर प्रबोधनावरील असंख्य व्याख्याने देऊन त्यांनी मुस्लिम समाजात एक नवीन प्रखर अशी लाटच निर्माण केली. १९७० मध्ये स्थापन केलेले 'मुस्लिम सत्यशोधक मंडळ' म्हणजे चौदाशे वर्षांच्या मुस्लिम इतिहासातील एक नवीन ऊर्जस्वल असा प्रारंभ मानावा लागेल. मुस्लिम सत्यशोधक मंडळाच्या कार्याची गंगोत्री गुरुवार पेठेतील माझ्या घरामध्ये प्रवाही बनली याचा मला मनापासून अभिमान आहे. १९६६ साली तलाकपीडित अशा सात स्त्रियांचा मोर्चा सनातन्यांच्या धमकावण्यांना भीक न घालता मुंबई येथे त्यांनी काढला आणि अखेरीस, अहले हदीपासून अनेक संघटनांना जबानी तलाकच्या विरोधात भूमिका घ्यावी लागली, ही गोष्ट असामान्यच मानावी लागेल. काहीजण असा प्रश्न विचारतील, की स्वत:ला इहवादी, धर्मनिरपेक्षतावादी मानणाऱ्या व आपले अत्यंसंस्कार मुस्लिम रिवाजाप्रमाणे न करणाऱ्या हमीद दलवाई यांनी मुस्लिम समाजातच कार्य करण्याचे का ठरविले? जन्माने मुस्लिम असल्यामुळे हमीद दलवाई यांना स्वाभाविकपणे असे वाटले, की भारतीय एकात्मतेचा प्रवाह दृढमूल करण्यासाठी

मुस्लिम समाजात आधुनिक बदलाव अत्यावश्यक आहेत आणि म्हणूनच त्यांनी हा निर्णय बेडरपणे घेतला. हमीद हलवाई यांच्यावर जे अनेक आरोप करण्यात आले त्यांमध्ये ते हिंदुत्ववादी विचारांचे हस्तक होते, असाही एक आरोप होता; परंतु हमीद दलवाई हे सर्व धर्मीयांतील कट्टर पंथीयांच्या विरोधात प्रखरपणे झुंज घेत असत. यामुळेच पुण्यातील टिळक स्मारक मंदिरातील त्यांच्या सभेत हिंदुत्ववाद्यांनी आरडाओरडा केला आणि अमरावती येथील त्यांची एक सभा दगड मारून हिंदुत्ववाद्यांनी बंद पाडली. मुस्लिम समाजातील ज्या मंडळींना हमीद दलवाई आपले विरोधक वाटत असत त्यांनी निर्माण केलेला हा एक चुकीचा आरोप आहे. आता प्रसिद्ध होत असलेल्या 'राष्ट्रीय एकात्मता व भारतीय मुसलमान' या पुस्तकातील 'हिंदुत्ववादी' हे प्रकरण निदान मुस्लिम वाचकांनी प्रथम वाचावे, असा माझा त्यांना सल्ला राहील. त्यामुळे विकृत दृष्टीने हमीद दलवाई यांच्याकडे पाहण्याचे टळेल व त्यांचे विचार निर्लेप मनाने समजावून घेता येतील.

- ३ -

हमीद दलवाईंना जाऊन पाव शतक पूर्ण झालेले आहे. त्यांच्या हयातीतील कट्टरता कितीतरी पटींनी वाढलेली आहे. हिंदुत्ववादी तर अधिक आक्रमक नव्हे तर अधिक हिंसक बनले आहेत. आज संघ परिवार हिंदू राष्ट्राची जोरकस तरफदारी करू लागला आहे. संघपरिवाराचे नवीन सरसंघचालक श्री. सुदर्शन यांनी पदभार स्वीकारताच जे व्यक्तव्य केले ते महाभयंकर, विकृत व विनाशकारी होते. सरसंघचालक झाल्यावर व संघाच्या अखिल भारतीय प्रतिनिधी मंडळाच्या विशेष बैठकीच्या पार्श्वभूमीवर त्यांची ही पहिलीच मुलाखत होती. त्यात त्यांनी हिंदू व बिगरहिंदू यांच्यामध्ये महाभारतकालीन युद्धाप्रमाणे महायुद्ध भडकेल, असे मत मांडलेले होते. संघपरिवाराने यादवीचाच शंख फुंकला. ही मुलाखत १९ मार्च २००० च्या 'पांचजन्य' व 'ऑर्गनायझर' या त्यांच्या पत्रांतून आलेली आहे. नंतर त्यांनी हे विधान मागे घेतले असल्याचे जाहीर केलेले असले तरी ती माघार संघ स्वयंसेवकांसाठी नाही, हे ते खचितच जाणून असतील. संघाच्या ठरावामध्ये १९८८ पर्यंत अयोध्या हा विषय नव्हता; परंतु संघपरिवाराने विश्व हिंदू परिषदेच्या आडून किती धुमाकूळ घातला आहे, हे आपण अनुभवतच आहोत. १९६० पासून जातीय दंग्यांचे प्रमाण वाढीस लागले असून रांची, जमशेदपूर, मोरादाबाद, बिहार शरीफ हजारीबाग, नेली, जळगाव, अहमदनगर, मुंबई आणि आता गुजरात येथे झालेले दंगे पाहता हिंदू-मुस्लिम समाजांतील दरी रुंदावत आहे, याचा प्रत्यय येतो. गुजरातमधील दंगल ही केवळ गोध्राची प्रतिक्रिया आहे हे मुख्यमंत्री मोदी यांचे विधान माणुसकी व संवेदनशीलता

नाकारणारे आहे. सत्ताधारीच भारतीयांमध्ये धर्मावरून फरक करू लागले तर ते यादवीला पाचारणच ठरेल. विश्व हिंदू परिषदेचे गिरिराज किशोर तर इंदिरा गांधींची हत्या झाल्यावर चार हजार शिखांच्या हत्या झाल्या, असे माणुसकीहीन आकडेवारी मांडू लागले आहेत. डॉ. रफीक झकेरिया यांनी १९९५ साली 'दि वायडनिंग डिव्हाईड' असे पुस्तक लिहिले आहे, त्या पुस्तकात त्यांनी दिल्लीतील आपले १९७१ मधील भाषणही छापलेले आहे. त्या भाषणातील त्यांची वाढती निराशा मनावर एक तऱ्हेचे मळभ निर्माण करते. आफ्रिकेतील टोळीयुद्धाचे स्वरूप आजकालच्या दंग्यांना येऊ लागलेले आहे. गुजरातमधील दंग्यांबाबत विद्या सुब्रह्मण्यम् या पत्रकर्तीचा लेख, श्री. हर्ष मंदेर या आय. ए. एस. अधिकाऱ्याचा 'टाइम्स ऑफ इंडिया'तील लेख आणि राष्ट्रीय मानवाधिकाराने गुजरात सरकारवर ठेवलेला ठपका पाहता संघ परिवार कोणत्या थराला गेलेला आहे, याची जाणीव होते. संघ परिवाराचे महान गुरू गोळवलकर यांनी 'वुई दि नेशनहुड डिफाईड' व 'बंच ऑफ थॉट' यामध्ये हिटलरने ज्यूंचे जे शिरकाण केले त्यापासून धडा शिकला पाहिजे, अशी मांडणी केलेली आहे. आता हिटलरच्या शिष्यांनी आपला कार्यक्रम सुरू केला आहे काय, असा विचार आपल्या मनापुढे उपस्थित होतो. सामाजिक दुरावा दिवसेंदिवस वाढीस लागलेला असून त्यामुळे भारतीय प्रजासत्ताकापुढे एक महान संकट उभे राहिलेले आहे. यामध्ये हिंदू जमातवाद्यांचा वाटा फार मोठा आहे, हे कोणालाही नाकारता येणार नाही.

- ४ -

स्वातंत्र्यवीर सावरकर यांची हिंदू महासभा संपुष्टात आल्यानंतर व विशेषत: सावरकर यांच्या निधनानंतर संघ परिवार हाच हिंदुत्वाचे प्रतिनिधित्व करीत आहे. सावरकरांच्या हयातीत गुरू गोळवलकरांचे व त्यांचे कधीही पटले नाही. ज्या काळी सावरकर संघाने राजकारणात सहभागी व्हावे, असा आग्रह धरीत होते तेव्हा संघ परिवाराने आपली कार्यक्रमपत्रिका वेगळी आखलेली होती. सामाजिक प्रश्नाबाबत तर त्यांचे तीव्र मतभेद होते. राष्ट्रीय स्वयंसेवक संघाची स्थापना १९२५ साली झाली आणि तेव्हापासून त्यांनी मुस्लिम जातीयवाद्यांप्रमाणेच स्वत:ला स्वातंत्र्यलढ्यापासून कटाक्षाने दूर ठेवले. त्याचे कारणही उघड आहे. महात्मा गांधी व पंडित नेहरू यांच्या नेतृत्वाखालील स्वातंत्र्यलढ्याने काही मूल्ये उराशी बाळगलेली होती. त्यामध्ये लोकशाही प्रणाली, धर्मनिरपेक्षता, राष्ट्रवाद, भारतातील संमिश्र संस्कृतीचा विकास व समाजवाद ही मूल्ये प्रमुख होती. स्वातंत्र्यलढ्यामध्ये सामील होणे म्हणजे ही मूल्यव्यवस्था स्वीकारणे असा त्याचा अर्थ होता. या मूल्यव्यवस्थेला संघजनांचा किती विरोध होता, हे त्यांच्या अलीकडील वक्तव्यांवरूनही कळून येते. पूर्वीचे संघप्रचारक व विश्व हिंदू

हमीद दलवाई - राष्ट्रीय एकात्मता ▮ १११

परिषदेचे प्रमुख नेते अशोक सिंघल म्हणाले की 'आम्ही समाजवाद संपविला, आता आम्हाला धर्मनिरपेक्षता संपवायची आहे.' संघाने आपल्या स्थापनेपासून हिंदू राष्ट्र संस्थापनेचे अत्यंत चुकीचे उद्दिष्ट आपल्या डोळ्यांपुढे ठेवले असून गेली पंचाहत्तर वर्षे येनकेन प्रकारे, वेळप्रसंगी लांड्या-लबाड्या, अफवाप्रसार, आक्रमकता व हिंसाचार करूनही ते त्या दिशेने पुढे पुढे सरकू पाहत आहेत. लोकशाही प्रणालीमध्ये हे उद्दिष्ट साध्य होणे शक्य नाही, हे लक्षात घेऊन ते लोकसंसदेपुढे धर्मसंसदेचे आव्हान उभे करू पाहत आहेत. त्यांच्या हाती बहुमताची सत्ता मिळताच लोकशाही प्रणाली नष्ट करण्यास त्यांना यत्किंचितही दिक्कत वाटणार नाही. त्यासाठीही हिटलरचा धडा त्यांच्यापुढे आहेच. सर्वोच्च न्यायालयाचा निवाडा आम्ही मानणार नाही, अयोध्या हा भावनेचा प्रश्न आहे, असे पूर्वी सरसंघचालक देवरस यांनी मांडलेलेही होते. या बाबतीत पाकिस्ताननिर्मितीचा प्रयत्न कोणत्याही मार्गांची तमा न बाळगता करणाऱ्या बॅ. जिनाशीच त्यांची तुलना होऊ शकते. किंबहुना बॅ. जिना यांचे शिष्यत्व पत्करूनच त्यांच्या प्रत्यक्ष कृती-कार्यक्रमाप्रमाणे श्री. सुदर्शन यांनी हिंदू व गैरहिंदू यांच्यातील महायुद्धाची कल्पना मांडलेली आहे. हिंदू समाज एकच विशिष्ट ग्रंथ मानणारा नसल्याने, अनेक देवदेवतांचे संप्रदाय त्यात असल्याने आणि अनेक नास्तिक दर्शनांचा त्यात सहभाग असल्याने आक्रमक बनण्यात अडथळे निर्माण होत होते. त्यामुळेच अन्य धार्मिक समूहांना आपल्यामध्ये गुण्यागोविंदाने सामावून घेण्याची परंपरा हिंदू समाजात निर्माण झालेली होती. परंतु हा समाज सहनशील न राहता आक्रमक बनावा या हेतूनेच संघ परिवाराने हिंदू जमातवादाची कास धरलेली आहे. त्यातूनच बजरंग दल व त्यांचा त्रिशूल पुढे आलेला आहे. हिंदू जमातवाद्यांना हिंदू धर्मापेक्षा हिंदू राष्ट्र अधिक महत्त्वाचे वाटते. त्यामुळेच सद्य:परिस्थितीत अधिक दाहकता निर्माण झाली आहे. त्या दाहकतेत या देशाचे काय होईल, याची पर्वा हिंदू जमातवाद्यांना दिसत नाही. त्यांच्या बाबत हमीद दलवाई यांनी लिहिलेले प्रकरण अत्यंत उद्बोधक आहे.

- ५ -

हमीद दलवाई यांचे सर्वात मोठे वैशिष्ट्य असे, की ते अत्यंत प्रखर असे पुरोगामी व धर्मनिरपेक्षवादी राष्ट्रभक्त होते. थोर समाजवादी नेते एस. एम. जोशी यांनी १९४१ मध्ये सुरू केलेल्या राष्ट्रसेवा दलामध्ये ते १९४६ साली सामील झाले. त्यातून त्यांनी जो समाजवादी विचारांचा अंगीकार केला तो आयुष्याच्या अंतापर्यंत कायम टिकला. समाजवादी आंदोलनातील डॉ. लोहिया, जयप्रकाश नारायण व एस. एम. जोशी यांच्याबद्दल त्यांना विशेष आदरभाव वाटत आला. गांधी-नेहरूंच्या नेतृत्वाखालील स्वातंत्र्यलढ्याला त्यांनी मन:पूर्वक साथ दिली आणि त्या

स्वातंत्र्य-लढ्यातून उदित झालेल्या संविधानातील मूल्यांना त्यांनी आपली अव्यभिचारी निष्ठा अर्पण केली. ते मनाने पूर्णपणे इहवादी असले व इंडियन सेक्युलर सोसायटीचे सदस्य असले तरीही संविधानात ग्रथित केलेल्या व व्यक्तीला अर्पण केलेल्या धर्मस्वातंत्र्याचे कट्टर पुरस्कर्ते होते. स्वत: धर्म न मानताही इतर व्यक्तींच्या धर्मस्वातंत्र्यासाठी त्यांनी सत्याग्रह केला असता याची मला खात्री आहे. भारताची फाळणी झाली याबद्दल मुस्लिम जमातवादाचे नेते बॅ. जिना यांच्यावर तसेच संविधान न मानणाऱ्या मंडळींवर त्यांचा अत्यंत राग असे. भारतीय संस्कृती ही बहुरंगी व संमिश्र आहे याबद्दल त्यांना नितांत अभिमान होता. या राष्ट्रामध्ये व्यापक संस्कृतीच्या मागे अनेकविध जाणिवा व उपसंस्कृती आहेत, ही गोष्ट ते आग्रहपूर्वक मांडत असत. अशा या प्राचीन, प्रचंड लोकसंख्या असलेल्या आणि बहुविधतेने नटलेल्या राष्ट्रामध्ये एकात्मता कशी निर्माण होईल, याची चिंता त्यांना रात्रंदिवस वाटत असे. यासाठी बहुसंख्य तसेच अल्पसंख्य समाजाने राज्य व धर्म अलग अलग ठेवले पाहिजेत, असा त्यांचा आग्रह होता. किंबहुना, भारतीय इतिहासात काही अपवाद वगळले तर बहुसंख्य राजांनी स्वत:चा धर्म व राज्य यांच्यात कधी भेसळ होऊ दिली नाही. अशोक, अकबर व शिवाजी ही फार मोठी उदाहरणे आहेत. हिंदुराष्ट्र स्थापनेची भूमिका घेणाऱ्या संघ परिवारातील वाजपेयी व अडवाणी यांना सत्तेवर आल्यावर वरकरणी का होईना या भूमिका झकत घ्याव्या लागत आहेत, ही गोष्ट ध्यानी घेतली पाहिजे. हमीद दलवाई यांच्या मते भारतामध्ये आधुनिकतेवर भर दिला गेला, नागरी स्वातंत्र्य व कायद्याचे राज्य कटाक्षाने पाळले गेले, लोकशाही प्रणालीला निष्ठा अर्पण केली व नागरिकांनी धर्मस्वातंत्र्य पाळूनही राज्य व धर्म अलग ठेवले तर बहुसंख्य - अल्पसंख्य हा प्रश्न निश्चित संपेल.

या प्रक्रियेत जर कोणाचा अडथळा असेल तर तो विविध धर्मीयांतील कट्टर पंथीयांचाच आहे. धर्मांध जमातवादी व त्यांचे प्रतिनिधित्व करणाऱ्या मुल्ला-मौलवी व साधुसंत यांच्यामुळेच अस्पृश्यता, गोवधबंदी, कुटुंबनियोजन, समान नागरी कायदा, स्त्रियांना समान अधिकार व राष्ट्रीय सार्वभौमत्व इत्यादी प्रश्नांना बाधा येते, हे स्पष्ट आहे. भारतात कायद्याने जाती, धर्म, वंश, लिंग व भाषा यापलीकडे जाऊन सर्वांना समान नागरिकत्व व अधिकार आहे; परंतु बेरोजगारी, शिक्षण व आरोग्य यांचा अभाव, गरिबी, कुपोषण इत्यादी दैनंदिन प्रश्नांमुळे नागरिकांना समान अधिकारांपासून वंचित ठेवले जाते आणि धर्माने राजकारणात लुडबूड केल्यामुळे दैनंदिन प्रश्न दुर्लक्षिले जातात. वंचित व शोषित समाजाचा वापर करून समाजात तंटे-बखेडे माजविण्यासाठी कट्टरपंथीय सर्व तऱ्हेचा प्रयत्न करतात, असे दिसून येते. हमीद दलवाई हे अशा कट्टर पंथीयांविरुद्ध दंड थोपटून उभे असल्याचे दृश्य दिसते.

हमीद दलवाई - राष्ट्रीय एकात्मता ▌ ११३

विशेषत: आपण ज्या समाजात जन्मलो त्या समाजातील कट्टरपंथीयांविरुद्ध आपण सर्व बाजूंनी हल्ला करण्याची गरज आहे, असे हमीद दलवाई अखेरपर्यंत मानीत होते. त्यांचे 'मुस्लिम सत्यशोधक मंडळ' त्याच दिशेने आजही प्रयत्नशील आहे.

- ६ -

इहवादी विचारांच्या हमीद दलवाई यांनी 'मुस्लिम सत्यशोधक मंडळ' का स्थापले, हे समजावून घेतले पाहिजे. मुस्लिम समाजाच्या कृतज्ञभावनेने मुस्लिम समाजात प्रबोधन कसे सुरू होईल, याबद्दलची घोर चिंता त्यांना सतावीत होती. त्या कार्यासाठी वेळप्रसंगी प्राणार्पण करण्याची मानसिक तयारीही त्यांनी केलेली होती. कारण मुस्लिम समाजात प्रबोधनपर्व सुरू झाल्याशिवाय राष्ट्रीय ऐक्य सुकर होणार नाही, अशी त्यांची खात्री होती. ख्रिश्चन समाजात मार्टिन ल्यूथरच्या सुधारणेमुळे आणि युरोपातील महाझंझावाती प्रबोधनयुगामुळे युरोपीय समाज आमूलाग्र बदलला आणि त्या समाजात आधुनिकतेचे मोकळे वारे वाहू लागले होते. त्यातूनच पुढे औद्योगिक क्रांतीला चालना मिळाली. भारतातील हिंदू समाजातही तेराव्या शतकापासून सुरू झालेली बहुजनवादी संतपरंपरा निर्माण झाली व समाज बदलू लागला. "वेदांचा तो अर्थ आम्हासीच ठावा, येरांनी वहावा भार माथा," असे रोखठोक उद्‌गार संत तुकारामांनी सतराव्या शतकात काढले. अठराव्या शतकात राजा राममोहन राय यांनी सतीविरुद्ध चळवळ सुरू करून आधुनिक शिक्षणालाही चालना दिली. एकोणिसाव्या शतकात तर महात्मा फुले यांनी मुलींसाठी आणि महार-मागांच्या मुला-मुलींसाठी शाळा सुरू करून आणि भटशाहीविरुद्ध तुतारी फुंकून समाजक्रांतीला चालना दिली. त्या पार्श्वभूमीवरच लोकहितवादी व न्यायमूर्ती रानडे यांचे कार्य पाहावे लागेल. मुस्लिम समाजाने मात्र, सर सय्यद अहमद यांनी सुरू केलेल्या अलीगढ चळवळीला कालांतराने जातीय वळण देऊन प्रबोधनाची ज्योत मंद केली होती. इकबालकी पाकिस्तानवादी बनले व जिनांनी विनाशकारी, अतिरेकी टोक गाठले. हमीद दलवाई यांच्या मते मुस्लिम समाजाने अलगता किंवा स्वत्व विसरणे या दोन मार्गांऐवजी आपले स्वत्व टिकवून व आपल्यात प्रबोधन घडवून राष्ट्रीय ऐक्याची कास धरण्याची गरज आहे. परंपरानिष्ठ अस्मितेऐवजी आधुनिक व राष्ट्रीय ऐक्याला पूरक अशी अस्मिता प्रबोधनाच्या साहाय्याने निर्माण केली पाहिजे. अमेरिकेमध्ये पूर्वी 'कढई सिद्धान्त' प्रचलित होता. सर्व वंशीयांनी उकळत्या कढईत आपल्या अलग जाणिवा विसर्जित कराव्यात, अशी कल्पना होती. आता त्याऐवजी 'फ्रूट सॅलडचा वाडगा' असा नवा सिद्धान्त निर्माण झालेला आहे. फ्रूट सॅलडमध्ये प्रत्येक फळाची वेगळी चव राहूनही सर्व मिळून एक संमिश्र स्वादिष्ट रस तयार होतो. याला काहीजण

'इंद्रधनुष्य सिद्धान्त' ही म्हणतात, हमीद दलवाई यांच्या मते अशा तऱ्हेचे आधुनिक पद्धतीने राष्ट्रीय ऐक्य तयार व्हावे असे होते.

या प्रबोधनासाठी विवेकनिष्ठ आचाराची गरज आहे. त्याबरोबरच वैज्ञानिकतेचा आधार आचाराच्या बुडाशी असावा. पृथ्वी सूर्याभोवती फिरते हे म्हणणाऱ्या कोपर्निकस, गॅलिलिओ आदी शास्त्रज्ञांचा युरोपमध्ये छळ झाला. कारण त्यांचे संशोधन बायबलविरोधी मानले गेले. सृष्टीच्या व्युत्पत्तीचे सिद्धान्त पुराण, कुराण व बायबल येथे ईश्वरी अस्तित्व गृहीत धरून आलेले आहेत; परंतु आधुनिक विज्ञान असे उत्पत्तिशास्त्र मान्य करीत नसतानाही कट्टरवादी व मूलतत्त्ववादी अट्टाहासाने शब्दप्रामाण्याची कास धरतात. शब्दप्रामाण्याऐवजी प्रयोगशीलतेचा आधार प्रबोधनासाठी आवश्यक आहे. इतिहास, परंपरा आदींबाबतची विचक्षण वृत्ती हे प्रबोधन घडवते आणि आत्मटीकेमुळे ते काम अधिक सोपे होते. आत्मटीकेबरोबरच धर्मचिकित्सा तितकीच महत्त्वाची आहे. जोपर्यंत मानवाला पूर्ण अधिकार दिला जात नाही व त्याचे भाग्य शब्दाप्रामाण्याच्या खुंटीवर अडकविले जाते तोपर्यंत धर्मचिकित्सा अवघड आहे, याचा विचार आधुनिक मनाने करण्याची गरज आहे.

हमीद दलवाई यांच्या मते मुस्लिम मन हे कुराण, हदीस, पैगंबरांचे जीवन व इस्लामिक परंपरा यांच्या आधारेच बनते. सनातनी व मूलतत्त्ववादी हे इस्लाममध्ये पूर्ण धर्म व परिपूर्ण समाज आहे असे मानतात. त्यांच्या दृष्टीने पैगंबरसाहेबांनी जो प्रयोग केला त्याचे फक्त अनुकरण करणे व कोणत्याही परिस्थितीत चिकित्सा न करणे हे आपले काम आहे. या भूमिकेतूनच जे मुस्लिम मन बनते ते धर्मसुधारणेस व समाजप्रबोधनास कसे तयार होणार? हमीद दलवाई यांचे वैशिष्ट्य बरोबर या ठिकाणी आहे. मुस्लिम मन या शब्दप्रामाण्यातून व धर्मांधतेतून मुक्त व्हावे असा त्यांचा अत्यंत निकराचा प्रयत्न होता. असा प्रयत्न यापूर्वी कोणी केल्याचे अजिबात दाखविता येणार नाही. परंपरागत चौकटीत जुजबी बदल सुचविण्याचे धाडस अनेकांनी केले, परंतु 'मुले कुठार:' ही भूमिका मात्र हमीद दलवाईंनी घेतली हे मान्यच करावे लागेल.

आज जगभर पाश्चात्त्यांच्या विरोधात अनेक कारणांमुळे आक्रोश केला जात आहे. पाश्चात्त्य संस्कृतीची निखळ व्यक्तिकेंद्री भूमिका, पाश्चात्त्यांनी लादलेला साम्राज्यवाद आणि चुकीच्या अर्थव्यवस्थेतून जगाची केलेली लूटमार ही त्यामागील कारणे आहेत. पाश्चात्त्यांनी आधुनिकतावाद मांडल्यामुळे आधुनिकतेलाही विरोध केला जात आहे. आधुनिकोत्तर विचारसरणी निर्माण झालेली असून त्याला कित्येकजण उत्तर आधुनिकतावाद असेही म्हणतात. आधुतिकतेला विरोध म्हणजे पुनरुज्जीवनवाद नव्हे व परंपरावाद नव्हे हे प्रथम ध्यानी ठेवले पाहिजे. उत्तर आधुनिकतावाद हा समरसतावाद विरोधी,

केंद्रीकरण विरोधी व परिपूर्ण दर्शनवाद विरोधी आहे, हे विसरून भागणार नाही. सध्या जे पुनरुज्जीवनवादी व मूलत्त्ववादी आधुनिकतेला विरोध करीत आहेत, तो विरोध मूलतः मानवविरोधी आहे. उत्तर आधुनिकतावादामध्ये राष्ट्रांतर्गत अनेकविध जाणिवांना महत्त्व देण्यात आलेला आहे. मात्र, याचा अर्थ राष्ट्रवाद निरर्थक ठरला असे म्हणून भागणार नाही. अलीकडेच श्री. आंद्रे बेतेले यांनी लिहिलेल्या लेखाप्रमाणे व्यक्तीचे अनेकविध संबंध असतात. कुटुंबापासून ते संबंध वाढत वाढत विश्वापर्यंत जातात. मात्र, सध्या तरी जगभर राष्ट्रवादाचे संबंध अनुल्लंघनीय आहेत. राष्ट्र-राज्य ही संकल्पना कोणालाही टाळता येणार नाही. आधुनिकता विरोध म्हणजे राष्ट्रवाद संकल्पनेला विरोध ही कल्पना अयोग्य ठरेल. अशा स्थितीत पॅन इस्लामीझम ही राष्ट्रवादापलीकडे जाणारी व मिल्लतचा आधार मानणारी कल्पना अवास्तव ठरते. आज जगात जी पन्नासपेक्षा अधिक मुस्लिम राष्ट्रे आहेत ती काही वेळा एकत्र येत असली तरी त्यांपैकी कोणीही आपला राष्ट्रवाद सोडलेला नाही. किंबहुना इराण-इराक, इजिप्त-सीरिया, जॉर्डन-अफगाणिस्तान-पाकिस्तान या मुस्लिम राष्ट्रांतील झगडे राष्ट्रवाद किती प्रबळ आहे, हेच दाखवितात. म्हणूनच हमीद दलवाई हे भारतीय राष्ट्रवादाशी संपूर्ण निष्ठा ठेवून तो राष्ट्रवाद बलवान करण्याचा प्रयत्न करीत राहिले व मुस्लिम समाजाने त्या राष्ट्रवादाची कास धरावी, असा त्यांचा आग्रह राहिला.

हमीद दलवाई यांनी मुस्लिम समाजापुढे जे प्रश्न उपस्थित केले ते माझ्या दृष्टीने महत्त्वाचे आहेत. मुस्लिम मनाने अकबर व दाराशिकोह या संमिश्र संस्कृतीच्या पुरस्कर्त्यांपेक्षा औरंगजेबाला अधिक महत्त्व का दिले? बॅ. जिना हे परंपरागत धर्मवादी नसतानाही त्यांच्या मुस्लिम धर्म-जमातवादावर भाळून मौलाना आझादांसारख्या प्रकांड पंडिताला मुस्लिम समाजाने का डावलले? असाही प्रश्न उपस्थित करता येईल की संत कबीर, सावित्रीबाई फुले यांची सहकारी व पहिली मुस्लिम शिक्षिका फातिमाबी शेख, परमवीरचक्राचे मानकरी अब्दुल हमीद, डॉ. झाकीर हुसेन, न्या. छागला, न्या. हिदायतुल्ला यांची मुस्लिम समाजाने उपेक्षा का केली? इराणच्या खोमेनीला, अफगणिस्तानमधील तालिबानला व दहशतवादी लादेनला का पाठिंबा दिला? तालिबानचा पराभव होताच अफगणिस्तानमध्ये जो विजयोत्सव विशेषतः स्त्रियांकडून केला गेला तो विसरून कसे चालेल? वास्तविक अनेक ख्रिस्ती व बौद्ध राष्ट्रे असताना त्यांच्या धर्माधिष्ठित राष्ट्रसंघटना नाहीत. मग 'ऑर्गनायझेशन ऑफ इस्लामिक कंट्रीज' (ओआयसी) का बरे निर्माण होते? गेल्या वर्षी अफगणिस्तानला व १९७१ ला बांगलादेश विरुद्ध पाकिस्तान या झगड्यात पाकिस्तानला सहानुभूती का बरे दाखविली गेली? उत्पत्तिशास्त्र, उत्क्रांतिशास्त्र, सात स्वर्गांच्या कल्पना, चंद्राबाबतची मिथके, पृथ्वीकेंद्रित अवकाशशास्त्र या कल्पना आधुनिक विज्ञानाने कालविसंगत ठरविल्यावरही मुस्लिम मन अजूनही

त्या कल्पनांभोवती का बरे घोटाळत राहते? याउलट हमीद दलवाई यांनी स्त्रीविषयक असे नोकरी, तलाक, शिक्षण, पडदा पोटगी, कुटुंबनियोजन आदी प्रश्न उपस्थित केले. उर्दू भाषेच्या अट्टाहासापायी मुस्लिम तरुणांना नोकरीला वंचित राहावे लागते. त्या बाबतही त्यांनी प्रश्न उपस्थित केले. उर्दू भाषा धार्मिक समाजाची भाषा बनवणे व प्रादेशिक भाषांची उपेक्षा करणे याला त्यांचा प्रखर विरोध होता. ते अलगतावादी व तरुणांचे नुकसान करणारे कृत्य मानीत. बहुसंख्य समाजाकडून मुस्लिम तरुणांना जो दुजाभाव दाखविला जातो त्याबद्दल सवाल निर्माण करताना ते कधीही कचरले नाहीत. आज मुस्लिम समाज मागासलेला आहे, कारण त्यातील अशरफ फक्त दोन टक्के आहेत. उलट ९७% असलेल्या अजलफ या परंपरागत धंदे करणाऱ्या समाजाची जागतिकीकरणामुळे पूर्ण उपेक्षा होत आहे व त्या विरोधात आवाज उठविण्याचे काम अशरफ समाज करीत नाही. एक टक्का असलेला हीन-दीन स्थितीला अर्जाल समाज तर पूर्णपणे उपेक्षितच आहे. अन्य मागासवर्गीय मुस्लिमांनी सध्या संघटित होण्याचा चंग बांधलेला आहे; परंतु प्रस्थापित नेतृत्वाला असे संघटित होणे मान्य नाही. मंडल आयोगाला संघ परिवाराने ज्या पद्धतीने विरोध केला तसाच विरोध मुस्लिम समाजातही धार्मिक ऐक्याच्या नावाखाली होत आहे. हमीद दलवाई यांच्या मते या दैनंदिन प्रश्नांकडे मुस्लिम समाजाने आपल्या कोशातून बाहेर पडून अधिक लक्ष देण्याची गरज आहे. श्रमिकांच्या चळवळीत सामील होऊन आर्थिक व सामाजिक समतेसाठी व सामाजिक न्यायासाठी संघर्ष केले पाहिजेत, अशी दलवाई यांची अपेक्षा होती. मुस्लिमांनी मुख्य प्रवाहात यावे याचा अर्थ हिंदू धर्माच्या प्रवाहात गौणत्वाची भूमिका घेऊन सामील व्हावे असा नाही, असे दलवाई सतत सांगत. भारतातील मुख्य प्रवाह लोकशाही समाजवादी चळवळ हा व्हावा आणि त्या प्रवाहात न्यायासाठी लढताना मुस्लिम समाजाने इस्लामच्या समतेच्या मूल्याची भर भारतीय संस्कृतीत घालावी, अशी त्यांची भूमिका होती.

स्वातंत्र्यपूर्व व स्वातंत्र्योत्तर राजकारणावर - प्रामुख्याने मुस्लिम राजकारणावर हमीद दलवाई यांनी लिखाण केले आहे. त्यांच्या मते स्वातंत्र्यपूर्व मुस्लिम राजकारण बॅ. जिना यांनी व्यापलेले होते. पाकिस्ताननिर्मिती व त्यासाठीचे सर्व डावपेच, प्रत्यक्ष कृती, ओलीस सिद्धान्त यात बहुसंख्य मुस्लिमांचे मन पूर्णपणे अडकून गेले होते. आजही बॅ. जिना यांनी भारतीय राजकारणात केलेल्या घोडचुका मुस्लिम मनाने समजून घेतल्या असतील, असे मानायला फारशी जागा नाही. स्वातंत्र्योत्तर काळातही मुस्लिम समाजासाठीच निर्माण झालेल्या पक्षाचा अगर संस्थांचा तो आश्रय घेताना दिसून येतो. मतदानाच्या वेळी मात्र काँग्रेस, समाजवादी पक्ष अगर बहुजन समाजवादी पक्ष यांच्यासारख्या हिंदू जातीयवादी भाजपला पराभूत करू शकणाऱ्या पक्षाला त्या

त्या वेळी मतदान करतो. मात्र, मोठ्या संख्येने बिगर मुस्लिम पक्षांत तो दिसत नाही. मुस्लिम संस्थांमध्ये बहुसंख्य संस्था अत्यंत कट्टरतावादी वा अलगतावादी असल्याचे दिसून येते. त्यामध्ये जमाते इस्लामी, जमाते तुलबा, हिज्बुल मुजाहिद्दीन, अखिल भारतीय मुस्लिम कायदा बोर्ड, तबलीग जमात, मुस्लिम लीग, इत्तेहादुल मुस्लेमीन, तामीरे मिल्लत, मशावरत, मुस्लिम मजलीस इत्यादी राजकीय व धार्मिक संघटना अत्यंत कट्टरतावादी आहेत. जमाते उलेमा ही संघटना स्वातंत्र्यकाळात काँग्रेसबरोबर होती; परंतु सध्या तिच्यात व जमाते इस्लामीमध्ये फारसा फरक आढळत नाही. हमीद दलवाई यांनी तथाकथित राष्ट्रीय मुस्लिम व कम्युनिस्ट मुस्लिम यांची चांगलीच खिल्ली उडवलेली आहे. त्यांचे राजकारण अखेरीस कट्टरवादाकडे जाते आणि कट्टरतावाद्यांच्या मूळ धार्मिक बैठकीत त्यांचा कसा मिलाफ होतो, हे त्यांनी घणाघाती पद्धतीने मांडलेले आहे. अखेरीस न्या. छागला. प्रो. हबीब, प्रो रशिदुद्दीन खान, डॉ. झकेरिया व ए. ए. ए. फैजी यांसारख्या उदारमतवादी व धर्मनिरपेक्ष मुस्लिम नेत्यांकडे मुस्लिम समाज कसे ढुंकून पाहत नाही, ही खंत त्यांनी व्यक्त केली आहे. हमीद दलवाई पुनः पुन्हा असे मांडतात की 'मुस्लिम समाजात गांधींसारखी मानवतावादी व्यक्ती कोण आहे? मी त्याच्या शोधात आहे.' मुस्लिम समाजात पंडित नेहरूंसारखे स्वतःच्या सांस्कृतिक परिघापलीकडे जाणारे व्यक्तित्व निर्माण होत नाही. याचा त्यांना विषाद वाटतो. 'गमख्वार हमारे कायदेआझम, गांधीकी पर्वा कौन करे' अशी भूमिका मुस्लिम मनोमनात आहे काय, अशी त्यांना शंका वाटते. मला मात्र असे वाटते की संघपरिवाराप्रमाणे गांधी-नेहरूद्वेष मुस्लिम समाजाने कधी दाखवला नाही. स्वातंत्र्योत्तर काळात तर त्यांनी गांधी-नेहरू परंपरेचा आधारच मानला.

हमीद दलवाई यांचा सर्वात मोठा विशेष हा आहे की मुस्लिम समाजावर टीका करूनही मुस्लिम मन बदलू शकते, याबद्दल मात्र त्यांना पूर्ण विश्वास आहे. त्यांचा हा आशावाद अत्यंत प्रेरणादायी आहे. श्री. शेषराव मोरे या लेखकाने 'मुस्लिम मनाचा शोध' ह्या नावाने जंगी पुस्तक लिहिलेले आहे. त्यांनी प्रेषितांचा जीवनादर्श, ईश्वरी ग्रंथाचा संदेश व हदीसची साक्ष यांबाबत लिहिलेले आहे. कुराण व हदीसच्या त्याच्या अध्ययनाबद्दल जमाते-इस्लामीच्या मुस्लिम पंडितांनी शिफारसपत्र दिलेले आहे. परंतु शेषराव मोरे यांचा निष्कर्ष पूर्णपणे नकारार्थी आहे. उलट हमीद दलवाई यांनी जामिया-मिलिया, अबीद हुसेन, प्रो. यासीन दलाल, प्रो. जहानआरा बेगम, केरळची 'इस्लाम ॲन्ड मॉडर्न एज सोसायटी' यांचा उल्लेख करून मुस्लिम मन कसे बदलत आहे ते मांडले आहे. राजकारण, मतदान, कायदे, दैनंदिन जीवन, जातिप्रथा, शिक्षण व आर्थिक धोरणे इत्यादी अनेक शक्ती धर्माबाहेरही कार्यरत असून त्यांचा परिणाम मुस्लिम मनावर झाल्याशिवाय राहत नाही. स्त्रियांना शिक्षणाची ओढ किती आहे, हे आपण तालिबानमुक्त

अफगणिस्तानमध्ये पाहिले आहे. भारतात तर लाखो मुस्लिम स्त्रिया शिक्षण, नोकरी, प्रवास व संस्थात्मक कार्यक्रमांत मग्न आहेत. फातिमाबीबी राज्यपाल असून नजमा हेप्तुल्ला राज्यसभेच्या उपाध्यक्षा व शबाना आझमी खासदार आहेत. मुस्लिम मन सनातन्यांच्या पकडीत कायम बंदिस्त राहील; असे मानण्याचे काहीही कारण नाही. हमीद दलवाई हे जीवनाच्या शेवटच्या क्षणापर्यंत त्या आशेने प्रयत्न करीत राहिले.

- ७ -

आंतरराष्ट्रीय पातळीवर अमेरिकेच्या वर्तणुकीमुळे मुस्लिम प्रश्नाबाबत अधिक गुंतागुंत निर्माण झाली आहे. अफगणिस्तानमधून रशियांना हुसकून लावण्यासाठी अमेरिकेने ज्या तालिबानला व लादेनच्या 'अल् कायदा'ला शस्त्रे, पैसा व प्रशिक्षण देऊन सुसज्ज केले त्यांच्यावरच अमेरिकेने हल्ला करून त्यांचा पाडावही केला. इतकेच नाही तर राष्ट्राध्यक्ष जॉर्ज बुश यांनी 'क्रुसेड' हा शब्द वापरून धर्मयुद्धाचे आवाहनही केले व मध्य आशियात दोनशे वर्षांचे जे धर्मयुद्ध झाले त्याचे स्मरण करून दिले. जो आमच्या बाजूला नाही तो दहशतवाद्यांच्या बाजूस आहे. अशी भूमिकाही अमेरिकेने बेमुर्वतखोरपणाने घेतली. जगातील दहशतवाद्यांची यादी जाहीर केली आणि त्यात बहुसंख्य मुस्लिम संस्था गोवल्या. अलीकडे दुष्टशक्ती म्हणून इराक, इराण, सुदान व लिबिया यांचा नामोल्लेख केला. नावाला त्यात उत्तर कोरियाचाही समावेश करण्यात आला. यामागे अमेरिकेची भूमिका काय आहे, हे समजावून घेण्याची जरुरी आहे. अमेरिकेच्या धोरणाच्या मागे संस्कृतिसंघर्षाची भूमिका आहे. प्रो. सॅम्युएल हटिंग्टन यांनी 'क्लॅश ऑफ सिव्हिलायझेशन्स' हे पुस्तक लिहून शीतयुद्ध संपल्यानंतर जगातील भावी संघर्ष सांस्कृतिक असतील व अखेरचा संघर्ष पाश्चिमात्य जग व इस्लाम यांत असेल, अशी मांडणी केलेली आहे. अशा परिस्थितीत मुस्लिम राष्ट्रे एकमेकाला धरून अमेरिकेविरुद्ध प्रयत्न करणे स्वाभाविकच आहे. वास्तविक सांस्कृतिक संघर्षाचा हा सिद्धान्तच मुळी चुकीच्या पद्धतीने मांडलेला, गैरलागू आहे. 'एन्ड ऑफ हिस्टरी'चा लेखक फ्रॅन्सिस फुकुयामा हा सिद्धान्त अमान्य करतो. अमेरिकेतील इस्लामी अध्ययन संस्थेच्या प्रो. शिरीन हंटर यांनी 'दि फ्यूचर ऑफ इस्लाम ॲन्ड दि वर्ल्ड' हे पुस्तक लिहून संस्कृती-संघर्षाचा मुद्दा खोडून काढलेला आहे. जगात मुस्लिम देशांतील राष्ट्रवाद बलवान असून ते एकमेकांविरुद्ध लढत असतात. इतकेच नव्हे तर पैगंबर बलवान असून ते एकमेकांविरुद्ध लढत असतात. इतकेच नव्हे तर पैगंबरसाहेबांच्या मृत्यूनंतर लगेच वारसा युद्ध व झगडे सुरू झाले होते. तेव्हा मुस्लिम जगत् हे एकसंध आहे, असे मानून संस्कृति-संघर्षाचा हा सिद्धान्त मांडणे चुकीचे आहे, असे त्यांचे मत आहे. मात्र, अमेरिकेच्या या भूमिकेमुळे मुस्लिम मन काहीसे भयग्रस्त आहे, हे कबूल केले पाहिजे. अशा परिस्थितीत आपली परराष्ट्रीय धोरणे अमेरिकेच्या

दबावाखाली आखणे अत्यंत घातक ठरेल. विकसित देशांच्या जागतिकीकरणाच्या मोहिमेचे नेतृत्व अमेरिकेकडे असून विश्व बँक, नाणेनिधी व विश्वव्यापार संघटना यांचे लगाम अमेरिकेने आपल्या हातात ठेवले असून सर्व मागास देश बहुउद्देशीय कंपन्यांच्या उदरात ढकलण्याचे पाप अमेरिका करीत आहे. भारतातील भाजपचे सरकार संस्कृतिसंघर्ष आणि जागतिकीकरण या दोन्ही प्रश्नांबाबत पूर्णपणे अमेरिकेच्या मांडलीक राष्ट्रांप्रमाणे वागत आहे. त्याचेही दुष्परिणाम भारतीय समाजावर झाल्याशिवाय राहणार नाहीत.

आज जगामध्ये जे महत्त्वाचे प्रश्न आहेत त्यांमध्ये, जागतिकीकरणामुळे मागास देशांचा होणारा विनाश आणि तेथे वाढणारा असंतोष हा एक महत्त्वाचा प्रश्न आहे. त्याबरोबरच धार्मिक मूलतत्त्ववाद, दहशतवाद, अस्मितेचे प्रश्न, बहुसंस्कृतिवाद, बहुसंख्याक व अल्पसंख्याकांचे वाद आणि उत्तर आधुनिकतावादाने पुढे मांडलेले अनेकविध प्रश्न यांचा विचार आपणास करावा लागणार आहे. मुस्लिम समाजाला स्वरचित कोशाबाहेर येऊनच खुलेपणाने या प्रश्नांचा विचार करावा लागणार आहे. त्या दृष्टीने हमीद दलवाई यांनी मांडलेली भूमिका ही अत्यंत मोलाची व उपयुक्त आहे.

- ८ -

डॉ. रफिक झकेरिया यांनी नुकतेच १५ मार्च २००२ रोजी 'टाइम्स ऑफ इंडिया'मध्ये एक लेख लिहिला असून जगभरच्या मुस्लिमांपुढे ज्या गंभीर समस्या पैदा झाल्या आहेत त्यांचे विवरण केले आहे. त्यांच्या भाषेत 'लिबरल इस्लाम इज बेस्ट डिफेन्स'. इस्लामी धर्मशास्त्रात उदारपणा आणल्याशिवाय अमेरिकेने निर्माण केलेला धोका टळणार नाही, असे त्यांचे मत आहे. त्यासाठी कालविसंगत गोष्टी सोडून आधुनिकता स्वीकारावी लागेल. हमीद दलवाई यांनी इस्लामी धर्मशास्त्राच्या उदारीकरणाची मागणी केलेली नाही. कदाचित त्यांना ते काम अवघड वाटत असेल. मात्र, मुस्लिम समाजात अपवाद म्हणून जे उदारमतवादी मुसलमान आहेत त्यांच्याऐवजी उदारमतवादी मुसलमानांचा अन्य धर्मीयांत आहे असा वर्ग बनावा, अशी त्यांची अपेक्षा आहे. यासाठी मात्र जिद्दीने प्रयत्न करण्याची गरज आहे.

परिस्थिती फार निराशाजनक नाही. १९८८ मध्ये आंतरराष्ट्रीय मुस्लिम स्त्री कार्यकर्ता परिषद भरली होती. त्या परिषदेला रझिया पटेल उपस्थित होत्या. त्या परिषदेचा जो अहवाल रझिया पटेल यांनी सादर केला आहे तो अत्यंत आशादायक आहे. 'The International Solidarity, Network of Woman Living Under Muslim Laws' यांच्या वतीने मुस्लिम स्त्रियांच्या लेखांचे Dossiers प्रसिद्ध होत असते. डेल आयकेलमन यांचे 'The coming Tranformation in the Muslim World', दिलीप पाडगावकर यांनी १५/३/१९९३ रोजी 'टाइम्स ऑफ इंडिया'मध्ये लिहिलेला

आणि ९/१०/१९९६ रोजी 'आऊटलुक'मध्ये सागरिका घोष यांनी लिहिलेला लेख यांवरून हमीद दलवाई यांच्याप्रमाणेच अनेक मंडळी आपापल्या देशात उदारमतवादी प्रभाव वाढावा म्हणून प्रयत्नशील आहेत असे दिसते. त्यांतील कित्येक आजही तुरुंगात आहेत. सर्वजण सर्व मुद्द्यांवर हमीद दलवाई यांच्याबरोबर सहमत झाले असतेच असे म्हणण्याचे कारण नाही. परंतु हा उदारमतवादी प्रवाह सर्वत्र जिवंत आहे, ही गोष्ट मोलाची मानली पाहिजे. नेदरलँडच्या संसदसदस्या औसाना चेरीवी, इराणच्या प्रो. फरीबा अडेहका, 'द बुक ॲन्ड द कुराण' लिहिणारे सीरियाचे मोहम्मद शहरूर, सीरियाचे धर्मनिरपेक्ष विचारवंत सादिक जलाल अल् अझम, तुर्कस्तानच्या फतुल्लाह गुलेन, इराणचे अब्दोल करीमसोरौश, पाकिस्तानचे नझीर अहमद, इजिप्तचे नोबेल पारितोषिकविजेते नगीब महफूज, इजिप्तच्या कादंबरीकार नावल एल् सादवी, व्यंजनकार फुराग फौउदा, कादंबरीकार अल् हमीद पाकिस्तानचे अख्तर हमीद खान, इराणची लेखिका मरियम फिरौज, कुवेतचे पत्रकार फौद अल् हशेम, पटन्याचे प्रो. ए. आर. बेदर. सौदी अरेबियाचे अ. रहमान मुनीफ, बांगलादेशचे दाऊद हैदर व तस्लीमा नसरीन, पाकिस्तानच्या रिफात हसन, इंग्लंडचे सलमान रश्दी आदी अनेक लोक मुस्लिम समाजात उदारमतवाद रुजवण्याचा सातत्याने प्रयत्न करीत आहेत. महाराष्ट्रातही सदा-ए-निसवाँ, बोहरा सुधारणावादी, तरक्की पसंद मुस्लेमीन, मुस्लिम मराठी साहित्य परिषद, प्रोग्रेसिव्ह मुस्लिम कॉन्फरन्स, मुस्लिम ओबीसी ऑर्गनायझेशन अशा अनेक संघटना कार्यरत आहेत. हमीद दलवाई संपले असे मानण्याचे काही कारण नाही. त्यांच्या मागे गेले पाव शतक मुस्लिम सत्यशोधक मंडळ व हमीद दलवाई इस्लामिक रीसर्च इन्स्टिटयूट काम करीत आहे, ही सामान्य गोष्ट नाही.

हमीद दलवाई यांच्या पुस्तकाच्या वाचकांना माझी अशी आग्रहाची विनंती आहे, की त्यांनी हमीद दलवाई यांचे विचार व तळमळ नीट समजून घ्यावी. विश्व हिंदू परिषदेचे लोक अयोध्येचा प्रश्न उपस्थित करून जसे हिंदू मनाला भडकावीत आहेत तसे मुस्लिम समाजाने करू नये. पैगंबरसाहेबांचा विवाह, विविध युद्धे, करार इत्यादी अनेक मुद्द्यांबाबत हमीद दलवाई यांनी जरुर लिहिले आहे. याचा अर्थ असा नव्हे की त्यांना पैगंबरासाहेबांचे कर्तृत्व मान्य नव्हते. उलट त्यांच्या कर्तृत्वाबद्दल हमीद दलवाईच्या लेखनात गौरवपूर्ण उल्लेख आहेत. तथापि कुराण असो, हदीस असो अगर पैगंबरसाहेबांचे जीवन असो, त्याबद्दलची उलटसुलट चर्चा करण्याची उदारता मुस्लिम समाजात निर्माण होवो, असे हमीद दलवाई यांना वाटते. अशा आत्मटीकेच्या प्रथेमुळेच ख्रिश्चन व हिंदू धर्मीयांत प्रबोधनाचे प्रवाह निर्माण होऊ शकले. तसा प्रवाह मुस्लिम समाजामध्ये निर्माण व्हावा यासाठी तर हमीद दलवाई यांनी आपले पुरे आयुष्य वेचले.

■

विभाग

३

हमीद दलवाई यांचे निवडक लेख

मी मुसलमान आहे

श्री. होक यांनी इस्लामची जी व्याख्या केली आहे तिच्याशी माझा मतभेद नाही, पण मुसलमानाच्या त्यांनी केलेल्या व्याख्येशी आहे. कुराण हा ईश्वराचा अखेरचा आणि परिपूर्ण संदेश आहे, अशी ज्याची श्रद्धा आहे तो आणि फक्त तोच मुसलमान अशी श्री. सोझ यांच्याप्रमाणे तेही मुसलमानाची व्याख्या करतात. माझ्या मते ही मुसलमानाची संकुचित तर आहेच, पण ती पूर्णपणे गैर आणि दिशाभूल करणारीही आहे. मुसलमानाची व्याख्या तो ज्या धर्माचा अनुयायी असतो त्याच्याद्वारा जशी करावी लागते तशीच आणि त्याहीपेक्षा ज्या संस्कृतीने त्याला घडविलेले असते तिच्याद्वाराही करावी लागते; मग त्या संस्कृतीचे परिवर्तन करायचा तो प्रयत्न करीत असला तरी हरकत नाही. आणि संस्कृती म्हणजे कल्पना, वागण्याच्या प्रथा, सामाजिक संस्था आणि इतर अनेक, ज्यांची नामावली दिली तर ती फारच लांबेल, अशा गोष्टींची सतत बदलत जाणारी व्याख्या असते. या अर्थाने मी मुसलमान आहे. मग ही गोष्ट श्री. सोझ ह्यांना आवडो न आवडो. मौलाना मौदुदी, मौलाना अबुल कलम आझाद, मौलाना हुसेन अहमद मदनी, राजा इब्न सौद, इराणचा शाह, टुंकू अब्दूल रहमान, प्रेसिडेंट सुहार्नो, प्रेसिडेंट सादत, प्रेसिडेंट याह्याखान, प्रेसिडेंट भुट्टो, जनरल टिक्काखान, प्रा. एम. मुजीब, श्री. मुझफर अहमद, श्री. एम. आर. ए. बेग, श्री. ए. ए. के. सोझ या श्रद्धेने व आचरणाने एकमेकांपासून इतक्या भिन्न असलेल्या व्यक्तींचा जर 'मुस्लिम' या पदाने निर्देश होत असेल तर मीही स्वत:ला एक

* श्री. होक हे एक बांगलादेशीय विचारवंत आहेत.

मुस्लिम मानतो, याचा श्री. सोझ ह्यांनी एवढा विषाद का मानावा हे मला समजू शकत नाही. आणि तसे पाहिले तर कोणाला मुस्लिम मानावे आणि कोणाला मानू नये, हे ठरविण्याचा श्री. सोझ ह्यांना अधिकार तरी कोणी दिला आहे?

सुदैवाने श्री. सोझ यांच्या कल्पनेला उतरतील अशा मुसलमानांच्या हाती हिंदुस्थानचे राज्य नाही आणि म्हणून इतरांना ते जे सुनावतात ते ते प्रत्यक्षात उतरवू शकत नाहीत. पण पाकिस्तानात जमाते इस्लामीने आपली 'मुसलमान'ची व्याख्या लादायचा प्रयत्न केला आणि १९५३ मध्ये अहमदिया पंथाविरुद्ध तेथे रानटी दंगे झाले व जमातच्या प्रमुखाला प्रथम देहान्ताची शिक्षा देण्यात आली. 'मुसलमानां'ची व्याख्या करण्यात कोणत्या अडचणी येतात, याचे विवेचन श्री. सोझ यांना पाहायचे असेल तर या दंग्यांवरील मुनीर कमिशनचा रिपोर्ट त्यांनी पाहावा (पृ. २०५ व पुढे). या प्रश्नाचा पद्धतशीर परामर्श घेतल्यानंतर कमिशनला जे आढळले ते असे : (पृ. २१८)

-उलेमांनी दिलेल्या भिन्न व्याख्या ध्यानात घेतल्या तर ह्या मूलभूत प्रश्नावर कोणत्याही दोन विद्वान धर्मवेत्त्यांचे मतैक्य होत नाही. याशिवाय वेगळे भाष्य करायची जरुरी आहे का? आणि उलेमांपैकी एखाद्याने दिलेली व्याख्या आपण स्वाकारली तर त्या आलिमदच्या मताप्रमाणे आपण मुसलमान राहतो, पण त्याच्याशिवाय इतर सर्वांच्या व्याख्यांप्रमाणे आपण फकीर असतो.

आणि माझ्या माहितीप्रमाणे श्री. सोझ हे अलिमसुद्धा नाहीत.

ज्या जमाते इस्लामीचे श्री. सोझ 'सभासद' नाहीत, पण केवळ चाहते आणि प्रवक्ते आहेत ज्या जमातचा भारतात 'धर्माची प्रस्थापना' करणे (इकामते-दीन) हा एक उद्देश आहे. आणि याचा अर्थ इस्लामी राज्याची प्रस्थापना असाच होतो. जमातचा हा उद्देश साधला तर माझ्यासारख्या दांभिकाची गोष्टच सोडा, पण विनोबा भावे, जयप्रकाश नारायण, इंदिरा गांधी ह्यांसारख्या काफिरांची काय अवस्था होईल, याचा विचार मनात आला तर थरकाप होतो! मुनीर कमिशनच्या रिपोर्टप्रमाणे (पृ. २१९) जमातबाहेरचे मुसलमानही सुरक्षित असणार नाहीत.

या विवेचनाचे निखळ फळ असे की शिया किंवा सुन्नी किंवा देवबंदी किंवा अह-ली हादिज किंवा बरेलवी हे कोणीही मुसलमान नाहीत. इतर पक्षांना काफीर मानणाऱ्या एखाद्या पक्षाच्या हातात राज्याचे सरकार असेल तर त्याचा दृष्टिकोन सोडून दुसरा दृष्टिकोन स्वीकारण्याला इस्लामी राज्यात देहदंडाची शिक्षा अटळपणे होणार.

श्री. सोझ यांना विसर पडू नये म्हणून एक एक गोष्ट येथे सांगणे आवश्यक आहे, ती ही की, जस्टिस मुनीर एक भाविक मुसलमान होते आणि भाविक

मी मुसलमान आहे ▮ १२३

मुसलमानांच्या संघटनांनी - अहरार आणि जमाते-इस्लामी पाकिस्तान- या संघटनांनी अहमदिया या एका तितक्याच भाविक असलेल्या मुसलमानांच्या गटाविरुद्ध चिथावणी देऊन जे दंगे घडवून आणले त्यांची चौकशी करण्यासाठी एका मुस्लिम देशाच्या मुस्लिम पंतप्रधानाने मुनीर कमिशनची नेमणूक केली होती. श्री. सोझ ह्यांच्या कल्पनेला उतरतील असे मुसलमान हिंदुस्थानवर राज्य करीत नाहीत ही 'सुदैवाची' गोष्ट आहे, असे मी वर का म्हटले ह्याचा उलगडा श्री. सोझ यांना आता झाला असेल.

श्री. सोझ यांच्यासाठी म्हणून मला आणखी एक गोष्ट जाहीर करायची आहे. मी मुसलमान आहे, पण माझा ईश्वरावर विश्वास नाही आणि म्हणून महंमद ईश्वराचा प्रेषित होता आणि कुराण हा दैवी संदेश आहे या गोष्टींवरही माझा विश्वास नाही. प्रेषिताविषयी मला अतिशय आदर आहे आणि इतिहासात उदयाला आलेल्या सर्वश्रेष्ठ व्यक्तीपैकी ते एक आहेत असे मी मानतो; पण प्रेषित स्वतःच सांगत त्याप्रमाणे ते 'केवळ एक माणूस' होते आणि मानवी प्रकृतीत असलेली दौर्बल्ये त्यांच्याही ठिकाणी होती.

एखादा माणूस मुस्लिम आहे आणि तरीही इस्लाम धर्माच्या काही मूलभूत सिद्धान्तांविषयी तो शंका घेतो किंवा त्यांचा अव्हेर करतो असे असणे कसे शक्य आहे, असे श्री. सोझ कदाचित विचारतील. पण मी वर स्पष्ट केल्याप्रमाणे 'मुस्लिम' ही संकल्पना 'इस्लामच्या अनुयायी' या संकल्पनेहून अधिक व्यापक आहे. हिंदू व ख्रिस्ती धर्मांच्या अनुयायांविषयीसुद्धा याच स्वरूपाचे विधान करता येते. उदा. 'निष्पाप जनना'चा सिद्धान्त किंवा येशू हा ईश्वराचा पुत्र आहे हा सिद्धान्त नाकारणारे अनेक ख्रिस्ती आहेत. फार काय अलीकडच्या काही वर्षांत ख्रिस्ती विचारवंतांमध्ये 'ईश्वराचा मृत्यू झाला आहे' असे सांगणारे धर्मशास्त्र विकसित होत आहे.

हिंदू धर्मामध्येसुद्धा याच प्रकारच्या घटना घडताना आढळून येतात. गांधीजी स्वतःला हिंदू मानीत; पण सत्यासाठी किंवा सामाजिक न्यायासाठी आवश्यक असेल तेव्हा हिंदू धर्माचे सिद्धान्त अव्हेरायला ते कांकू करीत नसत. उदा. हिंदू धर्माने हिंदूंना अस्पृश्यता पाळायला केवळ अनुमती दिली आहे असे नव्हे तर ती पाळण्याचा आदेश दिला आहे. पण गांधीजींनी अस्पृश्यतेचा निषेध केला आणि त्याच्याविरुद्ध एक धर्मलढा उभारला. पण गांधीजींनी अस्पृश्यतेचा अव्हेर केला म्हणून ते हिंदू उरले नाहीत किंवा ते पाखंडी झाले आहेत, असे काशीचे पंडित म्हणाले त्याप्रमाणे म्हणणे हा मूर्खपणाच आहे. इस्लामने अनेकपत्नीत्वाला केवळ अनुज्ञा दिली आहे, ते बंधनकारक आहे असे म्हटले नाही. अशा स्थितीत मुस्लिमांच्या अनेकपत्नीत्वाला बंदी घालावी अशी मागणी करणाऱ्याचे मुस्लिमत्व आपोआप नष्ट कसे होते, हे मला समजत नाही.

हा युक्तिवाद पुढे नेता येईल. म्हणून ख्रिश्चन किंवा हिंदू किंवा मुसलमान बनतो तो एखादा विवक्षित धर्मग्रंथ स्वीकारल्यामुळे नव्हे तर एका विवक्षित सामाजिक आणि सांस्कृतिक परिस्थितीत वाढल्याने.

या अर्थाने मी मुसलमान आहे. भारतातील मुस्लिम संस्कृतीने मला घडविले आहे. या संस्कृतीने ज्या चांगल्या गोष्टी निर्माण केल्या आहेत त्यांचा मला अभिमान आहे आणि तिच्यात ज्या विद्रूप गोष्टी आहेत त्यांची मला लाज वाटते. जवळजवळ आठशे वर्षांच्या इतर समाजांना सतत पादाक्रांत करण्याच्या तिच्या इतिहासामुळे तिच्यात एक प्रकारचा पाशवीपणा भिनला आहे आणि म्हणून तिला अंतर्बाह्य स्वच्छ केले तरच ती मानवतेच्या सेवेच्या कारणी लागू शकेल, असे मला वाटते. इस्लामच्या प्रसारामुळेच आणि इस्लामच्या प्रवक्तेपणाचा स्वत:च स्वत:कडे अधिकार घेतलेल्या व्यक्तींच्या पिढ्यान् पिढ्यांनी त्याच्या अर्थाला ज्या अनेक कलाटणी दिल्या आहेत यामुळेही मुस्लिम सदसद्विवेकबुद्धीच अचेतन झाली आहे.

इस्लामला मानवतेचा अंगीकार करायला लावणे, हे काम इतके मोठे आहे आणि कठीण आहे की, कोणीही एक माणूस त्याला पुरा पडणार नाही, याची मला जाणीव आहे. पण म्हणूनच या देशाच्या प्रगतीच्या दृष्टीने या कामाचे महत्त्व किती आहे हे ओळखणाऱ्या प्रत्येक व्यक्तीने हे काम हाती घेतले पाहिजे. मी माझ्या अल्प कुवतीनुसार या कामाला वाहून घेतले आहे. हे माझे धर्मयुद्ध आहे आणि एक मुसलमान म्हणून मी ते लढवणार आहे. मुसलमान असायचे सोडून देऊन श्री. सोझ यांना उपकृत करायचा माझा इरादा नाही. उलट मुसलमान असण्याच्या माझ्या हक्काला आव्हान देण्याचे श्री. सोझ यांच्यासारखे मुसलमान जोपर्यंत थांबवीत नाहीत तोपर्यंत मी मुसलमान आहे, असा दावा मी करीत राहीन.

एक वेळ अशी येईल की, तेव्हा माझ्यासारख्या मुसलमानांना आणि त्यांच्याविषयी सदिच्छा बाळगणाऱ्या लोकांना अपमानकारक आव्हाने द्यायचे श्री. सोझ यांनी आणि त्यांच्यासारख्या इतरांनी थांबवलेले असेल. हे जेव्हा घडून येईल तेव्हा एखादा माणूस मुसलमान आहे की नाही, याच्यात काही स्वारस्य उरलेले असणार नाही. तोपर्यंत मी एक मुसलमान आहे, पण श्री. सोझ यांच्यापेक्षा वेगळ्या प्रकारचा मुसलमान आहे हे मी जाहीर करीत राहीन, आमेन! सुम्मा आमेन!

■

महंमद अली जिना : मुस्लिम नेतृत्वाचा एक अभ्यास

भारताच्या दुर्दैवी फाळणीनंतर गेली पंचवीस वर्षे हिंदू-मुसलमानांच्या ताणलेल्या संबंधांची चिकित्सा करण्याचा प्रयत्न सतत आपल्या देशात होत राहिला आहे. देशाच्या फाळणीत पर्यवसान झालेल्या या कटू संबंधातील दोन्ही जमातींचे नियन्ते म्हणून गांधी आणि जिना यांच्याकडे पाहिले जाणेही एक प्रकारे स्वाभाविक आहे. इतिहासाकडे निरपेक्षतेने पाहण्याची सवय नसलेल्या भारतासारख्या आशियाई देशात फाळणीचा कटू इतिहास आणि गांधीजी अथवा जिना यांचे नेतृत्व यांच्याविषयी तटस्थपणे सखोल चिकित्सा झाली नसेल तर आश्चर्य मानण्याचे कारण नाही. आता बांगलादेशाच्या उदयानंतर हिंदू-मुस्लिम संबंध, फाळणीचा इतिहास आणि जिनांची उपखंडाच्या राजकीय समस्येवरील भूमिका यांच्याबद्दल नीट विचार केला जाणे आवश्यक आहे.

जिना अथवा गांधी यांना उपखंडातील घडलेल्या नाट्यमय घटनांचे नायक मानल्यानंतर त्यांचे मूल्यमापन त्या घटनांच्या संदर्भात आणि त्यामागील इतिहासाच्या प्रेरणांतच शोधावे लागेल. आज तसे ते होत नाही, ही दुर्दैवाची गोष्ट आहे. आपल्या देशात निरपेक्ष चिकित्सेची शास्त्रीय परंपरा अजून अस्तित्वात नसल्याचा हा पुरावा आहे. एरवी राजकीय घटना, सामाजिक तणाव, राजकीय नेतृत्व अथवा परराष्ट्रीय धोरण अशा प्रकारच्या कोणत्याही विषयावर इतक्या मोठ्या प्रमाणात उथळ आणि चुकीचे भाष्य केले गेले नसते. गेल्या काही दिवसांत अशाच प्रकारचे बरेचसे उथळ लिखाण जिनांवर केले गेले आहे. जिनांची स्वप्ने पंचवीस वर्षांनी धुळीला मिळाल्याचे पाहिल्यानंतर आता त्यांचे राजकारण आणि भूमिका जातीयवादी नव्हती, ते मानवतावादी होते किंवा येशू ख्रिस्त, गौतम बुद्ध आणि अशोक व अकबर या सगळ्यांचे थोरपण जिनांमध्ये एकवटले होते, असे प्रतिपादन काही राजकीय भाष्यकारांकडून करण्यात येत आहे.

डॉ. आंबेडकर एकदा म्हणाले होते, ''एखाद्या व्यक्तीचे मूल्यमापन जेव्हा ती व्यक्ती नुसत्या वैचारिक पातळीवर काम करते तेव्हा त्या व्यक्तीच्या विचारांमधून करावयाचे असते; परंतु अशी व्यक्ती जेव्हा कृतिशीलही असते तेव्हा विचार व कृतीच्या संदर्भात तिचे मूल्यमापन करावे लागते आणि विचार आणि कृती परस्परविरोधी असतील तर ते कृतीच्या संदर्भात करावे लागते.''

जिना काय किंवा गांधीजी काय, कोणाचेही मूल्यमापन याच संदर्भात केले गेले पाहिजे. किंबहुना, मी तर पुढे जाऊन असे म्हणेन की व्यक्ती, त्याने केलेली आंदोलने, त्याचे विचार, त्याच्या कृती या साऱ्यांचे होणारे बरेवाईट परिणाम कोणाचेही मूल्यमापन करताना विचारात घ्यावे लागतील. या दृष्टींनी जिनांचा विचार केला गेला पाहिजे.

स्थूलमानाने जिनांच्या राजकीय जीवनक्रमाचे तीन भाग पडतात. सुरुवातीला काँग्रेस आणि मुस्लिम लीग अशा दोन्ही संघटनांत असल्याचा काळ, १९२० ते १९४७ हा मुस्लिम लीगचे आणि पर्यायाने मुस्लिम समाजाचे नेतृत्व करीत असलेला काळ आणि ऑगस्ट १९४७ ते सप्टेंबर १९४८ मध्ये त्यांचा मृत्यू होईपर्यंत पाकिस्तानचे नेतृत्व करीत असलेला काळ. असे हे तीन टप्पे आहेत. त्यातील विसंगती, बदलत्या भूमिका, वेगवेगळ्या वेळी घेतलेल्या वेगवेगळ्या भूमिका, यांचा अनुबंध, उत्क्रांतीत होणाऱ्या मानवी व्यक्तिमत्त्वाच्या आराखड्याच्या स्वरूपात पाहावा लागेल. या दृष्टीने पाहिले तर जिनांच्या भूमिका बदललेल्या आहेत, हा समजच मुळी चुकीचा आहे, असे आढळून येईल. जिना प्रथमपासून अखेरीपर्यंत मुस्लिम समुदायवादीच राहिले आहेत. राजकीय भाष्यकारांनी त्यांना समजून घेण्यात गफलत केली आहे.

खरा प्रश्न हिंदू-मुस्लिम संबंधाचा होता. हे संबंध कोणत्या पायावर असले पाहिजेत, यासंबंधी जिना आणि काँग्रेसचे नेते त्यांच्यात कधीच तडजोड होऊ शकली नाही. मुस्लिम समाजाला संयुक्त भारतात खास स्थान असावे, या भूमिकेला जिना अखेरपर्यंत सुसंगतपणे चिकटून राहिलेले आहेत. संयुक्त हिंदुस्थानात राहण्यासाठी खास स्थान राखून ठेवण्याची किंमत त्यांनी १९४० पर्यंत मागितली. ती मिळत नाही, असे पाहताच वेगळ्या भूमीच्या मागणीचा पाठपुरावा करायला आरंभ केला. या दोन्ही भूमिका दिसतात तशी विसंगत नाहीत. किंबहुना, भारतीय सुशिक्षित मुसलमानांच्या राजकीय फुटीरपणाच्या ज्या प्रवृत्ती आहेत, त्यातूनच खास स्थानाची मागणी केली जात होती. हे स्थान न दिल्यामुळे वेगळ्या भूमीची मागणी झालेली नाही. राजकीय वेगळेपणा हा इस्लामच्या परंपरेचा स्थायी भाग असल्यामुळे वेगळ्या भूमीची मागणी झालीच असती. आधीची खास स्थान मिळविण्याची मागणी ही त्या अलगपणाच्या रोगाची लक्षणे होती. म्हणूनच मागण्यांचे प्रमाण नेहमी वाढतच गेलेले

आहे. अखेरीला पंचवीस टक्के मुस्लिम समाजाला पन्नास टक्के सत्ता मागण्यापर्यंत जिनांची मजल गेलेली आहे. या मागण्यांचा चढता क्रमांकही ब्रिटिशांकडून भारतीयांना मिळत गेलेल्या अधिकारांच्या वाढत्या हप्त्याबरोबर जुळत गेलेला आहे.

यातील अनुबंध आता आपण ओळखला पाहिजे. जिना १९१६ साली जे मागत होते, ते १९४७ साली मागत होते त्यापेक्षा शतपटीने कमी असेल तर, त्याची कारणे जिनांच्या समंजसपणात शोधण्याऐवजी हिंदूंकडे द्यायला काही नव्हतेच, या वस्तुस्थितीतच शोधणे अधिक उपयुक्त ठरेल. हिंदूंना बेताने मिळाले तेव्हाच जिनांनी बेताने मागितले, इतकाच त्याच अर्थ होईल. राजकीय तडजोड झाली नाही म्हणून जिनांनी वेगळ्या राष्ट्रवादाची हाक दिली, हे असेच उथळ निवेदन आहे. वस्तुतः १९१६ ला टिळकांनी करार केलाच होता. या करारानंतर जिनांची भूमिका कितपत बदलली, हे गांधी-नेहरूंच्या डोक्यावर हिंदू-मुस्लिम प्रश्नाच्या अपयशाचे खापर फोडणाऱ्यांनी कधी सांगितलेले नाही. हिंदूंशी हातमिळवणी करून ब्रिटिशांविरुद्ध लढायला जिना फार उत्सुक होते, असे जिनांचे समर्थक नेहमी सांगत असतात. अडचण फक्त गांधी-नेहरूंनी तडजोड न करण्याची होती. तसे होते तर १९१६ च्या लखनौ करारानंतर जिना मैदानात उतरल्याचे दृश्य आपल्याला दिसले असते. परंतु तडजोड झाल्यानंतरही जिनांनी ब्रिटिशांविरुद्ध लढा पुकारल्याचे दिसले नाही. उलट ब्रिटिश आणखी कोणत्या सुधारणा देताहेत आणि त्यात किती वाटा मागायचा, याचा ते दरम्यानच्या काळात विचार करीत होते. आणि नव्या सुधारणा येणार, हे दिसू लागताच त्यांनी आपला चौदा कलमी मागण्यांचा मसुदा सादर केला आहे.

एक प्रकारे गांधी-नेहरूंनी जिनांचे समाधान केले असते तर फाळणी टळली असती हे खरेच आहे; परंतु येनकेनप्रकारे फाळणी टाळणे हे काही गांधी-नेहरूंचे उद्दिष्ट नव्हते. तसे म्हणायचे तर सर्वांना हिंदू होऊन किंवा मुसलमान होऊन फाळणी टळली असती. मुसलमानांना पन्नास टक्के भागीदारी देऊनही फाळणी टाळता आली असती. मुस्लिम लीगच्या ध्वजाला राष्ट्रध्वजाचे स्थान देऊन आणि उर्दूला राष्ट्रभाषा बनवूनही फाळणी टाळता आली असती. फाळणी टाळण्याचा हा प्रश्न तितका सोपा नाही. इतिहासातील काही क्रमाने उपखंडात दोन जमाती राहिल्या आणि त्यातील मुस्लिम जमात अल्पसंख्याक ठरली. राष्ट्रघडणीच्या संदर्भात जगातील इतर देशांत अल्पसंख्याक आणि बहुसंख्याक यांचे नाते ज्या पायावर ठरविण्यात येते, तो पाया या उपखंडातील हिंदू-मुस्लिम नात्याला लावावयास जिनांची तयारी नव्हती. वास्तविक, याबद्दलही फारसा आक्षेप घेण्याचे कारण नाही; परंतु अल्पसंख्याक जेव्हा बहुसंख्याकांवर वर्चस्व राहील अशा प्रकारचे अधिकार, एकतेची किंमत म्हणून मागतात तेव्हा अशी किंमत देऊनही मिळणारे ऐक्य क्षणभंगुर ठरेल, हे कळण्याइतके राजकीय ज्ञान

गांधी-नेहरूंना प्राप्त झाले होते. हा प्रश्न गांधी-नेहरूंनी जिनांच्या राजकीय अलिप्तवादाच्या कल्पनेशी जुळते घेऊन सुटणार नव्हता. जिनांनी अलिप्तवादाचा त्याग करून राष्ट्रवादाच्या आधुनिक कल्पनेशी जुळते घेण्याने मिटण्यासारखा होता. जिनांनी जुळते घेतले नाही. कारण मुस्लिम समाज जुळते घेणारा नव्हता. आणि जिनांनी जुळते घेतले असते तरी मुसलमानांनी जुळते घेतले नसते. असे हे दुष्टचक्र होते. नेते हे अखेरीला जनतेच्या इच्छा-आकांक्षाचे प्रतीक बनलेले असतात. त्यांच्या भूमिका त्यांच्या अनुयायांच्या इच्छा-आकांक्षांहून वेगळ्या नसतात. जिनांचाही असा वेगळा विचार करता येत नाही. जिना आधी काँग्रेसमध्ये होतेच. तेव्हा मुसलमानांत त्यांना किती अनुयायी होते, हे पाहिले असता त्यांनी हिंदूविरोधी भूमिका घेतल्यानंतर त्यांना मुस्लिम समाजाने 'कायदे आझम' मानले. या घटनांमागील अर्थ समाजशास्त्रीय दृष्टिकोनातून लावला पाहिजे. कारण येथे आपण जिनांचा विचार एक व्यक्ती म्हणून करत नसून मुस्लिम जनमानसाचे प्रतीक या नात्याने करीत आहोत, हे आवर्जून सांगणे आवश्यक आहे.

आपल्या देशात तथाकथित बुद्धिवंतांना देशाच्या सगळ्या समस्यांना गांधीजींना जबाबदार धरून त्यांच्यावर आसूड ओढण्याची एक सवय लागली आहे. देशाच्या जडणघडणीत कसलीच सक्रिय कामगिरी न बजावणाऱ्या या वर्गाने भारताच्या आधुनिक कालखंडातील या नायकाला (Whipping boy) बनवावे, यामागील वांझोटी मानसशास्त्रीय प्रवृत्ती समजता येण्यासारखी आहे. भारतातील जिनावादी मुस्लिम प्रचारकांनी यामुळेच त्यांच्या सुरात सूर मिळविला तर आश्चर्य नाही. गांधीजी धर्मवादी होते - नव्हे पुनरुत्थानवादी होते. आणि जिना आधुनिक होते म्हणून जिनांनी राजकीय फुटीरपणाचा आश्रय घेतला आणि पुनरुत्थानवादी माध्यमे वापरली, असा भारतातील (मुस्लिम) पाकिस्तानी प्रचारकांनी शोध लावलेला आहे. पुनरुत्थानवादी या शब्दाला एक विशिष्ट अर्थ आहे. पुनरुत्थानवादी समाजाला जुन्या धर्मबंधनात अडकवून ठेवण्याचा प्रयत्न करीत असतात. गांधीजींनी उलट हिंदू समाजाला धर्मबंधनातून मुक्त करण्याचे मार्ग खुले केले. अस्पृश्यताविरोधी पहिले जनांदोलन त्यांनी उभे केले. जातिसंस्था खिळखिळी केली. हिंदूच्या संकुचित जीवनपद्धतीवर प्रहार केले. 'I am a good Hindu and so I am a good Muslim' असे जेव्हा ते म्हणाले तेव्हा त्याचा अर्थ सर्व धर्म समान आहेत, असा मर्यादित होत नव्हता. चांगला मनुष्य बनणे म्हणजेच चांगला हिंदू किंवा मुसलमान बनणे असा त्याचा व्यापक अर्थ होता. गांधीजींनी हिंदू समाजाला मानवतावादी बनविण्यासाठी हिंदू धर्मप्रतीके जरूर वापरली, परंतु ब्रिटिश सोशॅलिस्टांनी इंग्लंडमधील समाजवादी आंदोलनाची केलेली वाढ ख्रिश्चन धर्मप्रतीकांवर आधारलेली आहे, म्हणून इंग्लंडमधील समाजवादी चळवळ प्रतिगामी आणि धर्मवादी आहे, असे हास्यास्पद आक्षेप कोणी घेत नाही. युरोपातील

आधुनिक समाजधारणेची आणि संस्कृतीची जोपासना करण्यात ख्रिश्चन चर्चने फार महत्त्वाची कामगिरी बजाविलेली आहे. गांधीजींनी धर्मप्रतीकांचा वापर करून हिंदूंच्या मानव्याला आवाहन करण्यासाठी प्रयत्न केला म्हणून त्यांना पुनरुत्थानवादी म्हणायचे तर, रेडक्रॉसची स्थापना ख्रिश्चन चर्चच्या प्रयत्नाने झालेली आहे म्हणून रेडक्रॉस संघटनेला पुनरुत्थानवादी म्हणावे लागेल! या न्यायाने हिटलर धर्मनिरपेक्ष आणि येशू ख्रिस्त पुनरुत्थानवादी ठरवावे लागतील. एकूण मुस्लिम जातीयवादच हिंदू जातीयवादाच्या संदर्भात प्रतिक्रिया म्हणून अस्तित्वात आहे, असे मग मानणे क्रमप्राप्त ठरते. हा प्रतिक्रियावादाचा सिद्धान्त आपण थोडा आणखी पुढे लावला तर मग वेगळ्या मुस्लिम राष्ट्राच्या निर्मितीने आणि त्यानंतर तेथून झालेल्या हिंदूंच्या उच्चाटनाने गांधीजी आणि नेहरू यांनी जातीयवादी भूमिका का घेतली नाही, त्यांची जीवनमूल्ये का बदलली नाहीत आणि भारतात हिंदू-जातीयवादी शक्तींनी धर्मनिरपेक्ष शक्तींचा का पाडाव केला नाही याचीही समाधानकारक कारणे शोधावी लागतील.

जणू जिना धर्मवादी होते असे समजून त्यांच्यावरील आरोप खोडून काढण्याचा पवित्रा काही मंडळी घेत असतात. जिना धर्मवादी होते, त्यांना शरियतचे राज्य अमलात आणायचे होते, त्यांना भारत इस्लाम करायचा होता, असा आरोप कोणीच केलेला नाही. त्यामुळे या आरोपांना उत्तर देण्यासाठी करण्यात येणारे युक्तिवाद हवेत निष्कारण काठ्या फिरविण्यासारखे आहेत. त्यांनी वेगळ्या राष्ट्राची मागणी धर्मराज्य स्थापन करण्यासाठी केलेली नव्हती. उलट धर्मराज्यात त्यांना काही स्वारस्य नव्हते. म्हणूनच त्यांनी वेगळ्या जमातवादी महाराष्ट्राची मागणी केलेली आहे. कारण धर्मराज्य करण्याची प्रेरणा उलेमांची होती आणि त्याकरिता भारत अखंड राहावा, अशी त्यांची इच्छा होती. याकरिता मुसलमानांच्या हातात ताबडतोब सत्ता आली नाही तरी चालेल; गांधी-नेहरू देत असलेल्या आणि त्यांची जीवननिष्ठा बनलेल्या समतेच्या चौकटीत भारत इस्लाममय करण्याचे आणि पर्यायाने शरियतचे राज्य स्थापन करण्याचे उद्दिष्ट साध्य होईल, असा दृढ विश्वास ही सनातनी मुस्लिम मंडळी बाळगून होती. जिनांचे त्यांचे पटण्यासारखे नव्हते. याचे कारण मुस्लिमांच्या हातात ताबडतोब सत्ता घेणे जिनांना आवश्यक वाटत होते आणि त्याकरिता उलेमांच्या उद्दिष्टांशी त्यांच्या उद्दिष्टांचा संघर्ष होणे अपरिहार्य होते. वस्तुत: जिनांना अखंड भारतातच मुस्लिमांच्या हातात सत्ता यावी असेच वाटत होते; परंतु त्यांना हेही जाणवत होते की देशात पंचाहत्तर टक्के हिंदू असताना मुसलमानांना निर्भेळ सत्ता उपभोगता येणार नाही. म्हणून त्यांनी समान भागीदारीचे (पॅरिटी) तत्त्व शोधून काढले. पंचाहत्तर टक्के हिंदू बहुसंख्याक असलेल्या देशात पंचवीस टक्के मुसलमानांना वर्चस्व गाजविण्याची संधी त्यांना कॅबिनेट मिशनच्या त्रिसूत्री योजनेत गवसली.

त्यांनी त्रिसूत्री योजना झटकन स्वीकारली. कारण या योजनेनुसार मुस्लिम बहुसंख्याक प्रांतात मुसलमानांना वर्चस्व गाजविता येत होतेच; परंतु केंद्रात पन्नास टक्के मुस्लिम प्रतिनिधित्व मिळाल्यामुळे हिंदू बहुसंख्य प्रांतांवरदेखील मुसलमानांना वर्चस्व गाजविण्याची संधी मिळणार होती. फ्रॅन्क मोराइस म्हणतात, 'मुस्लिम इंडिया (मुस्लिम बहुसंख्याक प्रांत) व प्रिन्सली इंडिया (भारतीय संस्थाने) यांचे प्रतिदडपण हिंदू इंडियावर (हिंदू बहुसंख्याक) राहावे असे जिनांना वाटत होते.' जिनांनी ही योजना मान्य केली म्हणून ते समजंस आणि धर्मनिरपेक्ष आणि नेहरूंनी ती फेटाळली म्हणून नेहरू असमंजस, अदूरदर्शी आणि कोत्या मनाचे कसे काय ठरतात, हे कळणे उद्‌बोधक ठरेल. यातील संस्थानांविषयींच्या जिनांच्या भूमिकेवरदेखील भाष्य करण्याचे जिनांचे समर्थक नेहमी टाळीत असतात. त्रिसूत्री योजनेनुसार संस्थानांचा वेगळा गट राहणार होता. हा वेगळा गट राहावा, हे जिनांचे मत होते. संस्थानांतील प्रजेने आपल्या हक्काकरिता आंदोलन करावयास जिनांनी सतत विरोध केलेला आहे. समजा त्रिसूत्री योजना अमलात आल्यानंतर संस्थानी प्रजेने लोकशाहीची मागणी केली असती तर पुढे काय करावयाला हवे होते? समजा शेजारच्या संस्थानी प्रजेने ब्रिटिश राज्यात विलीन होण्याची मागणी केली असती तर काय करावयाला हवे होते? भाषावार प्रांतरचना त्रिसूत्री योजनेनुसार अमलात आली असती का? आणि हैदराबादचे विभाजन तेथील भाषिक गटांच्या इच्छेनुसार झाले असते की नाही? त्रिसूत्री योजना जिनांनी स्वीकारल्याबद्दल त्यांचे गोडवे गाणाऱ्या मंडळींनी जिनांची यासंबंधी भूमिका काय होती, हे एकदा स्पष्ट केले तर फार बरे होईल. ही योजना नेहरूंनी फेटाळल्यानंतर फाळणीची योजना पुढे आली आणि जिनांनी नाइलाजाने ती स्वीकारली हेही खरे आहे. जिनांना फाळणी नको होती, याचा अर्थ त्यांना सेक्युलर राष्ट्रवाद मान्य होता असा होत नाही. फाळणीऐवजी हिंदूंवर वर्चस्व गाजविता येणारी त्रिसूत्री योजना त्यांना हवी होती. ती साध्य होत नसेल तर मात्र फाळणी हवी होती. व्यक्तींच्या समानतेच्या आधारावर त्यांना भारतात राहायचे नव्हते, हे जिनांच्या या वेळोवेळी घेतलेल्या भूमिकांतून दिसून येत आहे.

फाळणीनंतर जिनांनी पाकिस्तानच्या घटना समितीत केलेल्या 'धर्मनिरपेक्ष' भाषणाचा बराच गाजावाजा केला जातो. हे भाषण जिनांच्या खऱ्या हेतूंची ग्वाही देणारे आहे असे मानले तरी त्यामुळे जिना धर्मनिरपेक्ष मूल्य मानीत होते, असे सिद्ध होत नाही. मुसलमानांच्या हातात सत्ता असेल असे राज्य प्रस्थापित केल्यानंतर त्या राज्यात धर्मनिरपेक्ष शासनव्यवस्था असावी, इतकाच त्याचा अर्थ होतो. जिनांची ही भूमिका इस्लामिक जगातील ऐतिहासिक परंपरेच्या संदर्भात समजावून घेतली पाहिजे. सत्ता अथवा शासन जेथे बहुसंख्येने मुस्लिम समाजाच्या ताब्यात येणे शक्य नसते तेथे मुस्लिम समाज त्या राष्ट्राच्या राष्ट्रवादाशी जुळते घेण्यास तयार नसतो, हे

मुस्लिम जेथे जेथे अल्पसंख्याक आहेत तेथे तेथे त्यांनी चालविलेल्या संघर्षावरून दिसून येते. उदाहरणार्थ, फिलिपाइन्स, थायलन्ड आणि युथिओपिया येथे भारतासारखाच प्रश्न कमी-अधिक प्रमाणात अस्तित्वात आहे. जेथे बहुसंख्येने सत्ता त्याला प्राप्त होते तेथे तो काहीसा प्रादेशिक राष्ट्रवाद व धर्मवाद यांची सांगड घालताना दिसतो. जिनांची फाळणीपूर्व भूमिका आणि फाळणीनंतर केलेली धर्मनिरपेक्ष शासनाची घोषणा यावरून जिनांना जातीयवादातून दोषमुक्त ठरविण्याची केविलवाणी धडपड करणाऱ्यांनी जागतिक इस्लामच्या या ऐतिहासिक प्रेरणेच्या संदर्भात जिनांचे मूल्यमापन करावे. ते केल्यास जिना धर्मवादी नव्हते, हे सिद्ध करता येईल; परंतु त्याचबरोबर ते इस्लामच्या धर्मसमुदायवादी आणि विभक्तवादी परंपरेचे वारसदार होते, हेही मान्य करावे लागेल.

अखेरीला गांधी अथवा जिना यांचे ऐतिहासिक संदर्भापासून वेगळे मूल्यमापन करता येत नाही असे मी आरंभी म्हटले, तेव्हा उपखंडातील या दोन नायकांनी निर्माण करून ठेवलेल्या दोन राष्ट्रांच्या जडणघडणीच्या संदर्भातील ज्याचे त्याचे माप ज्याच्या त्याच्या पदरात द्यावे लागेल. सुशिक्षित मुसलमानांच्या दृष्टीने 'पुनरुत्थानवादी' गांधींच्या भारतात अल्पसंख्याक निदान शिल्लक उरतात, राज्यघटना धर्मनिरपेक्ष बनते. आधुनिक राष्ट्रउभारणीचा एक प्रचंड प्रयोग सुरू होतो, सोळा समान भाषा आणि तीनशे बोलीभाषा बोलणारा अनेक वंशांचा आणि धर्मीयांचा हा देश अजूनही एकत्र राहतो, येथे स्त्रियांना न भांडता मतदानाचा अधिकार मिळतो, लोकशाहीचा प्रयोग राबविला जातो, आणि शांततेने समाजपरिवर्तन करण्याकडे सतत भर दिला जातो. मूलभूत अधिकारांच्या जोपासनेसाठी आणि उदारमतवादी मानवी मूल्यांची जपणूक करण्यासाठी जयप्रकाश नारायण यांच्यासारखी गांधीजींपासून प्रेरणा घेतलेली माणसे येथे धडपडताना दिसतात. तथाकथित आधुनिक आणि 'धर्मनिरपेक्ष' जिनांच्या पाकिस्तानात निर्मितीच्या पहिल्या दोन महिन्यांतच पन्नास टक्के हिंदू अल्पसंख्याकांची हकालपट्टी होते. धर्माच्या संकुचित आणि प्रचलित श्रद्धा अधिकच प्रबळ होऊन बसतात. राज्यव्यवस्था इस्लामिक बनते, लोकशाहीचा मागमूस उरत नाही आणि त्या देशाला राष्ट्रवादाचे अधिष्ठानच सापडत नाही. हा फरक पद्धतशीरपणे विसरण्याची धडपड दिसून येते, हे आश्चर्यकारक आहे. ऐतिहासिक घटना आणि त्यांचे परिणाम यांच्या संदर्भातच आपण व्यक्तींचे मूल्यमापन करतो. म्हणून तर फ्रेंच राज्यक्रांतीनंतरच्या भयानक शिरच्छेदाबद्दल त्या क्रांतीच्या नायकांना जबाबदार धरले जाते. लेनिनचे मूल्यमापन आपण रशियन समाजव्यवस्थेच्या प्रयोगाच्या संदर्भात करतो आणि गेल्या पंचवीस वर्षांतील भारताच्या अनेक अपयशांच्या संदर्भात गांधीजींच्या नेतृत्वाची चिकित्सा होते. या नियमाला जिना का अपवाद असावेत? ज्या देशात लोकशाही येऊ शकलीच नाही, साधे प्रौढ मतदारसंघ अस्तित्वात येऊ शकले नाहीत, ज्या

देशाचे पंचवीस वर्षांचे राजकारण हिंदूद्वेषावर आधारलेले राहिले त्या देशाच्या निर्मितीचे जनक मात्र लोकशाही मूल्ये मानणारे, धर्मनिरपेक्षवादी आणि मानवी मूल्यांची जोपासना करणारे होते, हे मूल्यमापन लबाडीचे तरी किंवा मूर्खपणाचे तरी असले पाहिजे.

माझ्या मते हा प्रश्न जिनांनी वेगळे पाकिस्तान मागितले इतक्या संदर्भातही चर्चिला जाणे योग्य नाही. जिनांनी केवळ वेगळे होण्याचा अट्टाहास धरलेला नाही. जिनांनी आपल्या उद्दिष्टांसाठी ज्या पद्धती वापरल्या त्यांचाही जिनांची चिकित्सा होताना विचार होणे आवश्यक आहे. त्यांनी पद्धतशीरपणे दंगलींना उत्तेजन दिले. Direct action च्या सुमारास घेतलेल्या पत्रकार परिषदेत त्यांनी म्हटले. 'I am not going to discuss ethics of violence and nonviolence.' त्यांचे सहकारी पाकिस्तान मिळेपर्यंत कत्तली करू, असे जाहीरपणे सांगत होते. हा प्रश्न आपले उद्दिष्ट हिंसक किंवा अहिंसक मार्गांनी साध्य करण्याइतका मर्यादित राहत नाही. जिनांनी आपल्या उद्दिष्टांसाठी सशस्त्र लढा देणेही आपण समजू शकतो. त्यांनी निरपराध, त्यांच्या पद्धतींनी सर्वसामान्य नागरिकांच्या क्रूर कत्तली झाल्या आहेत, नव्हे या कत्तलींना त्यांनी उत्तेजन दिले आहे. कलकत्ता दंगलीनंतर दोष विरोधी पक्षांना त्यांनी दिला आहे. मुस्लिम लीगला आणि मुसलमानांना बदनाम करण्याकरिता दंगली घडवून आणल्या, असा आरोप केला आहे. पुढे नौआखलीच्या दंगलीनंतर बिहारमध्ये हिंदूंनी दंगली सुरू केल्या तेव्हा लोकसंख्येच्या अदलाबदलीची मागणी केली आहे. एक ब्रिटिश पत्रकार नॉर्मन क्लिफ यांना दिलेल्या मुलाखतीत हिंदू आणि मुस्लिम जमाती केवळ वेगळ्याच नाहीत, त्या antagonistic आहेत आणि कितीही मुत्सद्देगिरी दाखवली तरी त्या एकत्र नांदणे शक्य नाहीत, असे त्यांनी म्हटले आहे.

जिनांची ही भूमिका पाकिस्तान मिळताच बदलली असे समजले जाते. हा समज बरोबर नाही. लोकसंख्येच्या अदलाबदलीचा आग्रह जिनांनी पाकिस्तानला कमी प्रदेश मिळणार, हे लक्षात येताच सोडला आहे. भारतात आता चार कोटी मुसलमान राहणार, हे लक्षात येताच त्यांनी पाकिस्तान धर्मनिरपेक्ष राहील, ही घोषणा केली आहे. त्यांची अनेक विधाने राजकीय हेतूंनी केली गेली होती. उदा. आपण मित्र म्हणून वेगळे होत आहोत आणि मित्र म्हणून राहणार, असेही दिल्लीहून कराचीला प्रयाण करताना त्यांनी वार्ताहारांना सांगितले. वास्तविक, ही शुद्ध थाप आहे. भारत आणि पाकिस्तान मित्र म्हणून वेगळे झालेच नाहीत. अतिशय कटुतेने फाळणी अमलात आली आहे. त्यामुळे यापुढे आपण मित्र म्हणूनच राहू, ही दुसरी थाप लक्षात यायला हरकत नाही. या राजकीय विधानांचा अर्थ यापुढे आपले संबंध कटूच राहणार, असा होतो. पाकिस्तानातील अल्पसंख्याकांच्या धोरणाविषयक संदर्भातही त्यांच्या कृतीचा नीट अर्थ लावणे आवश्यक आहे. पाकिस्तानात झालेल्या प्रचंड

दंगलीत त्यांनी कोठेही मुसलमानांना दोष दिलेला नाही. कारण जिना पाकिस्तान झाल्यानंतर एक वर्ष आणि तीन महिने त्या देशाचे नेतृत्व करीत होते. त्यांच्या धर्मनिरपेक्ष धोरणाची चिकित्सा करायला हा अवधी पुरेसा आहे. या काळात पश्चिम पाकिस्तानातील सर्व हिंदू हाकलले गेले आहेत. अल्पसंख्याकांची सक्तीने धर्मांतरे झाली आहेत. जिनांनी घटना समितीत कोणती भाषणे केली, यापेक्षा पाकिस्तानातील अल्पसंख्याकांच्या रक्षणासाठी नेमके कोणते प्रयत्न केले, यावरूनच त्यांच्या धर्मनिरपेक्ष श्रद्धा अजमावाव्या लागतील. या दंगलीच्या काळात त्यांनी गव्हर्नर जनरलच्या निवासाच्या बाहेर कधी पाऊलही ठेवले नाही. उलट गांधीजींच्या खुनाची बातमी समजताच स्वत:च्या खुनाच्या भीतीने आपल्या बंगल्याच्या मागची भिंत बांधून घेण्याचा त्यांनी आदेश दिला. याचा अर्थ एक तर ते नैतिकदृष्ट्या भेकड होते किंवा राजकीयदृष्ट्या अप्रामाणिक होते. यातील कोणतेही बरोबर असले तरी त्याचा अर्थ जिनांच्या मानवी मूल्यांवरील श्रद्धा बळकट नव्हत्या आणि त्या जोपासण्याची त्यांना कसलीच तळमळ नव्हती, हा निष्कर्ष निघतो.

खरी गोष्ट अशी आहे, की जिना काही हिंदू सद्‌गृहस्थांजवळ काय बोलले यावरून जिनांच्या धर्मनिरपेक्ष हेतूची ग्वाही दिली जाते. मला हिंदूंना पाकिस्तानातून हाकलायचे आहे, असे जिना काही हिंदू सद्‌गृहस्थांना म्हणतील, ही कल्पनाच हास्यास्पद आहे. जिना खासगीत आपल्या सहकाऱ्यांशी काय बोलले, हे एकदा बाहेर येणे आवश्यक आहे. म्हणजे मग जिनांच्या उक्ती आणि कृती यांच्यातील तफावतीचा मेळ जमविता येतो. चौधरी खलिखुझ्झमान या आपल्या सहकाऱ्याशी जिना जे म्हणाले त्यावरून त्यांचे खरे अंतरंग प्रकट होते. फाळणीनंतर खलिखुझ्झमान भारतीय मुस्लिम लीगचे नेते बनले. भारतात मुसलमानांचे निर्वंशीकरण होत आहे, या पाकिस्तानच्या आरोपाला उत्तर देताना खलिखुझ्झमान यांनी दोन्ही देशांत दंगली झाल्या आहेत असे म्हटले. पुढे गांधीजी व जिनांनी एक संयुक्त पत्रक काढावे, असा खलिखुझ्झमान व सुऱ्हावर्दी यांनी प्रयत्न केला. गांधीजींनी त्याला संमती दिली; परंतु सुऱ्हावर्दी व खलिखुझ्झमान कराचीला जिनांची संमती घ्यायला गेले तेव्हा जिनांनी त्यावर सही करायला नकार दिला. ते पत्रक वाचून तसेच खलिखुझ्झमान यांच्या त्यांनी हातात दिले. इतकेच नव्हे तर, ‘पाकिस्तानातदेखील दंगली झाल्या असे म्हटल्यामुळे तुम्ही पाकिस्तानचे अहित केले आहे,’ असे जिनांनी खलिखुझ्झमान यांना सुनावले. खलिखुझ्झमान यांनी भारतीय मुसलमानांचे नेते या नात्यानेदेखील पाकिस्तानच्या हितसंबंधाची काळजी वाहिली पाहिजे, हे जिना त्यांना सांगत होते. अल्पसंख्याकांचे रक्षण झाले पाहिजे असे जाहीरपणे म्हणणे, परंतु तशा प्रकारचे वातावरण निर्माण व्हावे म्हणून गांधीजींबरोबर पत्रक काढावयास नकार देणे आणि

अल्पसंख्यांनी आपल्याला देशाशी एकनिष्ठ राहावे, असे जाहीरपणे म्हणत असताना भारतीय मुस्लिम नेत्यांना आणि पर्यायाने भारतीय मुसलमानांना पाकिस्तानच्या हितसंबंधाच्या संदर्भात वर्तन करावयास खासगीरीत्या सांगणे या विसंगतीचा अर्थ कोणता लावायचा? जिनांना प्रामाणिकपणे पकिस्तानात धर्मनिरपेक्ष प्रवृत्ती बळकट करावयाच्या होत्या; परंतु परिस्थितीवर त्यांचा ताबा राहिला नाही. हे वरील माहितीवरून पटण्यासारखे नाही. वादाकरिता ते खरे मानले तरी, परिस्थिती ताब्यात ठेवण्यासाठी त्यांनी काय प्रयत्न केले, असा प्रश्न उपस्थित होतो. त्यांच्या तालावर नाचणारे त्यांचे सगळे सहकारी आणि अनुयायी पाकिस्तानच्या निर्मितीनंतर एकाएकी त्यांना जुमानिनातसे झाले की काय? 'डॉन'चे संपादक अल्ताफ हुसेन अथवा सरहद्द प्रांताचे मुख्यमंत्री अब्दुल कय्युमखान ही माणसे जिनांना डिक्टेट करीत होती, असे भासविणे म्हणजे जिनांचे नेतृत्व अतिशय दुबळे होते, हे सांगण्यासारखे आहे. जिनांच्या नेतृत्वात असा दुबळेपणा कोठेच दिसत नाही. असलाच तर ताठरपणा दिसतो.

आपण असे मानले की, वेगळ्या राष्ट्राचे उद्दिष्ट साध्य होण्यासाठी त्यांनी हिंसात्मक मार्ग वापरले आणि ते साध्य होताच हळूहळू हिंदूविरोधी भूमिका बदलायला प्रारंभ केला, तरी काही प्रश्न अनुत्तरितच राहतात. विशेषत: संस्थानांसंबंधी त्यांनी फाळणीनंतर स्वीकारलेले धोरण जिनांच्या या जुळते घेण्याच्या प्रवृत्तीची ग्वाही देत नाही. संस्थानिकांना सार्वभौमत्व प्राप्त झाले आहे, ही त्यांनी भूमिका घेतली. मात्र, जुनागड येथील प्रजेला न विचारता सामील करून घेतले. हैदराबादला स्वतंत्र राहण्यास चिथावणी दिली. मात्र, काश्मीरमध्ये भारतीय सैन्याने प्रवेश करताच ही निव्वळ बनवाबनवी आहे, असा आरडाओरडा करायला सुरुवात केली. तर मग काश्मीरच्या जनतेच्या अधिकाराची भाषा जिना का बोलू लागले? तेथील जनता मुस्लिम होती म्हणून? आणि जिनांच्या मते इतर संस्थानिकांना जे अधिकार होते ते काश्मीरच्या महाराजाला का नकोत? तो हिंदू होता म्हणून? जिनांच्या संस्थानिकांना स्वातंत्र्य जाहीर करावयास चिथावणी देणाऱ्या भूमिकेमागील उद्दिष्टे कोणती? भारताबरोबर चांगले संबंध प्रस्थापित करण्याच्या त्यांच्या जाहीर केलेल्या उद्दिष्टांशी ही धोरणाविषयक उद्दिष्टे कितपत सुसंगत होती? जिनांना फाळणीनंतर जुने वाद संपवायचे होते असे म्हणणाऱ्यांनी या प्रश्नाची नीट उत्तरे दिलेली नाहीत. वस्तुस्थिती अशी आहे, की ही उत्तरे शोधली तर जिनांना हे वाद संपवायचे नव्हते, हा निष्कर्ष काढावा लागेल. दि. ३ जून १९४७ च्या योजनेप्रमाणे निर्माण झालेल्या पाकिस्तानच्या आकाराने जिनांचे समाधान झाले नव्हते. दावा करायला आता मुस्लिम बहुसंख्याक प्रदेश उरले नव्हते. बंगालच्या आणि पंजाबच्या सीमारेषेसंबंधी रॅडक्लिफ यांनी दिलेला निवाडा मान्य करण्यावाचून गत्यंतर नव्हते. कारण तो मान्य करण्याचे बंधन दोन्ही सरकारांकडून

माउंटबॅटन यांनी आधीच घेतले होते. म्हणजे पाकिस्तानला अधिक प्रदेश हवे असतील तर ब्रिटिशांनी संस्थानिकांना जे सार्वभौमत्व बहाल केले त्याच्या कायदेशीरपणाची ढाल पुढे करून भारताचे शक्य तितके विघटन करणे आणि त्याला दुबळा बनविणे एवढेच आता जिनांना करता येणे शक्य होते आणि ती संधी त्यांनी सोडलेली नाही. संस्थानिकांच्या सार्वभौमत्वाची भूमिका त्यांना फक्त काश्मीरबाबतीत अडचणीची होती. ही अडचण आपण पार पाडू, असे त्यांना यासंबंधीचे त्यांचे अखेरचे पवित्रे पाहता वाटत होते. जिनांना येनकेनप्रकारेण सर्वगुणसंपन्न दाखविण्याच्या दृष्टीने झपाटलेल्या काही मंडळींनी काश्मीर पाकिस्तानात यावे म्हणून जिनांनी एक प्रतिशह म्हणून जुनागडचे सामीलीकरण करून घेतले. वस्तुत: त्यात त्यांना प्रादेशिक आकांक्षा नव्हती, असा शोध लावला आहे; परंतु काश्मीरकरिता जुनागडमध्ये प्रतिशह म्हणून जिना गेले याला घटनांचा क्रम पाहता पुरावा सापडत नाही. वस्तुत: माउंटबॅटन यांनी संस्थानांसंबंधी दोन्ही देशांनी समान धोरण ठेवावे याकरिता आधी प्रयत्न केले होते आणि काँग्रेसच्या वतीने वल्लभभाई आणि मुस्लिम लीगच्या वतीने श्री. निश्तार यांनी त्याला मान्यता दिली होती. या अलिखित समझोत्याप्रमाणे एका देशाच्या अंतर्गत असलेल्या संस्थानांना दुसऱ्या देशाने सामील करून घ्यायचे नाही आणि सीमेवरील संस्थानांबाबत जनतेच्या इच्छांची दखल घ्यावयाची असे त्यात ठरले होते. जुनागड सामील करून घेऊन पाकिस्तानने या अलिखित कराराचा प्रथम भंग केलेला आहे. वस्तुत: हा करार पाळल्यामुळे पाकिस्तानला काश्मीरवर दावा करणे अधिक सोईस्कर होते. पाकिस्तानने संस्थानांसंबंधी जनतेच्या इच्छा प्रमाण मानल्या असत्या तर भारत व पाकिस्तान यांच्यात पुढे कटुताच निर्माण झाली नसती; परंतु केवळ काश्मीर मिळविणे इतके मर्यादित उद्दिष्ट जिनांचे नसल्यामुळेच भारत-पाकिस्तान संबंध पुढे कटु बनले आहेत. जिनांना काश्मीर पाकिस्तानात सामील करून घ्यायचे होतेच, त्याचप्रमाणे हैदराबाद, त्रावणकोर, जुनागड इत्यादी संस्थानांनी स्वातंत्र्य पुकारावे किंवा पाकिस्तानात तरी सामील व्हावे असेही त्यांचे मनसुबे होते. संस्थानिकांना स्वातंत्र्य पुकारण्याचा हक्क आहे, त्यांच्यावर कोणी दडपण आणता कामा नये, असे म्हणत असतानाच काश्मीरमध्ये त्यांनी टोळीवाल्यांना घुसविले होते. प्रथम त्यांनी जुनागड पाकिस्तानात समील करून घेतले. यासंबंधी माउंटबॅटन यांनी लियाकत अलीखान यांना विचारले असता भारत सरकारने हवे तर युद्ध करावे, असे उद्दाम उत्तर त्यांनी दिले. हैदराबाद संस्थानाशी भारत सरकारच्या जैसे थे कराराच्या वाटाघाटी तेव्हा चालू होत्या. जिनांनी सप्टेंबरच्या मध्यावर हैदराबादचे पं. प्रधान मीर लायकअली यांना लाहोर येथे बोलावून जैसे थे करार काही काळ न करण्याचा सल्ला दिला. कारण महिनाभरात काश्मीरमध्ये टोळीवाले घुसणार होते आणि एकदा श्रीनगर हाती

आल्यानंतर हैदराबादच्या स्वातंत्र्याची घोषणा करण्याचा इशारा जिना देणार होते. कारण मग जिना वापरीत असलेली संस्थानिकांच्या कायदेशीर सार्वभौमत्वाची भाषा वापरून प्रतिशह म्हणून काश्मीर भारतात सामील करून घेण्याचा डाव खेळायला भारताच्या हातात पत्ताच राहत नव्हता. जिनांचे भारताच्या विभाजनाचे हे बेत फसले. कारण नेहरूंनी हे मनसुबे ओळखले व प्रतिडावपेचाने ते हाणून पाडले. त्यांनी काश्मीरचे सामीलीकरण करून घेतले आणि तिथे सैन्य घातले. त्यानंतर हैदराबादने जैसे थे कराराला मान्यता दिली आहे. कारण आता जिनांच्या डावपेचाला यश येत नाही, हे हैदराबाद सरकारच्या लक्षात येऊन चुकले होते. काश्मीरमध्ये भारताने सैन्य पाठवून झाल्यानंतर झालेल्या भेटीत माउंटबॅटन यांनी 'आपण जुनागड का सामील करून घेतले?' असा प्रश्न जिनांना विचारला, तेव्हा 'मला न विचारताच ते करण्यात आले,' असे जिनांनी उत्तर दिले. जिनांच्या या उत्तरावर धर्मनिरपेक्षतेच्या श्रद्धेआड लपणारी भोळसट मंडळीच विश्वास ठेवतील.

भारतीय उपखंडाच्या राजकीय रंगमंचावर, संस्थानांच्या विलिनीकरणाच्या पार्श्वभूमीवर या ज्या नाट्यमय घटना घडल्या, त्यात पाकिस्तानला भारताने संपूर्णपणे चीत केले आणि जुनागड, हैदराबाद, काश्मीर ही तिन्ही संस्थाने आपल्याकडे आणण्याच्या प्रयत्नात पाकिस्तानला तिन्ही गमवावी लागली. जिनांनी भारताच्या विघटनाचे हे डावपेच टाकले नसते आणि अधिक प्रदेशाची हाव धरली नसती तर कदाचित काश्मीर त्या परिस्थितीत आपसुकच पाकिस्तानात गेले असते.

गंमत अशी, की भारताच्या काश्मीरविषयक धोरणावर भाष्य करणाऱ्यांनी काश्मिरी जनतेच्या इच्छा भारताने अजमावण्याचे दिलेले वचन न पाळल्याबद्दल टीका करताना जिनांच्या संस्थानिकांना सार्वभौम हक्क आहेत, या भूमिकेवर टीकेचा एक शब्दही उच्चारलेला नाही. हैदराबाद व जुनागड संस्थानांना फुटून निघण्यास उत्तेजन देत असल्याबद्दल त्यांना दोष दिलेला नाही. माउंटबॅटन यांनी घडवून आणलेला वल्लभभाई-निश्तार समझोता जिनांनी प्रामाणिकपणे अमलात आणलेला नाही, याबद्दलही त्यांनी काश्मीरच्या वादाच्या संदर्भात उल्लेख केलेला नाही. काश्मीरसंबंधी भारताचे पवित्रे हे जिनांचे भारताचे विघटन करण्याच्या आधीच्या पवित्र्यांच्या संदर्भात होते. हा संदर्भ मुद्दामच टाळून काश्मीर प्रश्नावरील भारताच्या टीकाकारांनी नेहरूंना दोष देण्याचा प्रयत्न केला आहे. कारण जिना धर्मनिरपेक्ष होते, समंजस होते, भारत आणि पाकिस्तान या देशांत त्यांना सामंजस्य निर्माण करावयाचे होते, अशी खोटी प्रचारी भूमिका घेतल्यानंतर हा सगळा इतिहास दडवून ठेवण्याखेरीज या मंडळींपुढे गत्यंतरच नव्हते.

जिनांनी निर्माण केलेले पाकिस्तानही आज राहिलेले नाही. त्यांच्या मुस्लिम

राष्ट्रवादाच्या कल्पना मध्ययुगीन होत्या आणि आजच्या आधुनिक राष्ट्रवादाच्या कल्पनांशी त्यांचा संघर्ष होणे कधी ना कधी शक्य होते. पाकिस्तानचे विभाजन हा जिनांच्या मध्ययुगीन मनाची ठेवण स्पष्ट करणारा पुरावा आहे. वस्तुतः जिनांचे अपयश हे मुस्लिम समाजधारणेने आणि संस्कृतीने मानवी श्रद्धा जोपासण्याच्या बाबतीत मिळविलेल्या अपयशाचे प्रतीक आहे. जीना हे मुसलमानातील कमीत कमी धर्म पाळणारे आणि जास्तीत जास्त मुसलमान मागे असलेले नेते होते. कमीत कमी धर्म पाळणारा, जास्तीत जास्त धर्मानुयायी आपल्या मागे आणतो, हा विरोधाभास मुस्लिम समाजाच्या मानसिक ठेवणीतील विरोधाभासाचेच प्रतीक आहे. आधुनिकतेचे आणि पाश्चात्य संस्कृतीचे प्रहार होत असलेला हा समाज केवळ बाह्यतःच वेषभूषेच्या संदर्भात बदललेला आहे. अंतर्यामी तो इस्लामच्या जेहादच्या प्रेरणेने भारावलेला आहे. ख्रिश्चन समाजाप्रमाणे या समाजात धर्ममूल्यांना मानवी मूल्यांच्या उच्च पातळीवर नेण्याचे कार्य झालेलेच नाही. हिंदू अजूनही या बाबतीत ख्रिश्चनांची बरोबरी करू शकले नसले तरी मानवी मूल्यांसाठी हौतात्म्य पत्करणारे गांधी हे हिंदू समाजाने मानवी मूल्यांच्या आदरासाठी चालविलेल्या धडपडीचीच प्रतीके आहेत. अशी धडपडच इस्लामी जगतात कोठे दिसत नाही. भारतीय उपखंडातील मुस्लिम समाजात ती असणेच शक्य नव्हते. जिना या धर्ममूल्ये आणि मानवी मूल्ये यांचा अद्यापही संघर्ष बाळगणाऱ्या समाजाचे नेतृत्व करीत होते आणि म्हणूनच मुस्लिम समाजाचे नेतृत्व करायचे तर त्यांना धर्मनिरपेक्ष बनणेच शक्य नव्हते.

आणि तरीही जिनांना येशूच्या पातळीवर बसवून ठेवण्याचे प्रयत्न भारतातील भोंगळ उदारमतवादी करताना दिसतात. याची कारणे हिंदू मनाच्या ठेवणीत शोधावी लागतील. जगात सर्व भले, मंगलमय असावे असे हिंदूंना वाटत असते. त्यांच्या संन्यस्त तत्त्वज्ञानाशी या मनोवृत्तीचा फार संबंध आहे. म्हणूनच तो जे अमंगल आहे, जे वाईट आहे, ते मंगल, चांगले कसे आहे ते सांगू लागतो. म्हणूनच हिंदू धर्माने जगाला तत्त्वज्ञानाचा वारसा ठेवला आहे हे तो सांगत असतो. हे सांगताना खरे म्हणजे त्याला हिंदू समाजाच्या समाजव्यवस्थेच्या कुरूपतेकडे आणि दोषांकडे दुर्लक्ष करायचे असते, ती कुरूपता विसरून जायची असते. मुस्लिम समाज हा गेली काही वर्षे त्यांच्याशी भांडतो आहे; परंतु या वस्तुस्थितीकडे दुर्लक्ष करून भांडण हे भांडणच नाही, असे त्याला सांगायचे असते. तसे सांगायचे तर जिना हे जिना नाहीतच, हे सांगणे क्रमप्राप्तच आहे. जग जसे त्याला हवे आहे तसे ते आहे, असे सांगण्याचा असा एक हा हास्यास्पद अट्टाहास आहे. हा अट्टाहास त्यांनी सोडून दिला तर बरे होईल. त्यामुळे ते आपल्या समाजाचे आणि इतरांचे भले करतील!

■

सामान्य माणसाची मोडतोड होत आहे काय?

आपल्या स्वातंत्र्याचे रौप्यमहोत्सवी वर्ष दि. १५ ऑगस्टच्या स्वातंत्र्यदिनी आपण साजरे करीत आहोत. पंचवीस वर्षांच्या या काळात एक नवी पिढी उदयाला आली आहे. स्वातंत्र्यात जन्मलेल्या या पिढीवरील संस्कार वेगळे आहेत. ही पिढी अधिक आत्मविश्वासाने आपल्या आणि आपल्या देशाच्या समस्यांकडे पाहते आहे. गेल्या पंचवीस वर्षांत अनेक स्थित्यंतरे पाहत असताना हा आत्मविश्वास सतत दिसून आलेला आहे. राजकारणाची सूत्रेदेखील आता एका नव्या पिढीने घेतली आहेत.

हा बदल शांततामय मार्गाने झाला आहे, ही माझ्या मते फार महत्त्वाची बाब आहे. साधारणत: नवस्वतंत्र झालेल्या आफ्रो-अशियाई देशांत क्वचितच लोकशाहीच्या शांततामय मार्गाने सत्तांतर झालेले आढळते. यामुळेच मी भारताच्या भवितव्याविषयी आशावादी आहे.

स्वातंत्र्यामुळे सर्वत्र नव्या शक्ती उदयाला आल्या. त्यांची प्रेरणा स्वातंत्र्याच्या चळवळीत निर्माण झाली होती. आपल्याला स्वतंत्र व्हायचे होते. याचे कारण स्वतंत्र असणे हा आपला जन्मसिद्ध हक्क आहे असे आपण मानत होतो; परंतु आपल्या स्वतंत्र होण्याच्या इच्छेमागे इतरही प्रेरणा होत्याच. आपल्या देशाचे भवितव्य आपल्या हाती आल्याखेरीज आपण या देशातील जनतेचे शतकानुशतकाचे दारिद्र्य घालवू शकणार नाही, अशी आपली श्रद्धा होती. याकरिता आपल्याला राष्ट्रउभारणीचे कार्य हाती घ्यावे लागले. यामुळे कधी नव्हे ती भारतात प्रथमच प्रचंड प्रमाणात औद्योगीकरणाची प्रक्रिया निर्माण झाली. प्रथमच आर्थिक शक्तींना भारतीय राजकारणात अग्रक्रम मिळाला. परंपरागत भारतीय समाजाला याचे फार मोठे धक्के जाणवू लागले– जाणवत आहेत. या प्रक्रियेचे होणारे दूरगामी परिणाम आज सहसा आपल्या लक्षात येत नाहीत; परंतु ते समजून घेतले पाहिजेत. हे बदल लक्षात येत नाहीत, याचे कारण वरवर तरी आपल्या समाजजीवनातील तणाव कायम असल्याचे दिसून येतील. हिंदू-मुस्लिम दंगे अद्यापही होत असल्याचे खेदजनक दृश्य दिसते. भाषिक संघर्षाला

तीव्र धार चढते. राजकारणात आणि समाजकारणात जाती धुमाकूळ घालताना दिसतात. सामाजिक विषमतेचे प्रश्न आपण अजून सोडवू शकलो नसल्याचे, अजूनही हरिजनांवर अत्याचार होत असल्याचे वाचून जाणवते. सामान्यतः अजूनही आपल्यात धर्मांचे, भाषांचे आणि जातींचे कळप म्हणून वावरण्याची प्रवृत्ती दिसून येते.

जुनी समाजरचना कोसळत आहे

तथापि, तळाला कोठेतरी हा सर्वच भारतीय समाज स्वातंत्र्यलढ्याच्या प्रक्रियेने ढवळला जात आहे, हे वरील परंपरागत चित्र बाजूला ठेवून ध्यानी घेणे आवश्यक आहे. एक तर औद्योगीकरणाच्या आणि विकासाच्या प्रक्रियेने नवे वर्ग उदयाला येत आहेत. याचा ताण जुन्या सामाजिक चाकोरीवर निश्चितपणे पडत आहे. साधारणतः नवा उदयाला आलेला औद्योगिक वर्ग, शहरी प्रचंड प्रमाणातील पांढरपेशा वर्ग आणि उरलेला जवळजवळ सत्तर टक्के ग्रामीण दरिद्री शेतकरीवर्ग असे तीन वर्ग अधिक प्रकर्षाने दिसू लागले आहेत. याच्या जोडीला एक अतिशय छोटा परंतु सामर्थ्यशाली असा नवा उद्योगपतींचा वर्गही उदयाला आला आहे. यांचे सर्वांचे आर्थिक हितसंबंध परस्परविरोधी आहेत, तर कधी ते परस्परविरोधी नाहीत. साधारणतः ग्रामीण वर्ग हा दारिद्र्यात पिचलेला, परंपरागत, या नव्या प्रेरणा न जाणणारा आणि कमालीचा सोशिक असाच आहे. पांढरपेशा वर्ग एकूण प्रगतीच्या प्रवाहाविषयी कमालीचा अनासक्त आणि वांझोटी चीड बाळगणारा आहे. या देशात वाटोळे चालू आहे. फक्त तो कारकुनी करण्यात अडकला नसता तर त्याने देशाला ऊर्जितावस्था आणून दिली असती, अशा अहंमन्य थाटाने या देशाच्या समाजजीवनाविषयी निराशेचे सूर काढणारा आहे. नवा श्रीमंत वर्ग आपल्या श्रीमंतीचे प्रदर्शन करण्यात मश्गूल आहे. म्हणूनच तो नव्याने खरेदी केलेला रेफ्रिजरेटर स्वयंपाकघरात ठेवण्याऐवजी तो सर्वांना दिसावा म्हणून दिवाणखान्यात ठेवतो! या तीन वर्गांत आता सर्वच जातिधर्मांची आणि भाषांची माणसे सामील झाली आहेत. जुनी समाजव्यवस्था अशा रीतीने विस्कळीत होत आहे. आजचे तणाव हे याचे निदर्शक आहेत.

नवेच प्रश्न

आणि म्हणून स्वातंत्र्योत्तर काळात आपसातील वाद वाढले, असा जो समज झालेला आहे तो बरोबर नाही. स्वातंत्र्यपूर्व काळातही वाद होते. १९३७ साली मद्रासमध्ये पहिल्या काँग्रेस मंत्रिमंडळाने हिंदीचा पुरस्कार केला तेव्हा त्याविरुद्ध निषेध मोर्चा निघाला होता. हिंदू-मुसलमान तणाव किती होता, हे आता येथे सांगण्याची आवश्यकता नाही. इतर भाषिकवाद नव्हते असे नव्हे. खरे म्हणजे

आपल्याला स्वातंत्र्य नव्हते आणि कसलेही अधिकार नव्हते. त्यामुळे आपण वाद करीत नव्हतो. ज्या क्षणी अधिकार मिळाले त्या वेळी भाषावार प्रांतरचना झाली पाहिजे, असे आपण मानू लागलो. आणि म्हणून कोणता प्रदेश कोणत्या भाषिक गटात टाकावा यासाठी भांडत राहिलो. ही प्रक्रिया एक प्रकारे अगदी स्वाभाविक आहे असे मला वाटते. एक तर आज ज्याबद्दल आपण भांडत आहोत ते प्रश्नच स्वातंत्र्यपूर्व काळात नव्हते. आपली मने स्वातंत्र्य मिळविण्याच्या दृष्टीने भारली गेली होती. ते मिळाल्यानंतर या खंडप्राय देशातील कोट्यवधी जनतेला तिच्या भविष्याबद्दल दिलासा देण्याचे कार्य करावे लागले. सुमारे सोळा भाषिक गट आणि विविध धार्मिक समूह, वंशगटाचे लोक या सर्वांना समानतेच्या एका धाग्यात गुंफण्याचे एक प्रचंड आव्हान आपल्यासमोर उभे राहिले.

भारतात हा एक अभूतपूर्व नवीन प्रयोग होता. लोकराज्य असे यापूर्वी कधी भारताने अनुभवलेच नव्हते. आता होणारी भारताची जडणघडण या देशातील जनताच करणार आहे. या एका क्रांतिकारक ऐतिहासिक परिवर्तनाचे परिणाम आपल्यातील तणाव अधिक उफाळून येण्यात व्हावेत, हे एक प्रकारे नैसर्गिक होते व आहे.

हे तणाव कधी वाढलेले तर कधी कमी झालेले दिसतील. पं. नेहरूंच्या नेतृत्वाखालील स्थिर राजवट असताना तणाव फारसे वाढत नव्हते. त्यांच्या निधनानंतर आलेल्या अस्थिरतेच्या काळात प्रचंड प्रमाणात भाषिक आणि धार्मिक फुटीर चळवळी उदयाला आल्या. मुस्लिम जातीयवादी राजकारणाला तेव्हा लागलेली गती, पंजाबमध्ये शिखांच्या अकाली पक्षाला मिळालेले बहुमत आणि दक्षिणेत द्र.मु.क. या पक्षाला मिळालेली सत्ता ही याची उदाहरणे आहेत. काँग्रेसच्या फाटाफुटीच्या काळात वेगळेच आर्थिक आणि राष्ट्रीय प्रश्न उभे केले गेले. दारिद्र्य हटविण्याचा प्रश्न पंतप्रधानांनी राष्ट्रीय पातळीवर मांडला. त्यामागील प्रामाणिकपणा किती आणि राजकीय संधिसाधूपणा किती, हा वाद बाजूला ठेवला तर मूलभूत आर्थिक आणि राष्ट्रीय समस्यांनी सबंध देशातील जनतेला एकत्र जोडता येते, त्यांच्यातील भाषिक आणि धार्मिक भेद कमी करता येतात हे दिसून आले. आणि ही बाब आपल्या देशाचे भवितव्य उज्ज्वल आहे, असे मानायला माझ्यासारख्याला पुरेशी वाटते.

यामुळेच आपल्या मतभेदांचा आपण फारसा बाऊ करण्याचे काही कारण नाही. याचा अर्थ हे मतभेद अथवा तणाव नष्ट करण्यासाठी आपण काही करण्याची जरुरी नाही, असाही होत नाही. आपला समाज सुसंघटित, एकात्म कधीही नव्हता. त्याच्या विघटनाच्या प्रचंड शक्ती अस्तित्वात आहेत, हे गृहीत धरूनच आपली वाटचाल करावयाची आहे. स्वातंत्र्याच्या गेल्या पाव शतकात आपण या दिशेने निश्चित पुढे पावले टाकली आहेत, असे मला वाटते.

स्नेहबंध मजबूत होत आहेत

यासंबंधी या पंचवीस वर्षांतील प्रक्रियांमुळे निर्माण झालेले ऐक्याचे बंध हळूहळू कसे साकार होत आहेत, हे आपण अजून लक्षात घेत नाही. नव्याने उदयाला आलेल्या उद्योगपतींना त्यांच्या हितसंबंधाखातर का होईना भारताचे ऐक्य टिकायला हवे आहे. प्रचंड प्रमाणात सामान्य माणसे प्रवास करू लागली आहेत. यामुळे आपोआपच आपला राष्ट्रीय दृष्टिकोन बदलण्यास मदत होत आहे. शंभर भाषणांनी जे शक्य होणार नाही ते सामान्य माणसे दोन परप्रांतांत प्रवास करून आल्याने घडत आहे. हळूहळू भाषिक आणि धार्मिक उपराष्ट्रीयत्वाच्या कल्पना त्यामुळे बोथट बनत आहेत. औद्योगिकरणामुळे प्रचंड प्रमाणात स्थलांतरे घडत आहेत. एका प्रांतातील हजारो माणसे दुसऱ्या प्रांतात जाऊन नोकरी-व्यवसाय करू लागली आहेत. काही नव्याने स्थापन झालेल्या (उदा. भिलाई, रुरकेला इ.) औद्योगिक शहरांत तर हे प्रकर्षाने जाणवते. वीज आणि जलसिंचनाच्या प्रचंड योजनांनीदेखील एकमेकांना जवळ आणण्याची प्रक्रिया मजबूत केली आहे. हळूहळू भारतात विजेचे एकच ग्रिड होणार आहे. याचा अर्थ केरळात विजेची टंचाई भासल्यास भारतातील कोणत्याही भागातील जादा विजेचा पुरवठा तेथे करता येईल. एक प्रकारे हे परावलंबित्व आपल्याला एकमेकांच्या जवळ यायला साहाय्यभूत ठरत आहे.

या प्रक्रियेत खंड पडू शकेल असे धोकेही आपल्यापुढे निश्चित आहेत. लोकशाहीच्या शांततामय मार्गाने आपण आपले तीव्र होत असलेले आर्थिक प्रश्न सोडवू शकतो की नाही, यावर माझ्या मते आपले भवितव्य ठरणार आहे. ते सोडवू शकलो नाही तर विघटनाच्या दबत असलेल्या शक्ती पुन्हा प्रचंड प्रमाणात उफाळून आल्याखेरीज राहणार नाहीत.

■

धर्मनिरपेक्षता : पूर्वपीठिका आणि आशय

स्वातंत्र्य मिळाल्यावर आपल्या देशाने धर्मनिरपेक्ष (सेक्युलर) राज्यघटना मान्य केली, याचे महत्त्व जनतेला समजावून सांगण्याचे कार्य आपल्या नेत्यांनी केलेले नाही. याचा परिणाम असा झाला आहे की, धर्मनिरपेक्षतेविषयी एक प्रकारची तुच्छता आणि नापसंती सर्वसामान्य लोकांत आढळून येते. दुर्दैवाने हिंदू-मुसलमानांच्या प्रश्नाच्या संदर्भात आपल्या धर्मनिरपेक्ष राज्यव्यवस्थेचा विचार करण्यात येतो. गेल्या पाऊणशे वर्षांचा हिंदू-मुस्लिम संबंधांचा इतिहास आणि त्यानंतर देशाची झालेली फाळणी यामुळे धर्मनिरपेक्षतेचा प्रचार करताना ही पार्श्वभूमी मनात येणे एक प्रकारे स्वाभाविक आहे.

पहिली गोष्ट अशी की धर्मनिरपेक्षतेचा आणि या देशाच्या राष्ट्रवादाचा प्रत्यक्ष काही संबंध नाही. या देशाचा राष्ट्रवाद धर्मप्रधान राष्ट्रवाद असावा की या देशाच्या प्रादेशिक एकतेवर आणि गतेतिहासावर आधारलेला असावा, हा खरा वाद आहे. हिंदूंच्या एका गटाला असे वाटते, की मुसलमानांची फाळणीची मागणी मान्य केली गेल्यानंतर या देशाचा राष्ट्रवाद हा धर्मप्रधान राष्ट्रवादच असला पाहिजे, तर काहींना असे वाटते की, हे प्राचीन काळापासून हिंदुराष्ट्र म्हणून अस्तित्वात आहे. दरम्यानचा मुस्लिम सत्तेचा आणि ब्रिटिशांच्या अधिसत्तेचा काळ हा हिंदूंच्या दृष्टीने पारतंत्र्याचा काळ होता. एका अर्थाने हे हिंदुराष्ट्र परतंत्र झाले होते आणि आता पुन्हा हिंदुराष्ट्र म्हणून त्याची उभारणी केली पाहिजे.

याच्या अगदी विरुद्ध नव्वद टक्के मुसलमानांचा इतिहासाकडे पाहावयाचा दृष्टिकोन असतो. त्यांच्या दृष्टीने मुसलमान येथे येण्यापूर्वी या देशाला इतिहासच नव्हता. या देशाचे राजकीय एकत्रीकरण झाले नव्हते. या देशाचा खरा इतिहास मोगल काळापासून सुरू झालेला आहे. एक प्रकारे या देशाला आम्ही जिंकलो, येथील जनतेला उच्च संस्कृती, कला इत्यादींचा परिचय करून दिला आणि म्हणून या देशावर आमचाच हक्क आहे, असे ते प्रतिपादन करतात. याच दृष्टिकोनातून

देशाची फाळणी झालेली आहे. मोगल गतेतिहास हा पाकिस्तानच्या मागणीचा पाया होता व आहे.

हिंदू आणि मुसलमानांच्या ऐतिहासिक दृष्टिकोनाचा हा उल्लेख या देशाच्या राष्ट्रवादाचे स्वरूप समजावून देण्यासाठी मी केला आहे. कारण राष्ट्रवाद आणि धर्मनिरपेक्षता यांची आपण सतत गल्लत करीत आहोत. एखादे राष्ट्र एकाच धर्माच्या प्रजाजनांचे असूनदेखील धर्मनिरपेक्ष असू शकेल आणि भिन्नधर्मीय नागरिक राहत असलेल्या एखाद्या राष्ट्राच्या राष्ट्रवादाचा पाया धार्मिक असू शकेल. म्हणून या देशाचा राष्ट्रवाद कसा असावा, याची चर्चा मी करू इच्छित नाही. मी व्यक्तिशः मात्र प्रादेशिक आणि गतेतिहासावर आधारलेला राष्ट्रवाद असावा, असे मानतो. गतेतिहासावर म्हणजे इतिहासातील एका विशिष्ट कालखंडावर आधारलेला नव्हे.

माझ्या दृष्टीने भारताच्या गेल्या पाच हजार वर्षांच्या इतिहासातून जी राष्ट्रीय समान भावना निर्माण झालेली आहे, ती या देशाच्या राष्ट्रवादाचा पाया असावी, असे मला वाटते. कारण या उपखंडातील (ज्यात पाकिस्तानचाही अंतर्भाव होतो.) प्रजाजनांत एक समान भावना अस्तित्वात आहे. तशी ती नसती तर पाकिस्तानातील दंगलीनंतर तेथील हिंदू भारतात आश्रयाला आले नसते. ते नेपाळला गेले असते. ते नेपाळला जात नाहीत, भारतात येतात. याचे कारण ते हिंदू आहेत हे नव्हे. ते हिंदी हिंदू आहेत, हे आहे. आणि हेच या उपखंडातील मुसलमानांनाही लागू पडते. हिंदी मुसलमानांचे एक वेगळे राष्ट्र आहे, अशी जिनांनी घोषणा केली. मुसलमानांचे वेगळे राष्ट्र आहे असे ते म्हणत नव्हते. याचा अर्थ असा होतो, की भारतीय मुसलमानांत आपसात काहीतरी समानत्व आहे. हिंदूंचे आपसात काहीतरी समानत्व आहे आणि ते भारतीय समानत्व हे आहे. हे हिंदू-मुसलमानातील समानत्व जिना नाकारीत होते. थोडक्यात हे एक राष्ट्र आहे, हे जिना नाकारीत होते. तथापि, राष्ट्र नसलेल्या या प्रदेशात सर्वत्र विखुरलेल्या मुसलमानांचे मात्र एक वेगळे राष्ट्र आहे, असाही त्यांचा दावा होता. ही एक हास्यास्पद विसंगती आहे. भारतीय समानत्व नाकारणे आणि त्याच भारतीयत्वाच्या आधारावर मुसलमानांत एक समानत्व निर्माण करणे, हा पाकिस्तानी राष्ट्रवादाचा पाया आहे. म्हणून भारत-पाक संबंध हे सतत तंग राहिले आहेत. जोपर्यंत पाकिस्तानी राष्ट्रवाद या पेचप्रसंगातून बाहेर पडत नाही, तोपर्यंत भारत-पाक संबंध असेच ताणलेले राहणार आहेत. ज्या क्षणी हा पेचप्रसंग सोडवला जाईल, त्या क्षणी पाकिस्तानच्या वेगळ्या अस्तित्वाला आधार उरणार नाही. असा हा दुसरा पेचप्रसंग आहे. आपला देश एकत्र ठेवण्यासाठी आणि वेगळे अस्तित्व राखण्यासाठी हा पेचप्रसंग कायम ठेवण्याचा प्रयत्न पाकिस्तानात दीर्घकाळ केला जाणार आहे.

भारताला राष्ट्र या नात्याने एकत्र ठेवण्यासाठी अशा नकारार्थी राष्ट्रवादाची जरुरी आहे, असे मला वाटत नाही. आपल्यामध्ये जे समान भारतीयत्व आहे ते अधिक जोपासण्याचा खरा म्हणजे आपल्यापुढे प्रश्न आहे. ज्या हिंदू मित्रांना या देशाचा राष्ट्रवाद धर्मप्रधान असावा, असे वाटते त्यांच्याशी या कारणासाठीच मी असहमत आहे. त्यामुळे भारताचे हित होणार नाही, असे मला वाटते. तथापि, उद्या या देशाला धर्मप्रधान राष्ट्रवादाचे अधिष्ठान येथील बहुसंख्य जनतेने दिले तर एक लोकशाहीप्रेमी नागरिक म्हणून मी तो निर्णय मान्य करीन.

या देशाच्या राष्ट्रवादाविषयी एवढी चर्चा केल्यानंतर आता धर्मनिरपेक्षतेकडे वळणे योग्य ठरले. धर्मनिरपेक्षता (सेक्युलर) हा शब्द आपल्याकडे फार सवंग बनलेला आहे. वस्तुतः भारतीय राज्यघटनेत या शब्दाचा कोठेही उल्लेख नाही. फ्रान्समध्ये हा शब्द प्रथम उच्चारला गेला. यामागील पार्श्वभूमी आपण लक्षात घेतली पाहिजे. ख्रिश्चन आणि मुसलमान यांच्यात युरोपमध्ये जी 'क्रुसेडम' (धर्मयुद्धे) झाली यातून पुढे राज्यसत्ता आणि धर्मसत्ता यांची फारकत झाली. चर्चचे सार्वभौमत्व राज्यांनी झुगारून दिले. युरोपात ख्रिश्चनांतदेखील वेगवेगळे पंथ उदयाला आले. ते सगळे पंथ आपणच खरे ख्रिश्चन असल्याचा दावा करून इतरांवर अत्याचार करू लागले. युरोपातील जवळजवळ सगळ्या देशांच्या इतिहासाची पाने या क्रूर, धार्मिक असहिष्णुतेच्या वृत्तीतून निर्माण झालेल्या संघर्षाच्या रक्ताने माखली गेली आहेत. यातून मार्ग काढण्यासाठी धर्मनिरपेक्षतेचा आणि शासनाने सर्व नागरिकांना समानतेने वागवावे, त्यांच्यात धर्मावरून, पंथांवरून, वर्णावरून भेदभाव करू नये, असा विचार पुढे आला. धर्मनिरपेक्ष राजवटींचा पाया हा आहे.

मात्र, प्रॉटेस्टंट बहुसंख्य देशांत हा विचार जितका अधिक रुजला तितका कॅथॉलिक बहुसंख्य देशांत रुजला नाही. प्रॉटेस्टंट पंथीयात हा विचार रुजण्याचे कारण वेगळे होते. एक प्रकारे रूढ ख्रिश्चन धर्माविरुद्ध बंड करण्याच्या प्रेरणेने प्रॉटेस्टंट पंथ जन्माला आला. याचा परिणाम असा झाला की, धर्माची कठोर चिकित्सा करणारा एक वर्ग या समाजात निर्माण झाला. व्यक्तिस्वातंत्र्य, धर्मस्वातंत्र्य, मूलभूत मानवी अधिकार, समानत्व या आधुनिक मानवी मूल्यांच्या श्रद्धा बाळगणारांना प्रॉटेस्टंट समाजात अधिक पाठबळ मिळाले. त्याचबरोबर ज्या धार्मिक श्रद्धा आधुनिक आणि विज्ञाननिष्ठ समाज निर्माण करण्याच्या आड येतात त्या बाजूला सारण्यात आल्या. आज आपल्याला असे दिसते की, प्रॉटेस्टंट राष्ट्रे ही लोकशाहीप्रधान राष्ट्रे आहेत आणि तीच आधुनिक, समर्थ आणि शक्तिमान बनलेली आहेत. फ्रान्स वगळला तर सारी कॅथॉलिक राष्ट्रे मागासलेली आहेत आणि तुर्कस्तान वगळला तर उरलेल्या मुस्लिम राष्ट्रांनादेखील जगात फारशी किंमत नाही.

फ्रान्स आणि तुर्कस्तान येथे एका वेगळ्या प्रकारे धर्मनिरपेक्ष समाजनिर्मितीची प्रक्रिया सुरू झाली. फ्रान्समध्ये आधुनिक बनण्याच्या ओढीने कॅथॉलिक समाजाचे आचरण धर्मनिरपेक्ष बनत गेले. आणि ही प्रक्रिया युरोपात सर्वत्र दिसून येते. तेथे घटना धर्मप्रधान असल्या तरी त्यांना सार्वजनिक जीवनात काही अर्थ नसतो. एक प्रकारे समाजाने धर्मनिरपेक्षतेची अशी पातळी गाठली आहे, की सार्वजनिक जीवनातून आणि शासनाच्या पातळीवरून धर्माला काही स्थान ठेवलेले नाही. तुर्कस्तानमध्ये वेगळ्या प्रक्रियेने समाज धर्मनिरपेक्ष बनविण्याचा प्रयत्न केला गेला. हा प्रयत्न तुर्की समाजाला आधुनिक बनविण्याचा प्रयत्न होता. हा समाज आधुनिक बनला नाही, प्रचलित धर्मश्रद्धेच्या गर्तेतून बाहेर पडला नाही तर तुर्कस्तान हा कायमचाच दुबळा राहील. युरोपियन राष्ट्रे त्याचे लचके तोडतील आणि जगाच्या नकाशावर त्याची नाव-निशाणीदेखील राहणार नाही, हे केमाल पाशाने ओळखले.

आपल्याकडे तुर्कस्तानच्या पद्धतीने समाज धर्मनिरपेक्ष बनविण्याचा प्रयत्न चालू आहे. म्हणजे आपण घटनेत तत्त्वत: सार्वजनिक जीवनातून धर्म नाहीसा केला आहे. मात्र, समाजाचे आचरण आणि राज्यघटनेतील धर्मनिरपेक्षतेची तत्त्वे यांच्यात खूप अंतर आहे. तुर्कस्तानात एकतंत्री हुकूमशाही राजवट असल्यामुळे अनेक सुधारणा कठोर दडपशाहीने अमलात आणल्या गेल्या. आपण लोकशाहीचा अंगीकार केला असल्यामुळे धर्मनिरपेक्षतेकडे होणारी आपली वाटचाल मंद आहे. कारण धर्मनिरपेक्ष राज्यव्यवस्था नसावी अशा मताचा प्रचार करण्याचाही लोकशाहीत कोणालाही अधिकार आहे.

वरील विवेचनावरून या देशातील धर्मनिरपेक्ष राज्यव्यवस्था येथे मुसलमान किंवा इतर अल्पसंख्य जमाती आहेत म्हणून अस्तित्वात आलेली नाही, हे स्पष्ट व्हायला हरकत नाही. हा देश समर्थ व्हावा, जगातील शक्तिमान राष्ट्रांच्या पंक्तीला बसावा असे आपल्याला वाटत असेल तर, या देशातील समाज हा शास्त्रीय आणि विज्ञाननिष्ठ दृष्टिकोनावर आधारलेला, भौतिक श्रद्धा बाळगणारा आणि चैतन्यशील बनला पाहिजे, याबद्दल कोणाचे दुमत होईल असे वाटत नाही. याकरता ज्या धर्मश्रद्धा समाज आधुनिक आणि प्रगतिकारक बनविण्याच्या आड येतात, त्या दूर सारण्याची प्रक्रिया पुढे चालविणे म्हणजेच आपण धर्मनिरपेक्षतेकडे वाटचाल करणे आहे.

अशी वाटचाल करावयाची की नाही, हे या देशातील जनतेने आणि विशेषत: बहुसंख्याक समाजाने ठरवावयाचे आहे. आपल्या देशाचे भवितव्य या प्रश्नावर अवलंबून आहे. आपला देश सौदी अरेबिया करायचा की अमेरिकेसारखा

प्रगत बनवायचा, याचे उत्तर देण्याची वेळ आता आलेली आहे. मात्र, सध्या आपल्या देशात धर्मनिरपेक्षतेची जी व्याख्या केली जाते ती या देशाला आधुनिक बनविण्यास उपयोगी पडणारी नाही. आजची व्याख्या जैसे थे परिस्थिती कायम ठेवणारी आहे. तिच्याऐवजी एकसंध समाज बनविणारी आणि केवळ हिंदूंना नव्हे तर सर्व भारतीय समाजाला आधुनिकतेकडे नेईल, अशा चैतन्यशील धर्मनिरपेक्षतेकडे आपण वाटचाल केली पाहिजे. सर्व नागरिकांसाठी धर्मनिरपेक्ष एकच एक नागरी संहिता अमलात आणणे, हे त्या दृष्टीने महत्त्वाचे पाऊल ठरेल.

सांप्रदायिकताविरोध : आणखी काही विचार

प्रा. नरहर कुरुंदकर यांनी सांप्रदायिकताविरोधी समितीला पाठवलेल्या निवेदनाबद्दल त्यांचे अभिनंदन केले पाहिजे. काही प्रश्नांवर बोलणे टाळायची प्रवृत्ती जशी मुसलमानांत निर्माण झाली आहे तशी ती हिंदूंतही झाली आहे. बदमाश मुसलमान आणि ढोंगी हिंदू यांनीच देशात खरा जातीयवाद माजवला आहे, असे माझे मत बनले आहे.

धर्माचा आधुनिक अन्वयार्थ

गेल्या महिन्यात मला आलेला एक अनुभव मी या संदर्भात मुद्दाम सांगू इच्छितो. चिपळूण येथे मी 'हिंदू-मुस्लिम संबंध' या विषयावर बोललो. त्यात मुस्लिम मनोवृत्तीचे माझ्या परीने विश्लेषण करण्याचा मी प्रयत्न केला. माझ्या मते महंमद पैगंबरानंतर दुसरा पैगंबर होणार नाही, या कुराणातील सिद्धान्ताने मुस्लिमांतील वैचारिक परिवर्तन रोखले गेले आहे. या 'पैगंबरानंतर पैगंबर नाही' या सिद्धान्ताला एक प्रकारच्या 'फायनॅलिटी'चे स्वरूप आले आहे आणि ही फायनॅलिटी ज्ञान, विज्ञान, शास्त्र, सामाजिक अवस्था या साऱ्यांना लावली गेली आहे. परिणामी, हिंदूंशी कसे वागावे, हेदेखील या फायनॅलिटीच्या सिद्धान्तावरून ठरले गेले आहे. 'हिंदू धर्म किताबी मजहब' नाही, हा विचार सर्वसाधारण मुसलमान सोडावयास तयार नाही. याकरता आता धर्माचा आधुनिक अन्वयार्थ लावण्यात आला पाहिजे. हा आधुनिक अर्थ मुसलमानांत सामाजिक आणि धार्मिक परिवर्तन घडवूनच आणता येईल. एरवी आणता येणार नाही. धार्मिक सुधारणांच्या बाबतीत आपण तूर्त फारसे काही करू शकणार नाही. तथापि, सामाजिक सुधारणांचा मात्र प्रयत्न करू शकतो. सात स्त्रियांचा मोर्चा हा त्यातील एक प्रयत्न होता. या प्रयत्नांना हिंदू समाजाने पाठिंबा देत राहणे हाच हिंदू-मुस्लिम संबंध सुधारण्याचा तूर्त एक मार्ग आहे; माझ्या या भाषणावर तेथील मुस्लिम समाजात विलक्षण खळबळ माजली असून, हमीद कुराण जुने झाले, टाकून द्या असे म्हणतो, असा प्रचार सुरू झाला

आहे. कुराणावर बोलावयाचाच कोणाला अधिकार नाही, असेही एकाने मला येऊन सांगितले आणि आश्चर्य असे की काही हिंदूंनी त्यांना साथ दिली!

कोरगावकर ट्रस्टची नुकतीच पुण्याला बैठक झाली. या बैठकीत मी हेच विचार मांडले; परंतु आश्चर्य असे की, या बैठकीतच अत्रे गुरुजींसारख्या काही जुन्या गांधीवाद्यांनी त्या विचारांना विरोध दर्शविला. नेहमीप्रमाणे त्यांनी सर्व धर्म समान आहेत, पैगंबरांची शिकवण उदात्तच आहे अशा प्रकारचे भोंगळ विचार मांडले. (वास्तविक, हेही खरे नाही. इस्लाममध्ये स्वत:च्या श्रेष्ठत्वाची कल्पना आहे. कोणीही मनुष्य मुसलमान म्हणून मेला तरच त्याला स्वर्गप्राप्ती होते, ही कल्पना सर्व धर्म समान आहेत या कल्पनेशी कितपत जुळती आहे, हे वाचकांनीच ठरवावे.)

आदर्श वैर!

वास्तविक, हिंदू-मुस्लिम ऐक्याच्या आपल्या साऱ्याच आशा अशा हास्यास्पद कल्पनांवर आधारलेल्या होत्या. गांधीजी स्वत:ला आदर्श हिंदू असल्याचे म्हणवून घेत व साऱ्या हिंदूंनी आणि मुसलमानांनी अनुक्रमे आदर्श हिंदू आणि आदर्श मुसलमान बनावे, अशी त्यांची अपेक्षा असे. दोन्ही आदर्श धर्म आचरणारे बनल्यानंतर त्यांच्यात 'आदर्श' चांगले संबंध प्रस्थापित होतील, अशी त्यांची कल्पना होती; परंतु 'आदर्श चांगले संबंध' प्रस्थापित होण्याऐवजी 'आदर्श वैर' निर्माण झाले. हे असे का झाले, याचा विचार हे गांधीवादी अजूनही करू शकत नाहीत, याचे आश्चर्य वाटते. वस्तुस्थिती अशी आहे की, आदर्शत्वाच्या प्रत्येकाच्या व्याख्या वेगवेगळ्या आहेत. मौ. मौदुदींच्या कल्पनेतील आदर्श मुसलमान जिहादचा पुरस्कार करणारा आहे, तर आझादांच्या कल्पनेतील वेगळा आहे. मुसलमान आझादांच्या कल्पनेतील आदर्श मुसलमान बनतील ही गांधीजींची इच्छित कल्पना होती! झाले मात्र उलटेच. जिनांनी ज्या क्षणी पाकिस्तानची कल्पना मांडली आणि तिच्या समर्थनार्थ हिंदू-मुसलमानांत काहीच समान नाही, हा आपला द्विराष्ट्रवादाचा सिद्धान्त मांडला त्या क्षणी भारतीय उपखंडातील सर्व मुसलमान त्यांच्या छत्राखाली एकत्र झाले. याचे रहस्य आपण आता शोधून काढले पाहिजे. माझ्या मते याचा संबंध फायनॉलिटीच्या सिद्धान्ताशी, तसेच भारताच्या गेल्या एक हजार वर्षांच्या इतिहासातून निर्माण झालेल्या प्रवृत्तीत आहे. भारतीय मुसलमान जेव्हा येथील भाषा आणि संस्कृतीचा अव्हेर करतो तेव्हा त्याच्या मनात त्या भाषा आणि संस्कृती यांच्या पुरातन वारशावर दावा सांगणारा प्रचंड बहुसंख्य (हिंदू) वर्ग तेथे अजूनही अस्तित्वात आहे, याची कळत किंवा नकळत मनात खंत वाटत असते. ही एक मानसिक प्रवृत्ती आहे. ती समजावून घेण्याचा आपण प्रयत्न केला पाहिजे.

इजिप्तमध्ये तेथील पिरॅमिडविषयी आज इजिप्शियन लोकांना वाटणारे प्रेम हे त्या पिरॅमिडचा वारसा सांगणारा आधीचा कोणी शिल्लक उरलाच नाही, या वस्तुस्थितीत आहे.

धर्मनिरपेक्षता

प्रा. कुरुंदकर यांनी केवळ राज्यकर्त्या पक्षालाच या प्रश्नाच्या बाबतीत का दोषी धरावे, हे मात्र कळलेले नाही. भारतातील डाव्या पक्षांचा या बाबतीत प्रमाद कमी नाही. गोहत्याबंदीच्या निदर्शनाबाबत डावे पक्ष खंबीर भूमिका घेऊ शकले नाहीत. कारण मुसलमान जातीयवाद्यांशी त्यांनी मुकाबला करण्याचे सतत टाळले आहे. सर्वधर्मीयांकरता समान नागरी कायद्याची या पक्षांनी हिरिरीने मागणी केली असती तरी ते आज हिंदू जातीयवादाविरुद्ध खंबीर भूमिका घेऊ शकले असते. बनारस विद्यापीठातील हिंदू नाव काढून टाकण्याची मागणी करणारे राज्यसभेतील व लोकसभेतील सर्व सभासद अलीगढ विद्यापीठाच्या प्रश्नावर श्री. छगला एकाकी झगडत असताना मूग गिळून स्तब्ध बसले होते, हे विसरून चालणार नाही. कम्युनिस्ट, सं. समाजवादी आणि प्र. स. वादी यांपैकी कोणीही छगलांना पाठिंबा दिला नाही. मुसलमानांतील धर्मनिरपेक्ष वृत्तीच्या माणसांना हिंदू नेत्यांनी कधीच पाठिंबा दिलेला नाही, हे येथे नमूद करावेसे वाटते. श्री. छगला हे सध्याचे उदाहरण. कमर अहमद या काँग्रेसच्या आमदार मुस्लिम स्त्रीने मुंबईला आम्ही संघटित केलेल्या मुस्लिम स्त्रियांच्या मोर्चात सामील होण्याचे धाडस दाखवले; परंतु त्यांना काँग्रेसचे पुन्हा तिकीट मिळू शकले नाही! अशा परिस्थितीत मुसलमानांतून सुधारणांची प्रेरणा आली पाहिजे, आम्ही त्यांना पाठिंबा देतो, हा वसंतराव नाईक यांनी आम्हाला तेव्हा मुलाखत देताना केलेला दावा खोटा आहे, हे सिद्ध होते.

१९३१ साली गोलमेज परिषदेत बेगम शाहनवाझ या बाईंनी, मुसलमानांचे कायदे आम्ही अबाधित ठेवू, असे गांधीजींनी आश्वासन दिले म्हणून त्यांना विरोध केला होता. दाऊदी बोहरा मध्यस्थ प्रगती मंडळाने चालवलेल्या धर्मगुरूविरोधी चळवळीचीही अशीच शोकांतिका आहे. कुरुंदकरांनी त्यांचे उदाहरण दिलेच आहे. मुसलमान समाजात हे प्रयत्न झाले; परंतु दर वेळी ते तसेच खुंटले. या चळवळी जिवंत राहू शकल्या नाहीत किंवा वाढू शकल्या नाहीत. हिंदूंना या प्रश्नाचे अगत्य नाही. त्यांच्या या प्रश्नाविषयीच्या चुकीच्या कल्पना हे जसे त्याचे कारण तसेच बदलाला रोखणारा मुसलमानांचा फायनॉलिटीचा सिद्धान्त हे त्याचे दुसरे कारण आहे.

सत्य का सांगू नये?

मुस्लिम जातीयवादाविषयी बोलले तर हिंदू जातीयवाद वाढेल, अशा चुकीच्या कल्पना आमच्या नेत्यांनी करून घेतल्या आहेत. म्हणूनच श्री. मधू लिमये जाहीर सभेत, सर्व मुसलमान देशप्रेमी आहेत. युद्धाच्या काळात एकाही मुसलमानाने भारतद्रोह केलेला नाही, असे जाहीर शिफारसपत्र देतात, हे खरे काय? राजस्थानच्या सीमेवरील मुसलमानांनी पाक रझाकारांना आसरा दिला. या प्रकरणी राजस्थान विधानसभेचा काँग्रेसचा एक आमदार पकडला गेला, हे वृत्त प्रसिद्ध झाले आहे. तथापि, मुसलमानांतील जातीयवाद्यांचेच तेवढे उदाहरण द्यायचे व कोणतेही मुसलमान देशनिष्ठ असू शकत नाही, असा सिद्धान्त काढावयाची जशी हिंदू जातीयवाद्यांना सवय लागली आहे तशीच नेमकी उलटी सवय आमच्या देशातील डाव्या पक्षांना आणि काँग्रेसला लागली आहे. परमवीरचक्रविजेता अब्दुल हमीद हाशीम याचेच तेवढे उदाहरण द्यायचे व त्यावरून सर्व मुसलमान समाज देशप्रेमाने भारावलेला आहे, असे खोटे भासवायचे हा उद्योग या पक्षांनी चालवलेला आहे. वास्तविक, सर्वच मुसलमान समाज पाकिस्तानी मनोवृत्तीचा नाही. पाकिस्तानी मनोवृत्तीचे आहेत तसेच भारतनिष्ठही आहेत. पाकिस्तानवाद्यांना आपण विरोध करू, या भारतनिष्ठांना जवळ करू या, असे या पक्षांनी सत्य का सांगू नये? वास्तविक, त्याचा अधिक अनुकूल परिणाम घडून येईल. मुस्लिम सामाजिक कायद्यात बदल करण्याचा प्रश्न उद्भवला तेव्हा भारत सरकारने जमायतुल उलेमा-ए हिंदच्या उलेमांचा सल्ला घेतला. याची काय आवश्यकता होती? हिंदू कोड बिल आणताना शंकराचार्यांचा कोणी सल्ला घेतल्याचे ऐकिवात नाही. आता गोहत्या बंदीच्या प्रश्नावर शंकराचार्यांनी सरकारला बरोबर पेचात पकडले, त्याचे हे इंगित असे आहे.

हे ठणकावून सांगा!

कुरुंदकर आपल्या मुसलमान मित्रांना काही गोष्टी करायला सांगतात तशा माझ्या हिंदू मित्रांना मी काही गोष्टी करायला आणि बोलायला सांगत असतो. महाराष्ट्राचा कारभार मराठीतूनच चालणार, हे मुसलमानांना तुम्ही ठणकावून सांगा असे माझे त्यांना सांगणे असते. या देशात तुम्हाला समान अधिकार, समान नागरिकत्व आणि लोकशाही स्वातंत्र्य देण्यात आलेले आहे. त्याचबरोबर समान अधिकार आणि समान कायदे तुम्ही स्वीकारले पाहिजेत, हे माझ्या हिंदू मित्रांनी त्यांना सांगणे आवश्यक आहे. तसे त्यांना स्वीकारायचे नसेल तर त्यांना दुय्यम नागरिकत्वाचा दर्जा देण्यात यावा, असे माझे म्हणणे आहे. याबाबतीत मुसलमानांनीच समान नागरी विधेयक आणि पर्यायाने समान नागरिकत्व किंवा दुय्यम नागरिकत्व या दोन पर्यायांतून

एकाची वैयक्तिकरीत्या निवड करावी. निदान या पर्यायांचा प्रचार तरी करण्यात यावा; परंतु हे बोलायलाही कोणी तयार नाही आणि माझ्यासारखा जेव्हा बोलतो तेव्हा हिंदू जातीयवाद्यांहूनही अधिक हिंदू अशी हिंदूंकडूनदेखील माझी हेटाळणी होते, याला काय म्हणावे?

पुरोगाम्यांची शोकांतिका

वस्तुत: धर्मनिरपेक्षता हिंदू अथवा पाश्चात्य लोक ज्या अर्थाने मानतात त्या अर्थाने मुसलमान मान्य करीत नाहीत. त्या अर्थाने मान्य न व्हायला इस्लामचे केंद्रभूत, सर्वंकष स्वरूप आहे, याची आपल्या देशात किती लोकांनी दखल घेतली आहे? मुसलमानांनी, धर्मनिरपेक्षतेचा (सेक्युलॅरिझम) आमच्या धर्मकायद्यातही हस्तक्षेप न होण्याचे स्वातंत्र्य असा अर्थ सोईस्करपणे करून घेतला आहे. मुसलमानांचा हा अर्थ मान्य करावयाचा तर हिंदूंनाही वास्तविक मनुस्मृतीप्रमाणे सामाजिक आचार करावयाची परवानगी या सरकारने द्यावयास हवी; परंतु मुसलमानांबाबतीत हस्तक्षेप न करणे, तर हिंदूंच्या बाबतीत हस्तक्षेप करून सुधारणा घडवून आणणे असा धर्मनिरपेक्षतेचा दुटप्पी अर्थ राज्यकर्त्यांनी लावला आहे. मुसलमानांच्या प्रत्येक चुकीच्या आणि अन्याय्य मागणीला विरोध करणारा हिंदू हा जातीयवादी आहे, असा मुसलमानांनी समज करून घेतला आहे; तर आपल्याला जातीयवादी हिंदू म्हटले जाईल, याचीही धास्ती काही हिंदूंनी घेतली आहे. म्हणूनच मालेगावला दंगे होताच मधू लिमये तेथे धावतात. (यात अर्थात गैर काहीच नाही. एक राष्ट्रीयत्वावर निष्ठा असणाऱ्यांनी दंग्याची झळ लागलेल्यांच्या साहाय्याला धावून जाणे अगदी स्वाभाविक आहे.) परंतु मशिदीवरून कोणालाही केव्हाही वाद्ये वाजवीत जाण्याचा हक्क तुम्ही मान्य केला पाहिजे, असे मुसलमानांना सांगत नाहीत. दंगलीच्या आरोपावरून पकडलेल्या मुस्लिम आरोपींची सुटका करण्यासाठी नंदांची भेट घेणाऱ्या कॉ. श्रीनिवास सरदेसाईंनाही तसे करणे आवश्यक वाटले नाही. ही आमच्या सर्व डाव्या, पुरोगामी पक्षांची एक मोठीच शोकांतिका आहे.

हिंदूंना धर्मनिरपेक्षता शिकवल्याने देशात धर्मनिरपेक्षता निर्माण होईल, असा बहुधा चुकीचा आणि मूर्ख समज आमच्या बऱ्याच नेत्यांनी करून घेतला आहे; परंतु हिंदूही आता हा उपदेश ऐकायला कंटाळला आहे, हे त्यांच्या लक्षात आलेले दिसत नाही. हिंदू आणि मुस्लिम जातीयवादाला ते एका मापाने लेखतात, हे याचे कारण आहे. वास्तविक, या दोन जातीयवादांत मूलत: फरक आहे. मुस्लिम जातीयवाद प्रामुख्याने इस्लामच्या धार्मिक विस्तारवादाच्या कल्पनेवर आधारलेला आणि पर्यायाने आक्रमक आहे. पाकिस्तानच्या निर्मितीनंतर त्याला एका परराष्ट्राची निष्ठा लाभली

आहे. हिंदू धर्मातच धार्मिक विस्तारवादाची कल्पना नसल्याने हिंदू जातीयवादाला आक्रमकतेचे स्वरूप येत नाही. मुसलमानांविषयी पूर्वग्रह असलेल्या जातीयवादी हिंदूंचा एक प्रबळ गट आपल्या देशात अस्तित्वात आहे, हेही नाकबूल करून चालणार नाही; परंतु त्याची शक्ती मुसलमानांच्या चुकीच्या राजकारणात सामावलेली आहे. आपल्याविषयीचे पूर्वग्रह नष्ट करण्याचे प्रामाणिक प्रयत्न करण्याऐवजी मुसलमान नेत्यांनी त्यात भर घालण्याचेच कार्य केले आहे. शेख अब्दुल्लांबरोबर आता डॉ. सय्यद महमूद तेच कार्य करीत आहेत. भारतातील दंगलीबद्दल आरडाओरडा करताना पूर्व पाकिस्तानात झालेल्या दंगलींची ती प्रतिक्रिया होती, हे साधे सत्य मुसलमान नेते मान्य करावयास तयार नाहीत. भारताला सतत बदनाम करण्यासाठी पाकिस्तान ज्या पद्धतीने भारतीय मुसलमानांचा उपयोग करत असते त्याविषयी एकदाही भारतीय मुस्लिम नेत्यांनी संताप व्यक्त केल्याचे प्रसिद्ध झालेले नाही. हिंदू जातीयवाद्यांना त्यामुळेच बळ लाभले आहे.

हे रहस्य...

वस्तुस्थिती अशी आहे की, हिंदूंत जसा जातीयवादी गट आहे तसा एक अत्यंत प्रबळ उदारमतवादी गटही निर्माण झालेला आहे. मुसलमानांत तसा वर्ग निर्माण होऊन या हिंदू उदारमतवादी वर्गाला प्रतिसाद मिळण्याची खरी गरज आहे. हा प्रतिसाद त्याला अद्याप मिळालेला नाही. आणि आज जेव्हा सब घोडे बारा टक्के या न्यायाने हा वर्ग जातीयवादविरोधी उपदेश ऐकतो तेव्हा चिडू लागतो. मला हा उपदेश का, असे त्याला वाटू लागते व तो जातीयवादी बनू लागतो. जनसंघाच्या वाढीचे रहस्य हे असे आहे.

या प्रश्नावर आणखी खूप लिहिता येईल; परंतु आता पुढे न वाढवता मी एवढेच म्हणेन, की मुसलमानांत नवी वैचारिक आंदोलन सुरू व्हायची आवश्यकता असेल तर आधी भोंगळ आणि ढोंगी हिंदूंनी गप्प बसणे आवश्यक आहे व नरहर कुरुंदकरांसारखे प्रामाणिक बोलणारे हिंदू अधिकाधिक प्रमाणात निर्माण झाले पाहिजेत. तसे झाल्यासच मुसलमानांतील जातीयवाद्यांना हिंदू उदारमतवाद्यांच्या आड लपायचे साधन नष्ट होईल. आमच्यासारख्यांना आमचे विचार मांडावयास व कार्य करावयास नवी हिंमत प्राप्त होईल आणि मुस्लिम राजकारणाला इष्ट वळण देणे शक्य होईल. ∎

भारतीय समाजप्रबोधन व स्त्रिया

(हमीद दलवाई यांचे महर्षी कर्वे पुण्यस्मरण व्याख्यानमालेतील भाषण, ७, ८, ९ नोव्हेंबर ७१)

हिंगणे स्त्रीशिक्षण संस्थेतर्फे आपण या व्याख्यानमालेकरिता यंदा मला बोलावलेत, हा मी माझा बहुमान समजतो. महर्षी कर्वे एका विशिष्ट जीवनमूल्यांकरिता आयुष्यभर झगडले आणि स्त्रियांची दासमुक्ती हे जणू आपले जीवितकार्य मानले होते. अण्णांच्या कार्याशी आमचेही एक समान नाते आहे. या पुण्यात त्यांचे कार्य आकाराला आले. तेथेच सुमारे चार वर्षांपूर्वी त्यांच्या पुण्यतिथीच्या दिवशी मुस्लिम स्त्रियांची एक सभा मी त्यांच्या प्रश्नांचा विचार करण्यासाठी बोलावली होती. आणि आता चार वर्षांनंतर पुण्यातच येत्या डिसेंबरअखेरीला महाराष्ट्र राज्य मुस्लिम महिला परिषद भरत आहे. एक प्रकारे अण्णांचेच कार्य आम्ही मुस्लिम समाजात आपल्या मर्यादित शक्तीनुसार पुढे चालवीत आहोत, याचा आम्हाला अभिमान वाटतो.

भारतीय स्त्रियांच्या दास्यमुक्तीचा लढा हा भारतीय समाजप्रबोधनाच्या लढ्याचा एक हिस्सा आहे. हे समाजप्रबोधन हिंदूंच्या बाबतीत तरी एका शतकापूर्वी सुरू झाले. आता आपण स्वतंत्र आहोत. स्वातंत्र्य मिळाल्यानंतर जवळजवळ पंचवीस वर्षांचा कालावधी लोटला आहे. आपल्या देशाच्या पंतप्रधान या एक स्त्री आहेत. एका शतकाच्या समाजप्रबोधनाच्या आंदोलनातून आपण काय साध्य केले? भारतीय स्त्रियांच्या बाबतीत खरोखर त्यांना सामाजिकदृष्ट्या समान स्थान देण्यासाठी आपण कितपत यशस्वी केले? याचा आपण आजच्या या क्षणी आढावा घेणे चुकीचे ठरणार नाही.

'भारतीय समाजप्रबोधन' असा विषय मी मुद्दामच निवडला आहे. स्त्रियांच्या दास्यमुक्तीचा लढा भारतीय नवसमाजनिर्मितीच्या लढ्याचे एक अविभाज्य अंग आहे, याची मला प्रथम जाणीव करून देणे आवश्यक वाटेल. हा समाजप्रबोधनाचा इतिहास अनेक खाचखळग्यांनी भरलेला आहे. वेडीवाकडी वळणे घेत गेलेला आहे आणि त्यात आश्चर्य मानण्याचे कारण नाही. कोणतेही परिवर्तन सरळ रेषेत कधी

होत नाही. म्हणून तर फ्रान्ससारख्या देशात, जिथे स्त्री जीवनात संपूर्ण समानता आहे, तेथे कालपरवापर्यंत त्यांना वेगळे बँक अकाऊंट ठेवता येत नव्हते. स्वित्झर्लंडमध्ये अद्याप स्त्रियांना मतदानाचा अधिकार नाही. आपल्याकडे स्त्रियांना बँकेत वेगळी खाती उघडता येतात. पैसे मात्र त्यांच्या इच्छेप्रमाणे खर्च करता येत नाहीत. आपल्याकडे स्त्रियांना त्यांनी न मागताच मतदानाचा अधिकार मिळाला आहे. यात ते कोणाला द्यायचे, हे त्यांचा पुरुषच ठरवितो. युरोप आणि आमच्या या परिस्थितीत विरोधाभास हा समाजपरिवर्तनाच्या वेड्यावाकड्या वळणांची जाणीव करून देण्यासाठी मी आपल्या निदर्शनास आणला. या वेड्यावाकड्या वळणांच्या मागे त्या त्या देशांचे त्या त्या समाजगटांचे इतिहास असतात, परंपरा असतात आणि धर्मही असतात.

एके काळी 'आधी राजकीय सुधारणा की आधी सामाजिक सुधारणा?' हा वाद झाला. आगरकर सामाजिक सुधारणांचे आग्रही होते, तर लोकमान्य टिळक राजकीय सुधारणांवर भर देत होते. वस्तुत: समाजात आमूलाग्र परिवर्तन झाल्यानंतर तो समाज असा शक्तिशाली बनेल की तो पारतंत्र्यात राहूच शकणार नाही, असे समाज सुधारणावाद्यांना वाटत असले तर ते चुकीचे नव्हते. याउलट राजकीय सत्ता हाती असल्याखेरीज आपल्याला हवा असलेला समाज निर्माण करताच येणार नाही, असा राजकीय सुधारणावाद्यांचा दावा होता. हा दावाही काही प्रमाणात खरा होता. वस्तुत: या वादात कोणत्याही एका पक्षाची भूमिका निर्भेळ बरोबर नव्हती. राजकीय सुधारणांचा आग्रह आणि राजकीय बदलाचा आग्रह हे एकाच नाण्याची दोन अंगे आहेत, हे बहुधा गांधीजींनी प्रथम ओळखले. त्यांनी आधी सामाजिक सुधारणा का आधी राजकीय सुधारणा, हा वाद घातला नाही. त्यांनी सर्वच सुधारणांना एकदम हात घातला आणि म्हणून स्वातंत्र्य मिळताच येथे प्रौढ मतदारसंघ आला. स्त्रियांना मतदानाचे हक्क मिळाले, लोकशाही अजून कशीबशी का होईना टिकून राहिली. पुढे हिंदू कोड बिल झाले.

भारतीय सुधारणा हे टप्पे पाहताना एक विशेष गोष्ट जाणवते ती अशी, की दबल्या गेलेल्या वर्गाने लढे देऊन, भांडून आपले हक्क मिळविलेले नाहीत. हरिजनांना समान हक्क देण्याची पहिली हाक ज्योतिबा फुले यांनी दिली. इतरजनांनी नव्हे. सतीबंदीची मागणी राजा राममोहन रॉय यांनी केली, स्त्रियांनी नव्हे. युरोपात याच्या उलट झाले होते. ज्यांना हक्क नव्हते ते झगडले आणि ते हक्क मिळविले. येथे ज्यांनी हक्क हिरावून घेतले होते, ज्यांचे हक्क हिरावले गेले होते त्यांच्या कणवेने त्यांच्या हक्कांच्या लढ्याची हाक दिली. यामुळे समता खऱ्या अर्थाने रुजू शकलेली नाही. ज्यांनी आपल्या हक्काकरिता लढण्याची किंमत दिलेली नाही त्यांना त्याची पुरेशी किंमत कळूच शकणार नाही. कारण गुलामांना गुलामीची सवय लागलेली

असते. म्हणूनच जेकेलिन जेडी यांनी पुनर्विवाह केल्यानंतर भारतीय संस्कृतीतील वैधव्याची कल्पना किती श्रेष्ठ आहे, असा आक्रोश करणारी पत्रे महर्षी कर्वेंच्या कर्मभूमीत, पुण्यात- काही वृत्तपत्रात महिलांनीच लिहिलेली आहेत.

पाश्चात्य संस्कृतीच्या संपर्काने आपल्याकडे सुधारणांना आरंभ झाला. आपल्या सुधारणांचा क्रम आपला ब्रिटिशांशी संबंध आला, या ऐतिहासिक योगायोगाशी देखील आहे. आपला संबंध पोर्तुगीजांशी अथवा डचांशी आला असता तर आपल्या सुधारणांचा क्रम आजच्यासारखा राहिला असता की नाही, हे सांगता येत नाही. किनारपट्टीवरील प्रदेशात जेथे ब्रिटिश प्रथम आले तेथे सुधारणेचे वारे वाहू लागले. आरंभीचे पाऊल उचलले. प्रथमच हिंदू समाजात स्वत:च्या समाजव्यवस्थेकडे तटस्थतेने पाहणाऱ्यांचा वर्ग निर्माण झाला. महाराष्ट्रात पेशवाई बुडाल्यानंतर चाळीस वर्षांनी लोकहितवादींचा उदय झालेला आहे. सत्ता गेल्याने महाराष्ट्रातील सुधारलेला ब्राह्मणवर्ग अंतर्मुख बनला आहे. बंगालमध्ये हाच क्रम उलटा आहे. मुसलमानी राज्य गेले, इंग्रजांचे राज्य आले. यावर प्रतिक्रिया व्यक्त करताना बरे झाले, मुसलमानांच्या जाचातून आमची सुटका झाली, असे उद्‌गार राजा राममोहन रॉय यांनी काढले आहेत. नवसुशिक्षितांचा हा जो पहिला वर्ग निर्माण झाला त्याने आपल्याबरोबर नव्या जाणिवा आणल्या, स्त्रीविषयक सुधारणा हा या जाणिवांचाच भाग होता.

सुधारणांचा आरंभ हा नेहमी आपल्या भल्यासाठी एक प्रकारच्या स्वार्थी हेतूनेच होत असतो. उदाहरणार्थ, बंगालमध्ये याची सुधारणा झाली याचा संबंध परिस्थितीशी आहे. विधवांचे तिथे फार छळ होत. एकदा एका विधवेने मुसलमान होऊन एका मुसलमान गृहस्थाशी पुनर्विवाह केला. कोर्टात काही हिंदूंनी केस केली व हिंदू विधवेला विवाह करता येत नाही, असा त्यांनी दावा मांडला. न्यायाधीशांनी ती मुसलमान झाली असल्यामुळे तिला हिंदू कायदा लागू नाही, असा निकाल दिला. यामुळे मुसलमान होऊन पुनर्विवाह करण्याचा एक प्रवाह सुरू झाला. हिंदू समाजच नष्ट होईल, हे जेव्हा हिंदूंना वाटले तेव्हा विधवाविवाहाचा पुरस्कार ते करू लागले.

या संदर्भात महाराष्ट्रातील कार्य ठळकपणे नजरेत भरते. लोकहितवादी, आगरकर, महर्षी कर्वे, ज्योतिबा फुले, विठ्ठल रामजी शिंदे अशी समाजसुधारकांची एक परंपराच येथे दिसते. आधीच्या समाजसुधारकांच्या या प्रयत्नात स्वातंत्र्यलढ्याने मोठी भर टाकली. किंबहुना, समाजप्रबोधनाच्या या प्रयत्नातूनच राष्ट्रीयतेच्या कल्पनेचा उगम झाला. या राष्ट्रीय चळवळीत गांधीजींच्या काळात सर्व समाजच घुसळून निघाला. फार मोठ्या संख्येने स्त्रियांनी या चळवळीत भाग घेण्यास सुरुवात केली. गांधीजींच्या कामगिरीचा येथे उल्लेख न करणे अप्रस्तुत ठरेल. त्यांचा सर्व मतांशी सहमत न होताही भारतीय समाजप्रबोधनाच्या प्रयत्नात त्यांचे स्थान फार मोठे आहे.

शिक्षणाने निर्माण झालेल्या सुधारणांच्या प्रवाहात अनेक फाटे फुटलेले दिसतात. राष्ट्रीयत्वाची कल्पना, समानतेची जाणीव, व्यक्तिस्वातंत्र्याची बूज या साऱ्या चांगल्या बाबी, तर राष्ट्रीय जाणिवेबरोबर प्रदेशवादाची जाणीव, स्वत:च्या भाषेचा अतिरिक्त अभिमान, धर्माला सिद्धान्ताचे देण्यात आलेले अधिष्ठान या बाबीदेखील आल्या. सामाजिक प्रबोधनाबरोबरच पुनरुत्थानाचाही एक प्रवाह सुरू झाला. गुजरातेत आर्य समाजाची निर्मिती हा या पुनरुत्थानाचाच भाग होता. पुनरुत्थानात पुन्हा वेगवेगळे प्रकार आढळतात. आर्य समाजाने जाती जोडण्याचा प्रयत्न केला. स्त्रियांना शिक्षणाचे आणि इतर क्षेत्रांतील दरवाजे मोकळे करण्याचा प्रयत्न केला; परंतु राजकीयदृष्ट्या तो पुनरुत्थान करीत राहिला. हेच सावरकरांबाबत म्हणता येईल. हिंदू समाजातील सुधारणावादी, पुरोगामी मंडळी हिंदू समाजाचे भले करण्याच्या हेतूने एकत्र येत असलेली दिसत होती. हा पुनरुत्थानवादी वर्गदेखील शिक्षणातून निर्माण झाला. बऱ्यावाईट सगळ्या गोष्टी सुशिक्षित करीत असतात. शिक्षण माणसाला विचार करायला लावते. म्हणून अनिष्ट सिद्धान्त बाळगणारांचा वर्ग सुशिक्षितांतूनच निर्माण होतो.

हिंदू सुधारणेचे काही टप्पे सहज ओळखून काढता येतात. राजा राममोहन रॉय हा आरंभ आहे. सावरकर हा दुसरा टप्पा आहे. गांधी हा संपूर्ण मानवतावादी वृत्ती धारण केलेला तिसरा टप्पा आहे. याच संदर्भात मुस्लिम समाजात सर सय्यद अहमदखान हा पहिला आणि जिना हा दुसरा टप्पा होता. तिसऱ्या टप्प्यापर्यंत मजल गेलेलीच नाही. समाजप्रबोधनाला वेडीवाकडी वळणे असतात असे जे मी आधी म्हटले ते राजकीय संदर्भात अधिक स्पष्ट करणे आवश्यक आहे. उदाहरणार्थ माणसांच्या धर्मनिष्ठा कमी झाल्या की ती आपोआप उदारमतवादी बनतात, असे नव्हे. जिना आणि सावरकर धर्म फारसा मानीत नव्हते. तरीही ते धर्म समुदायवादी होतेच. गांधीजी धर्म मानित होते आणि तरीही मानवतावादी बनू शकत. एखादा हिंदू माणूस स्मृती मानणार नाही, तरीही तो स्त्रियांना समान हक्क असावेत असे मानणार नाही. समाजप्रबोधनाने माणसाच्या दृष्टिकोनात आमूलाग्र बदल घडवून आणायचा असतो व त्यात व्यक्तीकडे पाहण्याची माणसाची दृष्टीच बदलण्याचे कार्य साधावयाचे असते. भारतातील स्त्रियांना समान स्थान लावण्याच्या बाबतीत प्रबोधनाच्या या अंगाकडे लक्ष देण्याची फार गरज आहे.

येथे हिंदू समाजाची बरीचशी चर्चा झाली आहे. इतर समाज वगळणे चूक ठरेल. मुस्लिम समाजात आता कोठे स्त्रियांच्या हक्काचे वारे वाहू लागले आहेत. ख्रिश्चन समाजाला हा प्रश्न भेडसावीत नाही. आदिवासी समाजदेखील तसा वेगळा आहे. आदिवासी समाजात ख्रिश्चन होण्याचे प्रमाण जास्त दिसते. याचे कारण त्यांच्या चालीरीती व स्त्रीविषयक दृष्टिकोन फारसा बदलावा लागत नाही, याच्याशी आहे.

मुस्लिम समाजातील राजकीय विचारांच्या संदर्भातच स्त्रियांच्या दास्यमुक्तीच्या प्रश्नाकडे पाहिले जाते. धार्मिकदृष्ट्या सनातन, राजकीयदृष्ट्या काँग्रेसच्या जवळ होते. त्यांनी सारडा कायद्यालादेखील विरोध केला आहे आणि जिनांसारख्या राजकीय जातीयवाद्यांनी सारडा कायद्याला पाठिंबा दिला. येथेही अमीदअली, खुदाबक्ष, सर सय्यद अहमदखान, इक्बाल, जिना असे शिक्षित पुनरुत्थानवादी नेतृत्वाचे टप्पे आहेत. सनातनी आणि हे सुधारणावादी यांच्यात आपला समाज कसा असावा एवढ्यापुरतेच मर्यादित होते.

भारतीय मुसलमानांचा विचार करताना तो जागतिक इस्लामच्या संदर्भात करावा लागेल. तुर्कस्तानात स्त्रियांना संपूर्ण अधिकार आहेत. इंडोनेशियात परंपरेने स्त्रिया स्वावलंबी आहेत. अरब जगतापैकी इजिप्त, लेबॉनन आणि ट्युनिशिया येथे स्त्रियांना सामाजिक सुरक्षितता आणि समान स्थान देण्याबाबत काही पावले उचलली आहेत. शरियत कायदा अरबस्तान वगळता सर्व ठिकाणी क्रमाक्रमाने बदलत आहे. हा बदल पाकिस्तानातही झाला आहे. भारतात राजकीय ताणामुळे हा प्रवाह जोमदार बनलेला नाही. "Men are in charge of women because Alhah hath made the one of them to excell the other." असे कुराणातील एक वचन आहे. त्यामुळे स्त्रियांचे जीवन नियमित करणे पुरुषांचे कार्य आहे, अशी मुस्लिम सनातन्यांची भूमिका आहे. समाजाचा नैतिक समतोल या व्यवस्थेवर अवलंबून आहे, असे सनातनी मुसलमान मानतात. वस्तुस्थिती याच्या उलट आहे. सुऱ्हावर्दी नावाच्या एका स्त्रीरोग चिकित्सकाच्या पाहणीत आरोग्य आणि नैतिक चारित्र्य या बाबतीत अनुक्रमे खिश्चन, हिंदू आणि मुसलमान असा क्रम लागतो असे दिसून आले आहे.

आता भारतातील सर्व समाजांना काही समान मूल्यांवर एकत्र आणून एक नवसमाज आपल्याला निर्माण करावयाचा आहे. येथे स्त्री-पुरुष समतेचा प्रवाह अधिक मजबूत केला जाण्याची शक्यता अधिक आहे. या संबंधित सर्वच स्त्रियांना समान हक्कांचा लाभ झाला पाहिजे, जो अजून झालेला नाही. उदा. मुसलमान स्त्रीला समान प्रॉपर्टी राईट्स नाहीत. सवतबंदी कायदा नाही. खिश्चनांचा कायदा १८६९ साली बनला. जो आता जुना झाला. पारशांना कायदाच नाही. हिंदू कायदाही निर्दोष नाही. म्हणून Common Code ताबडतोब झाले पाहिजे.

शेवटी सर्व प्रश्न कायद्याने सुटत नाहीत. कायदा बदलाची जाणीव करून देतो. ज्यांना हक्क हवे आहेत त्यांना हक्कासाठी लढल्याखेरीज समाजात मिळालेले हक्क अमलात येत नाहीत. आज स्वातंत्र्यानंतर सर्वच सामाजिक चळवळी थंडावल्या आहेत, असे दिसून येईल. हिंद-मुसलमानांच्या सततच्या ताणलेल्या संबंधांमुळे गेल्या काही वर्षांत हिंदू सनातनीपणा पुन्हा बळकट करण्याची प्रक्रिया सुरू झाली

आहे. हिंदू स्त्रियांना प्रॉपर्टी हक्कातून वगळावे, ही मागणी पंजाब-हरियानामध्ये केली गेली आहे. आंतरधर्मीय विवाहांना बंदी घालावी, अशी पुण्यातील एका पत्राने केली आहे. सौंदर्य स्पर्धेत मुस्लिम स्त्रियांना भाग घेण्याविरुद्ध हाकाटी उघडण्यात आली आहे. हा दास्यमुक्तीचा लढा सर्व धर्मीयांपर्यंत पोहोचविल्याखेरीज आज निर्माण झालेले अडथळे दूर करता येणार नाहीत.

भारतीय समाजप्रबोधनात स्त्रियांच्या हक्कांच्या लढ्याला एक खास अर्थ आहे. जो आर्थिक पुनर्रचनेचा व आर्थिक समानतेचा लढा आपण लढत आहोत, त्याचे सामाजिक समता हे अविभाज्य अंग आहे. सामाजिक विषमतेची चौकट कायम ठेवून या देशात आर्थिक समानता प्रस्थापित होणे अशक्य आहे. स्त्रिया यात महत्त्वाचा वाटा उचलू शकतात. त्यांनी आपल्या हक्कांची लढाई तीव्र करणे आणि पर्यायाने सर्व क्षेत्रातील समानतेच्या प्रवाहाला बळकटी आणणे हे आजच्या संदर्भात महत्त्वाचे कार्य ठरेल.

भारतीय मुसलमानांतील नवे प्रवाह

भारतीय मुस्लिम समाजाविषयी अद्यापही नीटशी कल्पना नसलेला फार मोठा वर्ग भारतात अस्तित्वात आहे. हिंदू-मुस्लिम प्रश्नांच्या संदर्भात मुस्लिम जनमानस नीट समजावून घेण्याचा प्रयत्न अद्यापदेखील होत नाही, ही दुर्दैवाची गोष्ट आहे.

दोन विचारप्रवाह

साधारणत: मुस्लिम समाजाविषयी दोन विचारप्रवाह हिंदू समाजात अस्तित्वात आहेत. मुस्लिम समाजाचे मनोगत हिंदूविरोधी आहे, असे एक वर्ग मानतो. असे मानणे हे केवळ वस्तुस्थितीचे यथार्थ स्वरूप दर्शवणे, एवढ्यापुरते मर्यादित असते तर ते समजण्यासारखे आहे; तथापि असे मानताना हा वर्ग असेही मानतो की, मुस्लिम समाजातील प्रतिगामी चळवळी जणू त्या समाजाचा बायॉलॉजिकल फॅक्टर आहेत.

एकदा ही भूमिका घेतल्यानंतर मुस्लिम समाजाविषयी निरपेक्ष दृष्टी बाळगणे कोणालाही शक्य नाही. समाजगटांचे वर्तन अनेकदा अनेक ऐतिहासिक, सामाजिक, धार्मिक आणि इतर अनेक प्रवाहांनी बंदिस्त असते. हे प्रवाह सामाजिक स्थित्यंतराच्या प्रक्रियेने बदलत असतात. सामाजिक बदलाची ही प्रक्रिया निर्माण करण्याखेरीज कोणत्याही समाजाचे मनोगत बदलत नाही. समाजाचे मनोगत निसर्गत:च ठरते, अशी चुकीची आणि अडाणी भूमिका घेतल्यानंतर सामाजिक बदलाच्या प्रक्रियेकडे दुर्लक्ष करणे, तिचे महत्त्व कमी लेखणे किंवा अशा प्रक्रियेचे अस्तित्व नाकारणे हेच पर्याय या मंडळींच्या समोर उभे राहतात. भारतातील हिंदुत्ववाद्यांनी ही चूक सतत केली आहे. त्यातल्या त्यात सावरकर मुस्लिम समाजाच्या चळवळींबाबत ऐतिहासिक दृष्टी बाळगताना दिसतात. दुर्दैवाने त्यांनी या प्रश्नाला पर्याय म्हणून तशाच प्रकारच्या हिंदू चळवळींचे नेतृत्व केले आणि म्हणून हिंदू विचारांतून मुस्लिम जातीयवादाचा पाडाव होऊ शकलेला नाही; आणि त्या समाजातील सामाजिक बदलाच्या प्रक्रियेला हातभारदेखील लागलेला नाही.

भारतातील दुसरा वर्ग सेक्युलरवाद्यांचा आहे. मुस्लिम समाजाच्या प्रतिगामी चळवळीचे अस्तित्व हा वर्ग सतत नाकारत आलेला आहे. या वर्गाने ऐतिहासिक आणि समाजशास्त्रीय दृष्टिकोनातून मुस्लिम जनमानस समजून घेतलेले नाही. अनेकदा राजकारणाच्या सोईसाठी केलेली विधाने आणि घेतलेल्या भूमिका यांचा मुस्लिम समाजाच्या अंतरंगाशी काही संबंध नाही. तथापि, सेक्युलरवाद्यांनी राजकारणातील उद्गार मुस्लिम समाजाच्या मनोवृत्ती प्रकट करणारे आहेत, अशी सोईस्कर समजूत करून घेतलेली आहे. मुस्लिम समाजात बदल होण्याच्या दृष्टीने हा सेक्युलर वर्ग आपल्या चुकीच्या भूमिकेमुळे अडथळा होऊन बसलेला आहे. याकरता, त्या समाजाचे अंतरंग नीट समजून घेणे अतिशय आवश्यक आहे. त्याखेरीज या प्रश्नाला योग्य वळण लावण्याच्या दृष्टीने आवश्यक असलेला धोरणातील समतोल येणार नाही.

स्वातंत्र्योत्तर मुस्लिम समाज

फाळणीनंतर आता भारतात सहा कोटी मुसलमान राहिले आहेत. या समाजात धर्मश्रद्धा अजूनही बळकट आहेत आणि धर्मांध संघटनांचे आजदेखील पूर्वीइतकेच प्राबल्य आहे. देशाच्या राजकारणात सध्या जी ध्रुवीकरणाची प्रक्रिया चालू आहे तिचे पडसाद मुस्लिम राजकारणातही उमटत आहेत. मुस्लिम राजकीय संघटना बळकट करण्याचा प्रयत्न देशव्यापी पातळीवर चालू आहे आणि मुस्लिम समाजातील आजच्या सर्वच राजकीय आणि धार्मिक संघटना कमालीच्या जातीयवादी आहेत.

प्रथमच अल्पसंख्याक

मुस्लिम समाजाचे हे चित्र नवे नाही; परंपरागतच आहे; परंतु या चित्रावरून मुस्लिम समाजाचे समग्र दर्शन होऊ शकणार नाही. १९४७ पासून प्रथमच मुस्लिम समाज एक अल्पसंख्याक समाज म्हणून मानला जाऊ लागला. स्वातंत्र्यापूर्वीदेखील तो अल्पसंख्याकच होता; परंतु राजकीय सत्तेने दिलेल्या सवलतींमुळे आपल्या अल्पसंख्याक स्थानाची फारशी जाणीव त्याला निर्माण होत नव्हती. याचे एक प्रमुख कारण म्हणजे सत्ता स्वकीयांच्या हाती नव्हती. १९४७ नंतर प्रथमच हिंदू बहुसंख्याकांशी अल्पसंख्याक या नात्याने आपले संबंध ठेवले पाहिजेत, ही जाणीव त्या समाजात निर्माण झाली. मुस्लिम धार्मिक आणि जातीय चळवळी हे या वस्तुस्थितीला सामोरे न जाण्याच्या प्रवृत्तीचे निदर्शक मानले पाहिजे.

तथापि, अपरिहार्यपणे ही वस्तुस्थिती जरी मुस्लिम समाजाने मनाने मान्य केली नसली तरी प्रत्यक्षात त्याला ती मान्य केल्याखेरीज गत्यंतर नव्हते व नाही. याचे काही आघात त्या समाजावर झाले व होत आहेत. येथे या ऐतिहासिक बदलाच्या पार्श्वभूमीवर मुस्लिम समाजातील होत असलेले बदल समजावून घेतले पाहिजेत.

नव्या पिढीतील बदल

या बदलाचे स्वरूप विविध आहे. एक तर गेल्या बावीस वर्षांत मुस्लिम समाजाची एक नवी पिढी उदयाला आली आहे. त्या समाजात शिक्षण वाढते आहे. स्त्रिया मोठ्या प्रमाणात शिकू लागल्या आहेत. संयुक्त मतदारसंघामुळे मुस्लिम उमेदवाराला हिंदूंकडे मतयाचनेकरता का होईना जावे लागत आहे. (हे हिंदूंबाबतही घडत आहे.) नोकऱ्यांत पात्रता आवश्यक ठरली आहे. त्यामुळे पात्रता कमावण्याचा प्रयत्न होत आहे. मोठ्या प्रमाणात उत्तर भारतातून मुस्लिम तरुणांचे स्वखुशीने पाकिस्तानात स्थलांतर झाल्यामुळे काही नवे सामाजिक प्रश्न निर्माण होत आहेत. उदा. आंतरजातीय व आंतरधार्मिक लग्ने करण्याकडे मुस्लिम मुलींचा कल दिसून आला आहे.

साहित्यातील प्रवाह

या साऱ्यांचे त्या समाजावर हळूहळू परिणाम घडून येत आहेत. उत्तर प्रदेशात हिंदी शिकलेली मुसलमानांची एक नवी पिढी उदयाला आली आहे. हिंदीतून मुस्लिम लेखकांची नावे आता दिसू लागली आहेत. हे लेखक वापरत असलेली प्रतीके आणि भाषा वेगळी आहे. पंचवीस वर्षांपूर्वी हिंदी साहित्यात क्वचितच कोणी मुस्लिम लिहीत असे. या पार्श्वभूमीवर वरील वस्तुस्थितीची दखल घेतली तर मुस्लिम समाजातील बदलाची कल्पना यायला हरकत नाही.

आत्मपरीक्षण

हे बदलाचे प्रवाह लिखाणातूनदेखील दिसू लागले आहेत. अजूनपर्यंत आत्मटीकेचा या समाजात अभाव होता. आपल्या जातीयवादाला विरोध करण्याची भूमिका घेणारेदेखील आत्मटीका शक्यतो टाळण्याचाच प्रयत्न करत; परंतु आता आपले दोष काही मंडळी दाखवू लागली आहेत.

धार्मिक पण उदारमतवादी

सध्या तरी या बदलाचे तीन-चार प्रवाह अस्तित्वात आहेत. हे सर्वच प्रवाह बदल झाला पाहिजे असे मानतात; तथापि त्यांच्या भूमिका आणि अभिव्यक्ती वेगवेगळ्या आहेत. एक वर्ग पूर्वीप्रमाणेच इस्लाम परिपूर्ण आहे अशी भूमिका घेतो. इस्लामच्या परंपरेत, इतिहासात आणि धर्मशास्त्रात काही दोष आहेत, हे मान्य करीत नाही. तथापि, असे म्हणत असतानादेखील उदारमतवादाचा प्रसार करतो. ही भूमिका धर्माची टीका टाळून मुस्लिम समाजाला नवे वळण देण्याची आहे हे स्पष्ट आहे. या भूमिकेतून समाजबदलाचे प्रयत्न यशस्वी होतीलच असे नव्हे. तथापि, ही मंडळी

अप्रामाणिक आहेत अथवा जातीयवादी आहेत असे मानण्याचे कारण नाही.

चिकित्सा टाळून धर्मसुधारणा

दुसरा वर्ग असे मानतो की, धर्माची टीका करून मुसलमान समाजाला वळण लावता येणार नाही. उलट त्याला बदलायचे असेल तर त्याच्या धर्मश्रद्धांनाच आवाहन केले पाहिजे. उदाहरणच द्यायचे तर मुस्लिम समाजाला कॉमन सिव्हिल कोडकरता तयार करायचे असल्यास कॉमन कोड म्हणजेच परिपूर्ण अवस्थेतील शरियतचा कायदा आहे, असे हा वर्ग प्रतिपादन करतो. येथे ही गोष्ट लक्षात ठेवणे जरूर आहे की, धर्मचिकित्सेचा सबंध इस्लामी परंपरेत अभाव आहे; आणि चिकित्सा टाळून धर्मश्रद्धा बदलण्याचा प्रयत्न इस्लामी जगतात चाललेला आहे. भारतातील हा वर्ग अशा प्रकारच्या प्रयत्नांचाच भाग आहे. इजिप्तमधील एक प्रसिद्ध मुस्लिम धर्मसुधारक अबदू यांनी 'इस्लामच्या तलवारीनेच मी इस्लामचे शिरकाण करू इच्छितो,' असे या प्रक्रियेचे वर्णन केले होते. इजिप्तमधील नासेर किंवा पाकिस्तानातील अयुबखान यांचे प्रयत्न याच प्रवाहात मोडतात.

परंपरागत विचार - आचरण आधुनिक

इस्लाममधील चिकित्सेच्या अभावाची काही कारणे समजावून घेतली पाहिजेत. मुस्लिम समाज अधार्मिक आचरणाची फारशी दखल घेत नाही. तथापि, वैचारिक बदलाला मात्र तीव्र विरोध करतो. थोडक्यात असे म्हणता येईल की, परंपरागत विचार बाळगणारा आणि आचरणात पुढे जाऊ शकणारा असा हा समाज आहे. यामुळे सुधारकांनादेखील परंपरागत विचारांची चाकोरी न मोडता सुधारणेचे प्रयत्न करावे लागतात. हा जो (पेचप्रसंग डायलेमा) आहे. त्यातून इस्लामने अद्याप मार्ग काढलेला नाही. इस्लामच्या मोनोलेथिक स्वरूपाशी त्याचा संबंध आहे. एक प्रकारे इस्लाममधील खऱ्याखुऱ्या प्रबोधनाच्या उणिवेचे हे निदर्शक आहे. त्यामुळे भारतातील अशाच प्रकारच्या धर्मश्रद्धांना धक्का न लावता समाजाला बदलण्याचा प्रयत्न करणाऱ्या या मुस्लिम वर्गाच्या अडचणीही आपण समजून घेतल्या पाहिजेत.

निरपेक्ष दृष्टीतून टीका

याहीपुढे जाऊन स्पष्ट शब्दांत मुस्लिम समाजाची टीका करणारा एक छोटा वर्गही अस्तित्वात आहे. हा वर्ग धर्मावर टीका करणारा नाही. तथापि, आपल्या समाजातील जातीयवादाचे अस्तित्व मान्य करतो. मुस्लिम इतिहासातील अत्याचारांची कबुली देतो आणि इस्लामने आधुनिकतेशी जुळते घेतले पाहिजे, असा आग्रह धरतो. श्री. महम्मद यासीन किंवा ए. ए. रिझवी या इतिहासकारांनी इस्लामी इतिहासाच्या

केलेल्या समीक्षा त्यांच्या निरपेक्ष ऐतिहासिक दृष्टीची साक्ष देतात. अलीकडच्या काळात दिल्लीचे प्रा. मुशीरूह हसन किंवा औरंगाबादचे प्रा. मोईन शाकीर यांनी मुस्लिम समाज आणि राजकारण यांच्यावर कठोर टीका करणारे लिखाण केले आहे. हा टीका करणारा प्रवाह वाढत आहे, हे देशातील इंग्रजी नियतकालिके नजरेखाली घातले असता लक्षात येते.

अनेक मुसलमान स्त्रिया उदारमतवादी दृष्टिकोनातून लिहू लागल्या आहेत; आणि सामाजिक बदलाचा आग्रह धरत आहेत. मद्रासच्या श्रीमती सुलेमान, मुंबईच्या ॲड. आमीता नकवी, श्रीमती झुबेदा बिवीजी, लईक फतेहअली, अलीगढच्या नजमा अन्सारी ही त्यातील काही नावे होत. अखिल भारतीय महिला परिषदेतदेखील मुस्लिम स्त्रिया अधिक प्रमाणात भाग घेत आहेत आणि आपल्या हक्काच्या चळवळी करू लागल्या आहेत.

इस्लाम राजकारण नको

आणखी एक छोटा वर्ग इस्लामच्या धर्मश्रद्धांचीच चिकित्सा करू लागला आहे. इतस्तत: विखुरलेल्या या व्यक्तींना वर्ग म्हणून संबोधणे आज कदाचित बरोबर ठरणार नाही. इस्लामचे स्वरूप ईश्वरपूजेपुरते मर्यादित असले पाहिजे. इस्लामला एका राजकीय ध्येयप्रणालीचे स्वरूप असता कामा नये, असा आग्रह ही मंडळी धरताना दिसतात. इस्लामच्या टीकेबाबत नेमके उदाहरणच द्यायचे तर इस्लामचे ८०% सामाजिक कायदे कालबाह्य झाले आहेत, असे भारतातील एक आधुनिक मुस्लिम विचारवंत प्रा. ए. ए. फैजी यांनी आपल्या 'Modern Approach to Islam' या पुस्तकात म्हटले आहे. दुर्दैवाची गोष्ट अशी की, धर्मशास्त्राबाबत अतिशय आधुनिक आणि पुरोगामी भूमिका धारण करणाऱ्या फैझींनी मुस्लिम समाजाच्या सांस्कृतिक अलगतेचा पुरस्कार केला आहे. यामुळे मुस्लिम समाजाला आधुनिक वळण देण्याच्या फैझींच्या कार्याला गौणत्व प्राप्त झाले आहे.

इतिहासातून अलगता

सांस्कृतिक अलगपणाची ही जाणीव इतिहासातून निर्माण झाली आहे; धर्माशी तिचा प्रत्यक्ष संबंध नाही. भारताच्या गतेतिहासावरील आपणा सर्वांच्याच श्रद्धा परस्परभिन्न असल्याचा हा परिणाम आहे. तथापि, स्वातंत्र्यापासून एक समान इतिहास घडत आहे. आणि त्याचे आघात मुस्लिम समाजांवरदेखील होणे अपरिहार्य आहे. काही महिन्यांपूर्वी भारताचे माजी चीफ ऑफ प्रोटोकल प्रा. एम. आर. ए. बेग यांनी 'इंडियन एक्सप्रेस'मध्ये एक लेख लिहिला होता; आणि इंडोनेशियातील मुसलमानांप्रमाणेच भारतीय मुसलमानांनीदेखील प्राचीन संस्कृती आपली मानली पाहिजे, असे प्रतिपादन

केले होते. इतिहासातून निर्माण झालेल्या सांस्कृतिक अलगतेच्या भावना आता टाकून दिल्या पाहिजेत, याची जाणीव त्या समाजात होत असल्याचे या लेखावरून सूचित होते.

भारतात अभूतपूर्व प्रयोग

मुस्लिम समाजात हळूहळू उदयाला येणाऱ्या या नव्या प्रवाहांचे स्वरूप समजून घेताना भारतीय इस्लामचे एक गाढे अभ्यासक श्री. कॅन्टवेल स्मिथ यांनी आपल्या 'Islam in Modern History' या पुस्तकात केलेल्या भविष्याची आठवण येते. ते म्हणतात, 'जागतिक इस्लाममधील एक अभूतपूर्व प्रयोग प्रथमच भारतात होत आहे. मुस्लिम समाज जेथे अल्पसंख्याक होता किंवा आहे तेथे एक तर तो सत्ताधीश राहिला आहे किंवा बहुसंख्याकांचा अंकित बनला आहे. तथापि, लोकशाहीच्या चौकटीत मूलभूत स्वातंत्र्य उपभोगीत, समानतेच्या नात्याने भारतात मुस्लिम समाज इतरांबरोबर वावरत आहे. इस्लामच्या इतिहासातील ही एक अभूतपूर्व आणि नवी ऐतिहासिक घटना आहे. तिचे इतिहासात दूरगामी परिणाम संभवतात. कदाचित इस्लामचे सर्वात उदारमतवादी आणि पुरोगामी स्वरूप या विशिष्ट परिस्थितीमुळे भारतातच उदयाला येऊ शकेल.' श्री. स्मिथ यांची ही भविष्यवाणी खरी ठरेल किंवा नाही, हे पन्नास वर्षांनी इतिहास ठरवणार आहे. मात्र, आज तरी काही नव्या बदलाची चिन्हे त्या समाजात प्रकट झाली आहेत. हे प्रवाह अधिक बळकट करण्याची जबाबदारी या देशाचे भले चिंतणाऱ्या सर्वांची आहे.

∎

मुस्लिम समाज

मुस्लिम समाजाविषयी काहीही लिहिताना त्या समाजाच्या विशिष्ट परंपरा ध्यानी घेणे आवश्यक आहे. मुस्लिम समाजाच्या प्रबोधनाविषयीदेखील हेच म्हणता येईल. या प्रबोधनाची वाटचाल इतर कोणत्याही समाजाच्या बदलाइतकीच वेडीवाकडी आणि खाचखळग्यांनी भरलेली आहे.

मुस्लिम प्रबोधन केवळ सामाजिक आशयापुरते मर्यादित मानण्याचे कारण नाही. राजकीयदृष्ट्या मुस्लिम समाजात दूरगामी बदल झाले. हे बदल फार पूर्वी घडून आले. खलिफाचे एकछत्री राज्य कोलमडून मुसलमानांची वेगवेगळी राज्ये अस्तित्वात आली. अरबांनी स्पेन जिंकल्यानंतर स्पेनच्या खलिफाचे वेगळे स्वतंत्र राज्य बनले. त्यानंतर बगदादला वंशपरंपरागत सम्राट खलिफा म्हणून राज्य करू लागले. इस्लामच्या राज्यव्यवस्थेत हे जे बदल क्रमाने होत गेले यालाही एक अर्थ आहेच. इस्लामचे संघटित धर्मपीठ स्थापन होऊ शकले नाही. ख्रिश्चन धर्माप्रमाणे धर्मोपदेशकांची उतरंड इस्लाममध्ये आज अस्तित्वात नाही आणि धर्मपीठाला शिस्तबद्ध स्वरूप नाही. याचा संबंध राजसत्ता आणि धर्मसत्ता एकत्रित ठेवण्याच्या इस्लामच्या प्रस्थापनेपासूनच्या प्रयत्नात शोधावा लागेल. खलिफा पद हे तर पुढे शक्तिमान राजांकडून चालून जात राहिले. अखेरच्या काळात ऑटोमान तुर्क प्रबळ झाले तेव्हा ते त्यांच्याकडे गेले आणि त्यांची सत्ता कमकुवत झाल्यानंतर कोणी दुसरी प्रबळ सत्ता इस्लामी जगतात उरलेली नसल्यामुळे ते समाप्त करण्यात आले.

खलिफा पदाची समाप्ती हा मुस्लिम राजकीय व्यवस्थेच्या स्थित्यंतराचा दुसरा महत्त्वाचा टप्पा आहे. खलिफा पदाच्या समाप्तीबद्दल भारतीय मुसलमान वगळले तर इस्लामी जगतात कोणी शोक व्यक्त करताना आढळला नाही. अरबांना तर उलट आनंद झाला. कारण या खलिफाकडे अरब जगत तुर्की साम्राज्याचा प्रमुख म्हणून पाहत होते. यायोगे खऱ्या अर्थाने इस्लाम जगतात आधुनिक राष्ट्रवादाचे वारे अधिक जोमदार बनले असल्याचे दिसून आले.

इस्लामी जगतातील आधुनिक राष्ट्रवादाच्या चळवळीत आणि भारतीय मुसलमानांतील मुस्लिम राष्ट्रवादाचे स्वरूप यांच्यातील विरोधाभास येथे स्पष्ट करणे आवश्यक आहे. जेव्हा अरब जगतात राष्ट्रवादाची प्रक्रिया जोमदार बनत होती तेव्हा भारतीय मुसलमान नुकत्याच उदयाला येऊ घातलेल्या भारतीय राष्ट्रवादाच्या प्रेरणांशी टक्कर घेताना दिसू लागले. अरबांचे आणि मुसलमानांचे प्रश्न फार वेगळे होते. खिलाफत नष्ट होण्याच्या काळाकडे एकदा नजर टाकली तर असे दिसते की, मुसलमानांची काही राष्ट्रे अस्तित्वात आली होती. त्यातील काही (उदा. अफगाणिस्तान) स्वतंत्र सार्वभौम होती. काही स्वतंत्र असली तरी (उदा. इराण) पाश्चात्त्यांची अंकित होती, तर काहींना (उदा. अरब जगत) स्वतंत्रता प्राप्त झालेली नव्हती. अंकित म्हणून का होईना, आशियातील बहुतेक सगळीच राष्ट्रे पाश्चात्त्य संस्कृतीच्या आणि विचारांच्या सान्निध्यात आली. या संपर्काचे परिणाम विविध आणि परस्परविरोधी झाले आहेत. भारतात पाश्चात्त्य शिक्षण घेऊन उदयाला आलेला हिंदू सुशिक्षित वर्ग आधुनिक राष्ट्रवादाच्या प्रेरणेने भारावला गेला, हीच प्रक्रिया अरबांमध्ये झालेली आहे. भारतीय मुसलमानांत त्याच्याविरुद्ध प्रतिक्रिया घडून आली. या परस्परविरोधी प्रतिक्रियेचे स्वरूप नीट तपासून पाहिले पाहिजे.

अरबांनी तुर्की खलिफाची सत्ता झुगारून दिली. या प्रक्रियेत ते पाश्चात्त्यांचे अंकित बनले. भारतीय हिंदू एका पाश्चात्त्य राष्ट्राविरुद्ध लढू लागले आणि भारतीय मुसलमान पाश्चात्त्य साम्राज्यसत्तेचे मित्र बनले. या घटना या साऱ्या भिन्न समाजांच्या अभिन्न ऐतिहासिक आणि सामाजिक स्थानांनी बनत गेल्या.

अरब जगतात प्रादेशिक राष्ट्रवाद हळूहळू जोपासला गेला हे आपण पाहिलेच. भारतीय मुसलमानांत भारतीय राष्ट्रवादाचे आकर्षण निर्माण झाले नाही. या दोन परस्परविरोधी प्रक्रियांचा संबंध इस्लामच्या स्थापनेपासूनच्या राज्यसत्ता आणि धर्मसत्ता एकत्रित असण्याच्या घटनेशी आहे. जेव्हा सत्ता मुस्लिम राजांच्या हाती होती तेव्हा मुस्लिम समाजाला आपण सत्तेत वाटेकरी असल्याचे समाधान, ते जिथे अल्पसंख्याक होते तेथे प्राप्त होत होते. राजेशाही नष्ट होणे किंवा साम्राज्यशाही नष्ट होणे, याचे जेथे मुस्लिम बहुसंख्याक आहेत तेथे आणि जेथे अल्पसंख्याक आहेत तेथे, असे दोन परस्परविरोधी परिणाम घडून आलेले दिसतात. अरब मुस्लिम खलिफाला घालवू इच्छितात. कारण त्यांना अखेरीला ते बहुसंख्याक असल्यामुळे सत्ता हाती घेण्याची लालसा असते. हैदराबाद संस्थानातील मुसलमान हैदराबादची राज्यसंस्था टिकून राहावी म्हणून अखेरपर्यंत धडपडतो. त्याच वेळी काश्मीरचे मुसलमान (ते बहुसंख्याक असल्यामुळे) तेथील हिंदू राज्यसंस्था निकालात काढण्यासाठी लढत असतो. आधुनिक राष्ट्रवादाच्या संदर्भात मुस्लिम समाजाने घेतलेली ही परस्परविरोधी वळणे नीट समजावून घेतली पाहिजेत.

सत्ता धर्मगटाच्या हाती राहावी ही मुस्लिम समाजाची मनोधारणा ऐतिहासिक कारणांनी बनलेली आहे. याचा अर्थ ती धर्मपुढाऱ्यांच्या ताब्यात असावी असा नव्हे. अनियंत्रित राज्यसत्तेचे दिवस संपत आहेत, असे दिसताच मुस्लिम समाजाच्या हाती सत्ता असावी हा विचार मुस्लिम समाजात बळावला. भारतात औरंगजेबाच्या मृत्यूनंतर शाह वलिउल्ला याचा उदय झाला. अरबस्तानात याच सुमारास अब्दुल वहाब याचा उदय झाला आहे. अब्दुल वहाबने वहाबी चळवळीचे बीजारोपण केले. शहा वलिउल्ला हा भारतातील वहाबी चळवळीचा प्रणेता ठरला.

स्थूलमानाने दोघांचे म्हणणे असे होते : प्रेषित महंमद आणि त्यानंतरचे चार खलिफा (खलिफा-ए-राशिदिनचा काळ) यांच्या काळातील इस्लामी समाजव्यवस्था ही आदर्श इस्लामी समाजव्यवस्था होती. कारण खलिफा पद वंशपरंपरेने चालत नव्हते. अनियंत्रित वंशपरंपरागत राजांच्या सत्ता इस्लामला मान्य नव्हत्या. इस्लामच्या ऱ्हासाचे अब्दुल वहामनी हे एक कारण सांगितले आहे. सूफी पंथावर त्याने हल्ला चढविला आणि दर्गे व पीर उकरून काढले पाहिजेत, असे प्रतिपादन केले. या वलिउल्लाने भारतीय मुसलमानांना प्रथमच राजकीयदृष्ट्या संघटित होण्याचे आवाहन केले. सत्ता मुसलमानांच्या हातून निसटत आहे असे त्यानेच प्रथम म्हटले. मुसलमान समाज सतत भयंकर सत्ताभिमुखी असण्याची कारणे इस्लामच्या स्थापनेत शोधावी लागतील. मदिनेत इस्लामचे पहिले राज्य स्थापन झाले. तेथे ज्यूंची आणि ख्रिश्चनांची संख्या मुसलमानांहून अधिक होती. मुसलमान अल्पसंख्याक होते तरी सत्ता प्रेषितांकडे आली. आता आधुनिक राष्ट्रे घडली तेव्हा जेथे मुसलमान अल्पसंख्याक आहेत तेथे सत्ता आपल्या हाती नाही याचे त्यांना वैषम्य वाटत राहिले आहे. भारतातील मुस्लिम राष्ट्रवादाचा प्रवास या ऐतिहासिक पार्श्वभूमीच्या संदर्भात तपासून पाहणे योग्य ठरेल.

इस्लामच्या राजकीय विचारप्रणालीतील बदल एकसारखा सर्वत्र झालेला नाही. अरब जगतात राष्ट्रवादाची धुरा प्रामुख्याने ख्रिश्चनांनी आधी सांभाळली. या राष्ट्रवादाला मुस्लिम अरब विचारवंतांनी इस्लामचे अस्तर लावले. आता अरबांची अनेक राष्ट्रे आहेत. त्यांची 'अरब लीग' ही राजकीय संघटनाही अस्तित्वात आहे; परंतु सर्व अरब जगताचे एकच एक संघराज्य करण्याची अनेक अरबांची स्वप्ने हवेत विरून गेली आहेत. येथे अडचण अरबांच्या जुन्या इस्लामिक श्रद्धांची आलेली नाही. अरबांच्यात प्रादेशिक राष्ट्रवादाच्या प्रेरणा अधिक बळकट झाल्या असल्याने हे एक उदाहरण घडले आहे.

मुस्लिम समाजातील शिया आणि सुन्नी संघर्षाचा सामाजिक बदलाच्या संदर्भात काही प्रमाणात उपयोग झाला आहे. शिया पैगंबरांचा जावई अली याला नेता मानतात. या घराण्यातील जे खलिफा झाले त्यांना आपले इमाम (नेता) मानण्याचा

त्यांच्यात प्रघात पडला. ही खलिफांची परंपरा पुढे खंडित झाली. शिया यामुळेच जेहादची भाषा करीत नाहीत. कारण जेहादचा आदेश द्यायला इमाम अस्तित्वात नाही, अशी त्यांची कल्पना आहे. यामुळे शियांचे बिगर मुसलमानांबरोबरील संबंध सुन्नी मुसलमानांपेक्षा अधिक राहू शकले. मात्र, अंतर्गत बाबतीत शिया समाज सुन्नी मुसलमानांहून अधिक कर्मकांड पाळणारा राहिला आहे. इराण हे शिया बहुसंख्याक असलेले मुस्लिम राष्ट्र आहे. आणि तेथील बदलाचे दृश्य या शिया व्यक्तित्वाशी जुळते आहे. भारतीय उपखंडात एकूण मुसलमानांपैकी फक्त १० टक्के शिया मुसलमान समाज आहे. त्यांच्या स्त्रिया अधिक शिकलेल्या, उद्योग-धंदे व व्यापार यात ही जमात अधिक दिसते. भारतातील उदारमतवादी मुस्लिम नेत्यांत शियांची संख्या अधिक आहे. यावरून सर्व शिया जमात सर्वच बाबतीत सुन्नी समाजापासून वेगळी आहे, असा निष्कर्ष काढणे चुकीचे ठरेल. राजकीयदृष्ट्या मुस्लिम अलग राष्ट्रवादाच्या प्रेरणा सर्वसाधारण शिया मानत आलेला आहे.

आधुनिक राष्ट्रवादाच्या संदर्भात मुस्लिम समाजाच्या राजकीय विचारप्रणालीत झालेले बदल आणि मुसलमान समाज मानत असलेली वैचारिक भूमिका यांच्या मर्यादा समजावून घेतल्या पाहिजेत. वैचारिकदृष्ट्या सर्व जगत मुस्लिम आहे, असे मुसलमान मानतात आणि अनेकदा आपल्या जागतिक इस्लामच्या भावनात्मक प्रतिसादाला प्रादेशिक राष्ट्रवादाच्या मर्यादा पडलेल्या आहेत हे ते विसरतात. अरबांचा प्रश्न भारतीय मुसलमानांच्या दृष्टीने अतिजिव्हाळ्याचा बनतो. राष्ट्रवादाच्या प्रेरणा वैचारिकदृष्ट्या मुसलमान समाज संपूर्णपणे मान्य करताना दिसत नाही.

येथे ख्रिस्ती धर्मातील प्रबोधनाची वाटचाल आणि मुस्लिम समाजातील प्रबोधनाचे टप्पे यांच्यातील तुलना चुकीची ठरणार नाही. आज ख्रिश्चन व्यक्तीकडे आणि समाजाकडे चर्च निष्ठा मागते; परंतु चर्चला निष्ठा असणे आणि ख्रिश्चन राज्यांना निष्ठा असणे यात फरक आहे. ख्रिश्चन आंतरराष्ट्रीय धार्मिक संघटना चर्चच्या प्रश्नांची चर्चा करताना दिसतात. कोठे ख्रिश्चनांचे छळ झाले तर ते थांबविण्याचे आवाहनही करतात. बिगरख्रिश्चनांच्या दुःखाबद्दलही सहानुभूती व्यक्त केली जाते. युद्ध, दुष्काळ, धरणीकंप किंवा यादवी युद्ध होवो, कोणत्याही प्रसंगी ख्रिश्चन संघटना सेवाकार्य करीत असताना दिसतात. हिंदूंच्या बाबतीत म्हणायचे तर त्या धर्माला ख्रिश्चन धर्मासारखी प्रबोधनाची ऐतिहासिक पार्श्वभूमी नाही. तथापि, पाश्चात्त्य जगताशी संपर्क आल्यानंतर ख्रिश्चन धर्माच्या सेवेच्या परंपरांशी हिंदूंचा संबंध आला आणि हळूहळू त्यांच्यात धर्मपरिवर्तनाच्या चळवळी रुजू लागल्या. विवेकानंदांचा उदय हा धर्माला नवे स्वरूप देण्याच्या प्रयत्नातील एक टप्पा आहे. आज रामकृष्ण मिशन ख्रिश्चन धर्म संघटनांप्रमाणेच जातिधर्मभेदातीत सेवेचे कार्य करताना दिसते.

या ख्रिश्चन संघटनांप्रमाणे किंवा रामकृष्ण मिशनप्रमाणे केवळ सेवेचे कार्य करणारी एकही मुस्लिम संस्था अस्तित्वात नाही. मुस्लिम धर्म संघटनांतून धर्माची चर्चा होत नाही किंवा झालीच तरी तिला गौण स्थान असते. खरी चर्चा धार्मिक राजकारणाची होते. दोन जागतिक मुस्लिम धार्मिक संघटना अस्तित्वात आहेत. एक 'वर्ल्ड मुस्लिम काँग्रेस', दुसरी 'वर्ल्ड मुस्लिम लीग'. अरब जगतातील राजकीय स्पर्धेचे प्रतिबिंब या दोन संघटनांत उमटले आहे. सौदी अरेबियाच्या प्रेरणेने पहिली संघटना निघाली आहे आणि दुसरीचे नेतृत्व इजिप्तकडे आहे. या दोन्ही संघटना जेथे मुसलमान अल्पसंख्याक आहेत तेथे त्यांना समान हक्क किंवा स्वयंनिर्णयाचा हक्क मिळवून देण्याची भाषा बोलत असतात. मात्र, मुस्लिम बहुसंख्याक राष्ट्रांत असलेल्या इतर अल्पसंख्याकांच्या हक्कांबाबत काही करताना दिसत नाहीत. हा जो फरक दिसतो त्याची कारणे नीट तपासून पाहिली पाहिजेत. ख्रिश्चन प्रबोधनाच्या प्रक्रियेत ख्रिश्चनांच्या मूलभूत श्रद्धेवरच हल्ले चढविण्यात आले आणि मार्टिन ल्यूथरचा उदय ख्रिश्चनांचे धर्मशास्त्रच बदलून टाकणारा ठरला. हिंदूंच्या बाबतीत काहीशा कमी प्रमाणात हाच प्रकार घडतो आहे आणि रामकृष्ण मिशन ही संस्थादेखील हिंदू धर्मशास्त्राकडे नव्या दृष्टीने पाहण्याच्या रामकृष्ण परमहंस आणि विवेकानंदांच्या प्रवृत्तीचे प्रतीक म्हणता येईल. धर्मशास्त्राकडे पाहण्याच्या मुसलमानांच्या प्रवृत्तीत मूलभूत बदल असा अजून झालेलाच नाही. त्यामुळे आधुनिक वेशात वावरणारी मुस्लिम मने विचाराने मध्ययुगीन धर्मशास्त्रात रेंगाळताना दिसतात. 'जेहाद'च्या घोषणा अजूनही अत्याधुनिक मुसलमान करताना दिसतात, याचा संबंध येथे आहे.

मुस्लिम समाजाच्या प्रबोधनाच्या संदर्भात दोन प्रवाहांची दखल घेणे आवश्यक आहे. मुस्लिम समाजांतर्गत बदल आणि मुसलमान आणि बिगरमुसलमान यांच्या संदर्भातील बदल असे हे दोन पैलू आहेत. समाजांतर्गत बदलापुरते म्हणायचे तर मलेशिया, इंडोनेशिया, अफगाणिस्तान, अरबस्तान इत्यादी राष्ट्रांतील समाज अजून जुन्या सामाजिक चौकटीतच राहत आहे. तथापि, इजिप्त, मगरेब, लेबॅनन, सीरिया, तुर्कस्तान आणि इराण इत्यादी राष्ट्रांतून दूरगामी सामाजिक बदल झालेले आहेत. तुर्कस्तानात मुस्लिम सामाजिक कायदा संपूर्णपणे बाजूला ठेवला गेला आणि स्वित्झर्लंडचा नागरी कायदा अस्तित्वात आला. एक प्रकारे तेथे धर्माची सामाजिक परंपरा संपूर्णपणे खंडित करण्यात आली आणि नवी धर्मनिरपेक्ष परंपरा निर्माण करण्यात आली. इतर राष्ट्रांतून प्रबोधनाची ही प्रक्रिया वेगळ्या रीतीने चालत आहे. त्या राष्ट्रांत प्रचलित इस्लामिक कायद्यातच हळूहळू बदल घडविण्यात येत आहे. हा बदल तुर्कस्तानपेक्षा अधिक चिरस्थायी होण्याचा संभव आहे. कारण या बदलानुसार अर्थही बदलत आहे. नवे धर्मशास्त्र हळूहळू बदलत आहे.

इस्लामिक जगताकडे या दोन प्रवाहांच्या संदर्भात दृष्टी टाकली की, भारतीय उपखंडातील मुसलमान समाजान्तर्गत स्वरूपात अधिक आधुनिक विचार रुजल्याचे आपल्या लक्षात येईल. पाकिस्तानातील बदललेले सामाजिक कायदे या विधानाची साक्ष देतात. बाह्य समाजाशी समान संबंध ठेवण्याच्या संदर्भातदेखील पाकिस्तानी घटना ही इतर मुस्लिम राष्ट्रांच्या घटनांहून किती तरी अधिक पुढे गेलेली आहे. भारतीय उपखंडातील मुसलमान तुलनेने मागसलेले नसून पुढारलेले आहेत, हे विधान सकृत्दर्शनी चुकीचे वाटेल. कारण भारतीय मुसलमानांच्या जातीयवादाचे मूळ त्यांच्या धार्मिक मागसलेपणात आहे, असा एक भ्रम आम्ही सतत बाळगला आहे. येथे आम्ही हे गृहीत धरले आहे की, मुस्लिम समाजाचा मागासलेपणा दूर करणे हा त्यांचा जातीयवाद नष्ट करण्याचा एकमेव उपाय आहे. हा चुकीचा समज दूर झाला पाहिजे. भारतीय मुसलमानांच्या जातीयवादाचा प्रश्न धर्माच्या ऐतिहासिक स्वरूपाच्या संदर्भातच समजावून घेतला पाहिजे. त्यांच्या जातीयवादाचा संबंध धर्म आणि राज्य एकत्रित स्थापन करण्याच्या प्रेषिताच्या परंपरेपर्यंत जाऊन भिडतो. भारतात इस्लाम धर्माचा प्रसार आणि राज्याचा प्रसार पुन्हा एकत्रितपणे झाला. यामुळे बाह्यतः सामाजिक आणि धार्मिकदृष्ट्या प्रगत मुसलमानदेखील मुस्लिम वेगळेपणाची (Seperatist) कास धरताना दिसतो. कारण समाज हाच एक राष्ट्र आहे, ही कल्पना सुशिक्षित प्रगत मुसलमानांनी सोडलेली नाही.

धार्मिक सनातनीपणा आणि राजकीय अलगपणा यांची आपण सांगड घालण्याचा प्रयत्न करणे योग्य होणार नाही. अफगाण हे पुरेसे धार्मिक सनातनी आहेत. अफगाणिस्तान हे राजेशाही असलेले इस्लामी राज्यच आहे आणि तरीही तेथे राजकीय जातीयवाद आढळत नाही. याउलट पाकिस्तानबाबत म्हणता येईल. तेथे धार्मिक सनातनीपणा तुलनेने कमी आहे आणि राजकीय जातीयवादाचे प्राबल्य अधिक आहे. याचा संबंध धर्माच्या ऐतिहासिक परंपरेशी अधिक आहे.

इस्लामच्या राज्यव्यवस्थेत झालेल्या बदलांनाही काही मर्यादा प्राप्त झाल्या आहेत. उदाहरणार्थ, जवळजवळ सर्वच मुस्लिम राष्ट्रांच्या घटना धर्माधिष्ठित आहेत. तुर्कस्तान एक अपवाद आहे; परंतु तेथेदेखील तुर्की वंशाचे लोक तुर्कस्तानचे नागरिक मानले जातात. इंडोनेशिया धार्मिक संघर्षापासून संपूर्ण अलिप्त आहे. तेथील घटनाही धर्मनिरपेक्ष आहे. अनेक राज्यघटनांतून इतर धर्मीयांना धर्मप्रसार करावयास मनाई करण्यात आली आहे. सामाजिकदृष्ट्या सामाजिक सुधारणांनादेखील इस्लामच्या चौकटीत काही मर्यादा आलेल्या आहेतच. उदाहरणार्थ, जेथे धर्माचे किंवा शरियतचे आदेश सवलतीच्या स्वरूपाचे आहेत तेथे बदल करण्यात येऊन या सवलती मर्यादित करण्यात आल्या आहेत. म्हणजे बहुपत्नीत्व मर्यादित करण्यात आले आहे; परंतु जे आदेश स्पष्ट आहेत

त्याबाबतीत सुधारणा घडून आलेली नाही. उदा. बिगरमुसलमान स्त्री किंवा पुरुषांशी लग्न करावयाचे ठरविल्यास त्या पुरुषाला किंवा स्त्रीला इस्लामची दीक्षा दिली पाहिजे, असा कुराणचा आदेश आहे. मुस्लिम देशांतील राज्यघटनांनी अजून अनियंत्रित विवाहाचे स्वातंत्र्य दिलेले नाही. इस्लाममधील प्रबोधनाच्या या इतिहासाची तुलना ख्रिश्चन प्रबोधनाशी करण्याचा मोह आवरत नाही. ख्रिश्चन धर्माला युरोपीय रेनेसाँची पार्श्वभूमी लाभली. इस्लामला लाभणे शक्य नव्हते; परंतु पुढे हा सुधारणेतील मागासलेपणा झपाट्याने भरून निघणे आवश्यक होते. तसा तो भरून निघालेला नाही, याची कारणे इस्लामच्या मूलभूत चौकटीत शोधावी लागतील. इस्लाम हा एक परिपूर्ण आणि अखेरीचा धर्म आहे, हा सिद्धान्त मुसलमान सुधारकांनीदेखील उराशी कवटाळला आहे. यामुळे मार्टिन ल्यूथरने ज्याप्रमाणे ख्रिश्चन धर्माच्या मूलभूत श्रद्धेलाच आव्हान दिले तसा प्रकार मुसलमान धर्मात झालेला नाही. धर्मसुधारकांनी परिपूर्णतेच्या सिद्धान्ताच्या चौकटीत सुधारणांचा पुरस्कार चालविला. धर्मशास्त्राचा आधार घेऊनच समाजाच्या धर्मश्रद्धांत बदल घडवून आणायचा व त्याला गतिमान करावयाचे ही भूमिका सुधारणांच्या आरंभी सर्वच सुधारकांची असते; परंतु तिला एक मर्यादा असते. सुधारणांचा ओघ गतिमान झाला की, ही मर्यादा जाणवू लागते आणि मग मध्ययुगीन अवस्थेत आलेल्या धर्मश्रद्धा आजच्या मानवी मूल्यांशी आणि आवश्यक असलेल्या बदलांशी विसंगत आहेत, हे जाणवू लागते. या धार्मिक मूल्यांचा अव्हेर करावयास सांगणारी प्रबोधनाची पायरी गाठली जाते. हिंदूंच्या बाबतीत हे घडले आणि म्हणून अस्पृश्यता हटवायला हिंदू धर्मशास्त्राचा आधार शोधणाऱ्या गांधीजींना तो आधार सापडत नाही, हे लक्षात येताच धर्माज्ञांचा भंग करून का होईना अस्पृश्यता हटवावी लागेल, असे उद्गार काढावे लागले. मार्टिन ल्यूथरने तर येशू हा ईश्वराचा पुत्र आहे, या ख्रिश्चनांच्या मूलभूत श्रद्धेची थट्टा उडविली. तरीही गांधीजी आणि मार्टिन ल्यूथर धार्मिक होते, आणि त्यांचा प्रयत्न धर्म हटविण्याचा नसून धर्माची मूलभूत श्रद्धा बदलविण्याचा होता. ख्रिश्चनांची धर्मशास्त्राकडे पाहण्याची दृष्टी या प्रयत्नातूनच बदलली. हिंदूंची या प्रयत्नांतून हळूहळू बदलत आहे.

इस्लामची ही चौकट मोडण्याचा प्रामाणिक प्रयत्नच अजून झालेला नाही. खऱ्या अर्थाने इस्लाममध्ये मार्टिन ल्यूथर जन्माला आलेला नाही. सर्व समाजसुधारकांनी आजची आधुनिक मूल्ये आणि इस्लामने आणलेली मध्ययुगीन मूल्ये यांच्यात काही तफावत असेल, हे मान्य करण्याचे टाळले आहे. धर्मनिरपेक्षता असो किंवा व्यक्तींची समानता असो त्यांचा पुरस्कार करताना इस्लामने या श्रद्धा आणल्या असे म्हणण्याचा केविलवाणा विनोद मुस्लिम सुधारक करताना दिसतात. येथे मुस्लिम धर्मशास्त्राच्या काही मर्यादा समजून घेणे आवश्यक आहे.

इस्लामने व्यक्तींची समानता मान्य केली आहे, असे म्हणणे हास्यास्पद आहे. इस्लामच्या स्थापनेपासून मुसलमानांनी आणि मुस्लिम राज्यकर्त्यांनी गुलामांचे तांडे बाळगले. मुस्लिम धर्मशास्त्राने गुलामी रद्द केलेली नाही.

इस्लामी बंधुभावाला आंतरराष्ट्रीय, विश्वबंधुत्वाचे स्वरूप प्राप्त झालेले नाही. इस्लामी बंधुभाव मुस्लिम बंधुभावापुरता मर्यादित राहिला आहे. कुराणात विश्वबंधुभाव शिकविला आहे, या मुस्लिम सुधारकांनी सांगितलेल्या केवळ गप्पा आहेत. कुराणाचे काही आदेश प्रेषित मदिन्याला असताना सांगितले गेले आहेत. मदिन्याला मुसलमान अल्पसंख्याक होते आणि प्रेषिताचे स्थान अजून अस्थिरच होते. अशा काळात बिगर मुसलमानांना चांगली वागणूक देण्याचे आदेश आले असले तर नवल नव्हे. प्रेषित मक्क्याला गेल्यानंतर जे कुराणाचे आदेश लिहिले गेले त्यात 'काफिरांची घरे जाळा' व 'त्यांना अवमानित करण्यासाठी त्यांच्यावर जिझिया कर लादा,' असे म्हटले आहे. या परस्परविरोधी आदेशांतून कोणता अर्थ काढावयाचा? साधारणत: मागाहून आलेल्या आदेशांनी पहिले आदेश रद्द होतात, असा अर्थ मुस्लिम धर्मपंडितांनी लावलेला आहे. शाफीपासून पुढे अबू हनफा व इतर धर्मपंडित यांचे एकमत आहे. शाफी हा पहिला भाष्यकार मानला जातो आणि त्याचा अधिकार कोणी नाकारलेला नाही. त्याने किताबी मजहबमध्ये ख्रिश्चन व ज्यूंचाच समावेश केला आहे. म्हणजे जिझिया देऊन जिवंत राहण्याचा अधिकार ज्यू व ख्रिश्चनांनाच आहे, असा होतो. ज्यांना वही (धर्मशास्त्र) आलेली नाही त्यांच्यापुढे इस्लामचा स्वीकार करणे किंवा मृत्यूला तयार होणे हे दोनच पर्याय उरतात. शाह वलीउल्ला शाफी होता हे या संदर्भात लक्षात ठेवले पाहिजे. धर्मशास्त्राच्या या भाष्यावर कोणीही धर्मसुधारकांनी अद्याप टीका केलेली नाही. याचा अर्थ त्यांना शाफींनी लावलेला अर्थ आणि त्याची भूमिका मान्य आहे असा नव्हे. परंतु इस्लामचे धर्मशास्त्र, त्याच्या परंपरा, त्याचा इतिहास, यांपैकी कशावरही टीका न करता ते धर्मशास्त्र निर्दोष आहे, त्याच्या परंपरा गौरवशाली आहेत आणि त्याचा इतिहास न्याय्य आहे, ही भूमिका घेऊन या मंडळींना मुसलमान समाजात सुधारणा घडवून आणावयाची आहे. इस्लामचे सर्वच न्याय्य असे म्हटल्यानंतर नेमक्या सुधारणा तरी कोणत्या घडवून आणायच्या, हा प्रश्न उपस्थित होतो. खरे तर त्यांना असे म्हणावयाचे आहे की, इस्लाम हा एक आदर्श धर्म आहे. मुसलमानांना त्या आदर्शापर्यंत न्यावयाचे आहे. येथे मुस्लिम पुनरुत्थानवाद्यांच्या आणि सुधारणावाद्यांच्या मूलभूत श्रद्धेतील साम्य विलक्षणपणे जाणवते. पुनरुत्थानवादी खलिफाच्या काळातील समाजव्यवस्थेकडे समाज मागे नेण्याची घोषणा करतात. त्यांना असे वाटते की समाजव्यवस्थेत होणारा प्रत्येक बदल ही त्या आदर्श समाजव्यवस्थेपासून मुस्लिम समाज दूर जात असल्याची निशाणी आहे. शरियत ही त्या आदर्शाची चौकट आहे, तर होत असलेले हे बदल इस्लामच्या आदर्श समाजव्यवस्थेकडे

पडत असलेले एकेक पाऊल आहे असे सुधारणावाद्यांचे म्हणणे आहे. दोन्हींच्या मते इस्लामी धर्मशास्त्र निर्दोष आहे आणि परिपूर्ण आहे. या संदर्भात जिना आणि मौदूदी यांच्या भूमिकेतील साम्य समजून घेणे आवश्यक आहे. लाहोर येथील १९५३ सालच्या अहमदियाविरोधी दंगलींची चौकशी करणाऱ्या न्या. मू. महमद मुनीर यांना मौलाना मौदूदींनी भारतीय मुसलमानांनी पाकिस्तानचे हितसंबंध धोक्यात येतील असे काही करू नये, असे सांगितले. जाहीररीत्या मौदूदी आणि जमाते इस्लामीवाले भारताच्या हितसंबंधांना बाधा येईल असे काही आम्ही केले आहे काय, असा प्रश्न विचारतात. जिनांनी दोन्ही देशांतील अल्पसंख्याकांनी त्या त्या देशांशी एकनिष्ठ असले पाहिजे, अशी जाहीर भूमिका घेतली; परंतु जेव्हा भारतीय मुस्लिम लीगचे नेते चौधरी खलिकुझ्झमान यांनी पाकिस्तानातील हिंदूविरोधी दंगलींचा उल्लेख केला तेव्हा जिनांनी त्यांच्याकडे त्याबद्दल तीव्र नापसंती व्यक्त केली आणि अप्रत्यक्षरीत्या भारतीय मुसलमानांनी पाकिस्तानच्या हितसंबंधांना धक्का लागेल असे वर्तन करू नये, ही मौदूदींचीच भूमिका घेतली. मुस्लिम सुधारणावाद्यांच्या सुधारणांची मजल आधुनिक भाषेत मध्ययुगीन विचार मांडण्यापर्यंतच मर्यादित राहिली आहे, हे या उदाहरणावरून दिसून येईल. वस्तुस्थिती अशी आहे की, धार्मिक परिपूर्णतेच्या चौकटीत केलेल्या सुधारणांच्या पुरस्कारांना मर्यादित यश लाभले आहे. अखेर इस्लामचे धर्मशास्त्र, इतिहास आणि परंपरा यांचे आदर्शच ठेवून समाज बदलणाऱ्यांच्या मागे लोक जात नाहीत. या आदर्शांचा जो पारंपरिक विश्वास समाजाच्या मनात निर्माण झालेला असतो तो अधिक पक्का करणाऱ्या पुनरुत्थानवाद्यांकडेच समाज वळत असतो. मुस्लिम सुधारणांच्या भारतातील चळवळींनी पुनरुत्थानवादी वळण घेतले याची कारणे इस्लामिक धर्मशास्त्राची चौकट न ओलांडण्याच्या मुस्लिम समाजसुधारकांच्या प्रयत्नात शोधावी लागतील. इस्लामचा हा सनातन विरोधाभास आहे.

अबदूह या इजिप्शियन मुस्लिम सुधारकाला एकाने प्रश्न विचारला, ''आपण मुसलमानांना त्याच्या प्रचलित धर्मश्रद्धांपासून दूर नेण्यासाठी इस्लामचा उपयोग का करतो?'' अबदूहने उत्तर दिले, ''इस्लामच्या तलवारीनेच मला इस्लाम खच्ची करावयाचा आहे.'' जवळजवळ सगळ्याच मुस्लिम सुधारकांनी अबदूहची ही पद्धती अवलंबिली आहे. परिणामतः इस्लाम खच्ची होण्याच्याऐवजी तलवार बोथट झालेली आहे. ही मंडळी असा युक्तिवाद करताना दिसतात की, मुसलमानांत सुधारणा घडवून आणायच्या असतील तर इस्लामच्या मूलभूत श्रद्धेच्या चौकटीला आव्हान न देताच ते शक्य होईल. इस्लामच्या मूलभूत श्रद्धेला आव्हान दिल्यानेच खऱ्या अर्थाने मुस्लिम समाजात प्रबोधनाचे कार्य होऊ शकेल, ही भूमिका मुस्लिम सुधारकांनी घेतल्याखेरीज प्रबोधनाच्या वाटचालीतील अडथळे दूर होणार नाहीत.

■

संदर्भग्रंथ

- गर्गे स. मा., (२००२)
  ‘भेटीगाठी’ प्रथम आवृत्ती, पुणे मानसन्मान प्रकाशन
- देशपांडे पु. ल. (२००६),
  ‘मैत्र’, सातवी आवृत्ती, मुंबई, मौज प्रकाशन.
- दलवाई हमीद (२००२),
  ‘राष्ट्रीय एकात्मता आणि भारतीय मुसलमान, प्रथम आवृत्ती, पुणे. साधना प्रकाशन.
- शेख वि. अ. (१९९३)
  ‘मुस्लिम समाज दशा व दिशा’ प्रथम आवृत्ती फलटण, लोकजागर प्रकाशन.
- ‘समाजप्रबोधन पत्रिका (१९९३)
  दिवाळी अंक, त्रैमासिक, सातारा. समाजप्रबोधन संस्था.
- मुस्लिम सत्यशोधक पत्रिका (१९७७)
  ‘हमीद दलवाई स्मृती अंक’
- मुस्लिम सत्यशोधक पत्रिका (१९९८)
  हमीद दलवाई विशेषांक.
- मुस्लिम सत्यशोधक मंडळ (१९८९)
  दोन दशकांची वाटचाल.
- भारतीय प्रबोधन (१९७३)
  संपादक दि. के. बेडेकर, आणि भा. शं. भणगे, प्रथम आवृत्ती. समाजप्रबोधन संस्था, पुणे.

हमीद दलवाई यांचा जीवनपट

संपूर्ण नाव	–	हमीद कुमरखान दलवाई.
२९ सप्टेंबर १९३२	–	मिरजोळी, ता. चिपळूण, जि. रत्नागिरी येथे जन्म.
१९३१	–	चिपळूण येथून मॅट्रिक उत्तीर्ण.
१९४६	–	राष्ट्रसेवा दलात सहभाग
१९५४	–	इस्माइल युसूफ कॉलेज व रूपारेल कॉलेजमधून कलाशाखेतून इंटरमिजिएट पर्यंत शिक्षण.
१९५४ ते १९६३	–	किरकोळ स्वरूपाच्या नोकऱ्या व मौज, सत्यकथा, मराठवाडा, साधना, वसुधा या नियतकालिकांमधून कथालेखन.
१६ जुलै १९५८	–	ईस्लामिक पद्धतीने मेहरुनिसा खान यांच्याशी विवाह.
४ ऑगस्ट १९५८	–	(विशेष विवाह कायदा १९५४ प्रमाणे) नोंदणी पद्धतीने मेहरुनीसा खान यांच्याशी पुनश्च विवाह.
१९६०	–	'लाट' हा कथासंग्रह साधना प्रकाशन, पुणे तर्फे प्रकाशित. कन्या रूबिना यांचा जन्म.
१९६२	–	पत्नीसह पाकिस्तानचा दौरा.
१९६६	–	'इंधन' ही कादंबरी – मौज प्रकाशन, मुंबई तर्फे प्रकाशित. कन्या इला यांचा जन्म
१९६६	–	'इंधन' कादंबरीस महाराष्ट्र शासनाचे राज्य पातळीवरील पारितोषिक.
१८ मार्च, १९६६	–	मुंबई विधानसभेवर सात मुस्लिम महिलांचा मोर्चा
१९६३–१९६८	–	प्र. के. अत्रे यांच्यासमवेत दैनिक 'मराठा' मध्ये पत्रकारिता.

१९६७–१९६८	–	उत्तरभारत, जम्मू–काश्मीर आणि भारत–पाकिस्तान सीमालगत भागात प्रवास–अभ्यासदौरा.
एप्रिल, १९६८	–	'सदा–ए–निसवाँ' (स्त्रियांचा आवाज) या नावाची मुस्लिम स्त्रियाची संघटना उभारली.
१९६८	–	'मुस्लिम पॉलिटिक्स इन सेक्यूलर इंडिया' नचिकेत प्रकाशन मुंबई तर्फे प्रकाशित.
१९६८	–	'मुस्लिम जातीयतेचे स्वरूप–कारणे व उपाय' साधना प्रकाशन, पुणे तर्फे प्रकाशित.
१९६८	–	'इंडियन सेक्युलर सोसायटीची' स्थापना, (प्रा. अ. भि. शहा अध्यक्ष व हमीद दलवाई उपाध्यक्ष.)
१९६८–७०	–	मुस्लिम समाज प्रबोधनासाठी संघटना उभारणीसाठी प्रयत्न.
२२ मार्च, १९७०	–	मुस्लिम सत्यशोधक मंडळाची स्थापना.
८ एप्रिल, १९७०	–	'इंडियन सेक्युलर सोसायटी' व 'मुस्लिम सत्यशोधक मंडळातर्फे' सुमारे ५०० मुस्लिम स्त्री–पुरुषांच्या सह्याचे 'समान नागरी कायदा' व्हावा यासाठी निवेदन तत्कालीन मुख्यमंत्री ना. वसंतराव नाईक यांना मुंबई मंत्रालयात जावून दिले.
३ ऑगस्ट, १९७०	–	पुण्याच्या अहिल्या आश्रमात परमवीर अब्दुल हमीद व्याख्यानमालेस सुरुवात.
	–	स्वातंत्र्यवीर मोहन रानडे, ए. ए. ए. फैजी यांचे व्याख्यान.
३१ मे, १९७१	–	वि. स. खांडेकर यांच्याहस्ते व भाई माधवराव बागल यांच्या उपस्थितीत मुस्लिम सत्यशोधक मंडळाच्या कोल्हापूर शाखेचे उद्घाटन.
१८–१९ सप्टेंबर, १९७१	–	पहिले कार्यकर्ता शिबिर–गणेश मंगल कार्यालय–कोल्हापूर.
४ नोव्हेंबर, १९७१	–	इस्लामचा आधुनिक दृष्टिकोन या विषयावर प्रा. असफ ए. फैजी यांचे कोल्हापूर येथे व्याख्यान.

२८ नोव्हेंबर, १९७१	–	अखिल महाराष्ट्र मुस्लिम परिषद, पुणे.
नोव्हेंबर १९७१	–	गांधीभवन, पुणे येथे कार्यकर्त्यांचे अभ्यास शिबिर. यामध्ये हमीद दलवाई, अ. भी. शहा, यदुनाथ थत्ते यांनी मार्गदर्शन केले.
३–४ डिसेंबर, १९७१	–	ऑल इंडिया कॉन्फरन्स फॉर फॉरवर्ड लुकिंग मुस्लिम- दिल्ली.
२७–२८ डिसेंबर, १९७१	–	मुस्लिम महिला परिषद, पुणे.
१९७१	–	समान नागरी कायदा व अन्य मागण्यांसाठी पुणे कार्यकर्त्यांतर्फे तत्कालीन राज्यपाल श्री. अलियावर जंग यांना निवेदन दिले.
१९७१	–	दिल्ली, बुलंदशहर, तंजावर, बेंगलोर, हैद्राबाद, लखनौ, मुंबई, पुणे, कोल्हापूर येथील सुमारे ५०० मुस्लिम महिलांची त्यांच्या प्रश्नांचा अभ्यास करण्यासाठी पहाणी–यापैकी सुमारे १५० महिला तलाकपीडित होत्या.
२३–२४ सप्टेंबर, १९७२	–	आंतरभारती हायस्कूल, कोल्हापूर कार्यकर्त्यांसाठी स्नेहमीलन शिबिर. यामध्ये हमीद दलवाई, बाबुमियाँ बँडवाले, आण्णासाहेब सहस्रबुद्धे यांनी मार्गदर्शन केले.
जानेवारी १९७३	–	मुस्लिम सत्यशोधक पत्रिका हे मंडळाचे मुखपत्र कोल्हापुरातून व नंतर १९७४ साली पुणे येथून सुरु केले.
फेब्रुवारी १९७३	–	हमीद दलवाई यांनी व्याख्याने आणि लेखातून 'वंदेमातरम्' या गीताच्या पहिल्या दोन कडव्यांच्या गायनासाठी अभियान सुरू केले.
११ मार्च, १९७३	–	मराठा मंदिर, मुंबई येथे 'महाराष्ट्र मुस्लिम सामाजिक परिषद' यामध्ये सुमारे ३०० प्रतिनिधी–दलवाई, फैजी, शहा, डॉ. मोईन शाकीर–समता, शिक्षण, कायदा या विषयांवर चर्चा.

११ व १२ ऑगस्ट, १९७३–	कोल्हापूर येथे सुमारे २०० कार्यकर्त्यांच्या शैक्षणिक शिबिरात दलवाई, अ. भी. शहा, भाई वैद्य यांनी मार्गदर्शन केले.
३०-३१ डिसेंबर, १९७३ –	मुस्लिम शिक्षण परिषद, कोल्हापूर.
१९७३ –	सनातनी मुस्लिमांनी ऑल इंडिया मुस्लिम पर्सनल लॉ बोर्डची स्थापना करून समान नागरी कायद्यास विरोध करणारी परिषद घेतली. यामध्ये १०,००० प्रतिनिधी होते. त्याच्या विरोधात त्याच ठिकाणी हमीद दलवाई आणि कार्यकर्त्यांनी त्या निषेधार्थ निदर्शने केली.
९ जून, १९७४ –	चिपळूण येथे मुस्लिम महिलांचा मेळावा.
२ नोव्हेंबर, १९७५ –	खादी ग्रामोद्योग केंद्र, कोल्हापूर येथे तलाक पीडित महिलांची विभागीय परिषद.
२३ नोव्हेंबर, १९७५ –	जिहाद-ए-तलाक परिषद, (५०० महिला) राज्यव्यापी सामाजिक परिषद, पुणे.
१९७६ –	अमेरिकन स्वातंत्र्याच्या द्विशताब्दी निमित्त फिलाडेल्फिया येथे जगातील निवडक सामाजिक कार्यकर्ते, लेखक, विचारवंत निमंत्रित केले होते. त्या निमित्ताने फिलाडेल्फिया (अमेरिका), जर्मनी, इंग्लंड-परदेश दौरा.
१९७४–७७ –	या काळात दलवाई अधून मधून आजारी होते. मुंबईच्या जसलोक रुग्णालयात किडनीचा आजार- डायलिसिस-किडनी ट्रान्सप्लांट यास सामोरे जावे लागले.
३ मे, १९७७ –	वयाच्या ४५व्या वर्षी निधन.
१९८२ –	'इस्लामचे भारतीय चित्र' या पुस्तकाचे मरणोत्तर प्रकाशन.
२००२ –	'भारतीय मुसलमान आणि राष्ट्रीय एकात्मता' या पुस्तकाचे साधना प्रकाशन तर्फे मरणोत्तर प्रकाशन.

लेखक परिचय

प्रा. शमसुद्दिन तांबोळी
एम. ए. (इंग्रजी), एम. एड., एल एल. बी.

कार्यरत	:-	मराठवाडा मित्र मंडळाचे वाणिज्य महाविद्यालय, पुणे
सरचिटणीस	:-	मुस्लिम सत्यशोधक मंडळ (महाराष्ट्र)
सरचिटणीस	:-	प्रोग्रेसिव्ह मुस्लिम फोरम (इंडिया)
सचिव	:-	हमीद दलवाई इस्लामिक रिसर्च इन्स्टिट्यूट (माजी)
कार्यकारी संपादक	:-	मुस्लिम सत्यशोधक पत्रिका
प्रकाशित पुस्तके	:-	प्रभावशाली शिक्षणतज्ज्ञ महाराष्ट्राचा शैक्षणिक विकास-नवे दालन नव्या संधी मुस्लिम समाज : व्यक्ती-विचार साहित्य मुस्लिम समाज : प्रबोधन आणि विकास शहाबानो ते शबानाबानो आझाद कलाम बहुजनांचे शिक्षण वास्तव व अपेक्षा (संपा.)
जनसंपर्क व जनजागृती	:-	प्रसारमाध्यमे, वर्तमानपत्रे, नियतकालिके, दिवाळी अंकात लेखन, विविध सामाजिक संस्थांत सहभाग, राज्य-राष्ट्रीय-आंतरराष्ट्रीय चर्चासत्रात सहभाग व संशोधनात्मक लेखन-शिक्षण-प्रशिक्षण संस्थात साधन व्यक्ती.
पुरस्कार	:-	बा. बापू विधायक कार्यकर्ता पुरस्कार-गांधी नॅशनल मेमोरिअल सोसायटी. भास्कर अॅवॉर्ड-महाराष्ट्र जर्नालिस्ट फॉउंडेशन भाई तांबे पुरस्कार-मुंबई वृत्तपत्र लेखक संघ उत्कृष्ट वाङ्मय पुरस्कार-महाराष्ट्र ग्रंथोत्तेजक संस्था कृष्णा साहित्य गौरव पुरस्कार-वाई राष्ट्रसेवा पुरस्कार-मणिभाई देसाई प्रतिष्ठान